அவன்

முதற்பதிப்பு: 2023

First Edition: 2023

Avan

அவன்

Sivasankari

சிவசங்கரி

ISBN: 978-93-5695-665-0

Pustaka

EBooks | Audiobooks | Paperback

Pustaka Digital Media Pvt. Ltd.
#7-002, Mantri Residency,
Bannerghatta Main Road, Bengaluru - 560 076
Karnataka, India

+91 7418555884

அவன்

சிவசங்கரி

Pustaka
EBooks | Audiobooks | Paperback

என் குறிப்பு

நான் முதலில் 1970-ம் ஆண்டு அமெரிக்காவுக்குச் சென்றிருந்தபோது, எனக்குள் விழுந்த 'போதை மருந்து' வித்து, வளர்ந்து, இன்று 'அவன்' ஆக வெளிப்பட்டிருக்கிறது. 1985-ம் ஆண்டை இளைஞர்கள் ஆண்டாக ஐக்கியநாட்டு சபை அறிவித்திருப்பதை அர்த்தமுள்ளதாகச் செய்ய, தற்சமயம் நாட்டில் தலைவிரித்தாடத் தொடங்கியிருக்கும் 'போதைமருந்து' பிரச்சினையை அடிப்படையாகக்கொண்ட ஒரு தொடர் எழுதி மக்களிடையே, குறிப்பாக பெற்றோர், இளைய தலைமுறையினரிடையே ஒரு விழிப்புணர்வை உண்டாக்க வேண்டுமென்ற என் ஆசை நிறைவேற எனக்கு இடம், ஊக்கம் அளித்த ஆனந்த விகடனுக்கும், ஆசிரியர் பாலன் அவர்களுக்கும் நான் கடமைப்பட்டிருக்கிறேன்.

சிகரெட், குடி, போதை மருந்தை ஒருவர் முதன்முதலாக உபயோகிக்கப் பல காரணங்கள் இருந்தாலும், முக்கியமானவையாகக் கீழ்க்கண்டவற்றைச் சொல்லலாம்...

வெறும் இன்பத்துக்காக...

அது என்ன என்கிற ஆர்வத்தைக் கட்டுப்படுத்த இயலாததால்...

அடுத்தவரின் நிர்ப்பந்தத்துக்காக...

இவற்றோடு, பல சந்தர்ப்பங்களில் பெற்றோர் இருவருமே வேலைக்குப் போகவேண்டிய நிர்ப்பந்தம் பெருமளவுக்கு எழுந்துவிட்ட இந்த நாளில், குழந்தைகளுக்குக் கவனிப்பை முழுமையாகத் தர இயலாத நிலையில் குற்றவுணர்வில் தவிக்கும் பெற்றோர், பணத்தைக் கொடுத்து அன்பை ஈடுகட்ட நினைப்பதும்கூட, சில குழந்தைகளுக்கு வேண்டாத பழக்கங்கள் வரக் காரணமாகிறது என்கிறார்கள் மனோதத்துவ நிபுணர்கள்.

தவிர, 'தலைமுறை இடைவெளி' என்கிற வட்டத்தை நமக்கு நாமே வளர்த்துக்கொண்டு, இளைய தலைமுறையினரை

நம்மிடமிருந்து கட்டம் கட்டிப் பிரித்து வைக்கும் ஒரு வேண்டாத பழக்கத்தைப் பற்றியும் இங்கு குறிப்பிடுவது அவசியமென்று நினைக்கிறேன்.

'வாழ்க்கை என்பது, குழந்தை, அடாலஸண்ட், அடல்ட், முதியவர் என்கிற பருவங்களால் ஆனது. ஒரு கட்டத்திலிருந்து இன்னொரு கட்டத்திற்கு வளர்ச்சி பெறுகையில் உண்டாகும் மாற்றங்கள்தாம் அடாலஸண்ட் பிராயத்திலும் உண்டாகிறது. மற்ற பருவங்களில் எப்படிக் குறிப்பிட்ட காலகட்டம் முடிந்த பிறகு, இயல்பாகவே அந்தந்த பிரச்சினைகளிலிருந்து மீண்டு, அடுத்த திருப்பத்திற்குத் தயாராகிறோமோ, அதைப் போலவே அடாலஸண்ட் பிராயத்தையும் அதற்குண்டான ஏற்றத்தாழ்வுகளுடன் கழித்து, அந்த வயதைத் தாண்டியவுடன் நிச்சயம் குறிப்பிட்ட குண மாறுபாடுகளை, சட்டையை மாற்றுவதுபோல, சர்வசாதாரணமாய் கழற்றிவிடுவதால், அளவுக்கு மீறின முக்கியத்துவமோ விவாதமோ தலைமுறை இடைவெளிப் பிரச்சினைக்குக் கொடுப்பதே அனாவசியம்' என்பது உலகப் புகழ்பெற்ற மனவியல் நிபுணர் லிண்ட்மென் கருத்து. இதைக் குறித்து நாமெல்லோரும் நிறைய யோசிக்க வேண்டும் சமத்தா.

அடுத்து சரியான, முழுமையான தொடர்புகொள்ளாமை (Lack of Communication) இருப்பதே பல குழப்பங்கள் உண்டாக, பிரச்சினைகள் உருவாகக் காரணமாகிறது என்பதையும் நினைவில் கொண்டு, அவ்வப்போது மனம்விட்டுப் பேசி, எந்தச் சிக்கலையும் உடனுக்குடன் விடுவிக்க முயல வேண்டும். இது நம் வாழ்க்கை, இதை நிம்மதியாக வைத்துக்கொள்வதும், நமக்கு எது தேவை, தேவையில்லை என்பது புரிந்து நிதானத்தோடு வாழ்வதும், நம் கையில் மட்டுமே இருக்கிறது என்பதைக் கட்டாயம் புரிந்துகொள்ள வேண்டும். கூடுமானவரையில் ஒருத்தர் மேல் சாய்வதையும், நம் பிரச்சினைக்கு அடுத்தவர் தீர்வு காணவேண்டும் என்று எதிர்பார்ப்பதையும் தவிர்க்க முயன்றால், தன்னம்பிக்கையோடு வாழ்க்கையை எதிர்நோக்குவது சாத்தியமாகும் என்பது நிபுணர்களின் கருத்து.

இத்தொடருக்காக 'உண்மையான' விஷயதானம் செய்து உதவிய 'அடிக்டுகள்', வைத்தியர்கள், பெற்றோர்கள், மற்ற அனைவருக்கும் என் நன்றி.

அன்புடன்,
சிவசங்கரி.
சென்னை
1986.

——

1

"ப்ரேம்..."

"....."

"ப்ரேம்..."

இப்போது அம்மாவின் குரலுடன், கதவைத் தட்டும் ஓசையும் சேர்ந்துகொள்ள, ப்ரேம் உறக்கம் கலைந்து புரண்டு படுத்தான்.

இன்னும் கொஞ்சநேரம் அப்படியே படுத்துக்கிடக்க வேண்டும்போல இருந்ததை மீறிக்கொண்டு கண்களைக் கீறாகத் திறந்தபோது, விலகியிருந்த ஜன்னல் திரை வழியாக அறைக்குள் பாய்ந்த வெளிச்சம் 'விடிந்து நேரமாகிவிட்டது, அப்பனே' என்றது.

"ப்...ரேம்... எழுந்துக்கப் போறியா, இல்லியா? மணி ஏழரை..."

"வரேம்மா..."

குரல் கொடுத்தவன், போர்வையைத் தள்ளிவிட்டு எழுந்து உட்கார்ந்தான்.

தலை லேசாகக் கனத்துக்கொண்டு, 'இன்னும் சில நிமிஷங்களாவது தூங்கேன்' என்று ஆசைகாட்டியது.

நேற்று குடித்த வொயின் கொஞ்சம் அதிகமோ?

சினேகிதர்களுக்குக் கொடுத்த பார்ட்டியில், இவனையும் வளர்ந்த பிள்ளையாகக் கருதி, "ஒரு குட்டி கிளாஸ் வொயின் ஊத்திக்க, ப்ரேம்..." என்று அப்பா சொல்லியதை சாக்காக வைத்துக்கொண்டு, மற்றவர்களுக்கு ஊற்றிக் கொடுக்கும்

வேலையை ரொம்பப் பெரியவனாய் செய்ய முன்வந்து, யாரும் பார்க்காத சமயத்தில் தன் கிளாஸையும் நிரப்பிக்கொண்டது நினைவுக்கு வந்தபோது, ப்ரேமுக்குப் பெருமையாக இருந்தது.

இந்தப் பெரியவர்களை, எத்தனை சுலபமாக ஏமாற்ற முடிகிறது!

“ப்...ரே...ம்...”

“யா... யா... எழுந்திட்டேன்.”

“கதவத் திறப்பா... முதமுறையா காலேஜுக்குப் போறே... நேரத்தோட எழுந்து தயாராக வேணாமா?”

கதவு திறந்து, எதிரில் நின்ற பிள்ளையைப் பார்த்த ரேவதி, முகத்தைச் சுளுக்கினாள்.

“நைட் ட்ரெஸ் மாத்திக்காம படுக்கப் போகாதேன்னு எத்தனை தரம் சொல்லியிருக்கேன், ப்ரேம்!”

“ஸாரிம்மா... டயர்டா இருந்துது...”

“அதுக்காக? வரவர நீ சொன்னதையே கேக்கறதில்ல, ப்ரேம்! சாயங்காலம் டென்னிஸ் விளையாடிட்டு அப்படியே வந்து பார்ட்டியில கலந்துகிட்டே... “நாலு பேர் வீட்டுக்கு வர்றப்ப, சுத்தமா, பளிச்சுனு இரு, ட்ரெஸ்ஸ மாத்திக்கிட்டு ஃப்ரெஷ்ஷா ‘படுக்கப்போ’ன்னு அப்பாவும், நானும் நூறு தரம் சொல்லிட்டோம்... எங்க! பெரியவங்க நல்லதச் சொல்றப்ப, கேட்டாத் தேவல! அடுத்தாப்பல, ஸந்தியாவப் பாரு... உன்னைவிட ரெண்டு வயசுதான் பெரியவ... ஆனாலும், என்ன பொறுப்பு! நேத்து என் ஃப்ரெண்ட்ஸ்கூடச் சொன்னாங்க... ‘இந்த மாதிரி சமத்தா பொண்ணு இருக்க நீ அதிர்ஷ்டம் பண்ணியிருக்கே’ன்னு! ஆமா... நேத்து நீ வொயின் குடிச்சியா என்ன?”

“அப்பாதாம்மா எடுத்துக்கச் சொன்னார்...”

“பதினேழு வயசுப் பிள்ளைய வளந்தவனா நடத்தணும்னு அப்பா அப்படிச் சொன்னாலும், நீ ஒரு ‘ஸிப்’ எடுத்திட்டு

வெச்சிருந்தா, அது மரியாதை! ஆனா, உன் கையில முழு கிளாஸப் பாத்ததா எனக்கு ஞாபகம்...”

ப்ரேம் பதில் கூறாமல் மீண்டும் படுக்கையில் உட்கார...

ரேவதி ஜன்னலருகில் திரைகளை ஒதுக்கினாள். நின்ற இடத்திலிருந்தே பார்வையைச் சுழலவிட்டாள்.

அந்த அறை ரொம்பப் பெரிசில்லை... அதற்காக, சின்னது என்றும் சொல்ல முடியாது. நடுத்தரம். பத்தடிக்குப் பன்னிரண்டடி அறை அது.

சுவரை ஒட்டிப் போடப்பட்ட கட்டில். எதிர்ப்பக்கம் மேஜை, நாற்காலி. இங்குமங்குமாய் துணிகள். தலைக்கு மேல் வரிசையாய் தட்டுப் பலகைகள்... அதிலும் மேஜை மேலும் வாரியிறைந்திருந்த புஸ்தகங்கள்.

வலப்பக்க சுவர்பூராவும் பெரியபெரிய போஸ்டர்களில் பீட்டில்ஸ், க்வீன் இசைக் குழுவினர்... திறந்த மார்பும் பரட்டை முடியுமாய் நின்று வெறித்தனர். பக்கத்தில், பெரிசும் சின்னதுமாய் ரேஸ் கார்களின் வண்ணப் படங்கள். அத்தனைக்கும் நடுநாயகமாய், லேசாக மார்பகங்களைக் காட்டும் ப்ரூக் ஷீல்ட். மூலையில் கிடார், டென்னிஸ் ராக்கெட், கட்டிலுக்கு அடியில் கோலாப்புரி செருப்புகள், முதல்நாள் அவசரமாய் அவிழ்த்து எறிந்திருந்த டென்னிஸ் ஷூ, சாக்ஸ்...

கண்ணில் விழுந்த அலங்கோலத்தைச் சகிக்க முடியாமல், ரேவதி தலையை அசைத்து “ப்ச்...” என்றாள்.

டேபிள் மேல் கிடந்த புஸ்தகங்களை அடுக்கி, நாற்காலி முதுகில் தொங்கின துணிகளில் மடிக்க வேண்டியவற்றை மடித்து, தோய்க்க வேண்டியவற்றைச் சுருட்டி பாத்ரூமுக்குள் சென்று வாளியில் போட்டவள், தாளமாட்டாதுபோலப் பேசினாள்.

“ஆனாலும் நீ மோசம், ப்ரேம்... தனி ரூம் வேணும், நா பெரியவனாயிட்டேன், ஹாய், ஊய்னு பிடிவாதம் பண்ணி தனியறை வாங்கிட்டியே தவிர, அதை ஒரு நாளாவது

சுத்தமா வெச்சிருக்கியா? எங்கப் பாரு குப்பை, துணி, புக்ஸ்... எடுக்கற சாமான் எதையும் கையோட அந்தந்த எடத்துல வெச்சா, பிரச்சினை இல்ல... ஆனா, நீ? மைகாட்! அறை காடு முளைச்சில்ல கிடக்கு! நீயும் ஒழுங்கா வெச்சுக்கறதில்ல, க்ளீன் பண்ண ஆளுங்க வந்தாலும், 'என் அறைக்குள்ள வராதீங்க'ன்னு கத்தறே! உள்ள வந்தாலே வேர்வை நாத்தம்! அப்பாவும் சரி நானும் சரி, ரொம்ப க்ளீன் பர்ஸன்ஸ்! நீ யாரைக் கொண்டு இத்தன சோம்பேறியா இருக்கியோ... எனக்கு நிஜமா புரியல! நல்லவேளை, ஸந்தியாவாவது எங்கள மாதிரி சுறுசுறுப்பா, ஆர்கனைஸ்டா இருக்கா... அவ அறையப் போய் ஒரு தரம் பாத்திட்டு வாயேன்... ப்ளீஸ்... எப்ப போனாலும் பளிச்சுனு, அந்தந்த எடத்துல..."

ப்ரேம் கொட்டாவி விட்டபடி எழுந்து நின்றான்.

"ஸந்தியாவோட சும்மாச்சும்மா என்னை கம்பேர் பண்ணாதீங்கம்மா... ஐ டோண்ட் லைக் இட்! நேத்து பூரா நா வீட்டுலயே இல்ல... காலைல கிடார் கிளாஸுக்குப் போயிட்டேன்... சாயங்காலம் டென்னிஸ்... வந்த உடனே பார்ட்டி... ஒழிக்க ஏது நேரம்?"

"அது சரி... ரொம்ப பிஸிதான், போடா! காலையில ரெண்டு மணிநேரம், சாயங்காலம் ரெண்டு மணிநேரம் கிளாஸுக்குப் போயிட்டு வந்து, நேரமில்லேன்னு அலுத்துக்கறியே... என்.ஸி.ஸி., காலேஜ், அப்பறம் ஃப்ரெஞ்ச் கிளாஸ் எல்லாத்துக்கும் போயிட்டு வந்துதான் ஸந்தியா நேத்து டின்னருக்கு 'புட்டிங்' தயார் பண்ணினா, தெரியுமா? பிரமாதமா படிக்கறதோட, பியானோ கத்துகிட்டு, எல்லாத்துலயும் கெட்டிக்காரின்னு பேர் வாங்கறவளுக்கு, அறைய சுத்தம்பண்ண நேரமிருக்கு, உனக்கு இல்ல... அதா..."

அவள் முடிக்கும் முன்னர் ப்ரேம் குறுக்கிட்டான். கத்தலாகப் பேசினான்.

"ஓ, ஸ்டாப் இட், மா... கம்பேர் பண்ணாதீங்க, எனக்குப் பிடிக்காதுன்னு சொல்லிட்டே இருக்கறது காதுல விழலியா?

ஓகே, ஸந்தியா உசத்தி, நா மட்டம்! அவ கெட்டிக்காரி, நா முட்டாள்! உங்களுக்கு அவளப் பிடிக்கும், என்னைப் பிடிக்காது... சரிதானா?"

உதடுகள் துடிக்க, மிகமிக லேசாகக் கண்கள் கலங்கிப்போக பிள்ளை பேசினதும், மனசாகாத மாதிரி ரேவதி அருகில் வந்தாள். தோளில் தட்டிக் கொடுத்து, "ஹேய்..." என்றாள். "நீ மட்டம், அவ உசத்தினு இல்ல, ப்ரேம்... நீங்க ரெண்டு பேருமே என் பசங்கதான்... அதை மறந்திட்டுப் பேசாதே! வயசு பதினேழு ஆறதுக்கு, இன்னும் கொஞ்சம் பொறுப்போட நீ நடந்துகிட்டா, நா சந்தோஷப்படுவேன்... தட்ஸ் ஆல்! அதைத்தான் சொல்ல வந்தேன்."

அம்மாவின் சமாதான வார்த்தைகள் காதில் விழாத தினுசில், ப்ரேம் அவள் பிடியை விலக்கிக்கொண்டு பாத்ரூமிற்குள் வந்து கதவைச் சாத்திக்கொண்டான்.

ஸந்தியா இப்படிச் செய்தாள், ஸந்தியா அப்படிச் செய்தாள், முதல் ராங்க் வந்திருக்கிறாள், அருமையாய் பியானோ வாசிக்கிறாள், ஸந்தியா... ஸந்தியா... ஸந்தியா...

அம்மா, அப்பா, மற்றவர்கள் ஸந்தியா புகழ் பாடுவதைக் கேட்டு அலுத்துத்தான் போய்விட்டது.

சரி... ஸந்தியா மாதிரி நான் அத்தனை அதிபுத்திசாலியாக, கெட்டிக்காரனாக இல்லாமல் இருக்கலாம்...

அதற்காக?

என்னுடைய ப்ளஸ் பாயிண்ட் என்னவென்று புரிந்து அதைத் தட்டிக் கொடுக்காமல், அவள் மாதிரியே நீயும் இரு என்றால் என்ன அர்த்தம்?

நான் பாடி, கிடார் வாசிப்பதைக் கேட்டு நண்பர்கள் எல்லாம் அசந்து போகிறார்கள்... ஏன், மேடைப் பாடகனாக மாறினால், எக்கச்சக்க புகழ் நிச்சயம் என்கிறார்கள்.

டென்னிஸிலும் நான்தானே ஸ்கூல் சாம்பியன்! தீவிரப் பயிற்சி பெற்றால் விம்பிள்டனில் ஈடுவது சாத்தியம் என்று சொல்கிறார்கள்தானே!

அப்புறம்?

இதெல்லாம் அப்பா, அம்மாவுக்குத் தெரியாதா என்ன?

என்ன தெரிந்து என்ன!

“எதிர்காலம் நல்லா அமைய படிப்பு முக்கியம், ப்ரேம்... கவனமா படிச்சு, எம்.பி.ஏ., இல்ல வேற ஏதாவது கோர்ஸ் முடி... அப்பறமாதான் பாட்டு, டென்னிஸ் எல்லாம்!” என்றுதானே தீர்மானமாகச் சொல்லிவிட்டார்கள்.

எம்.பி.ஏ. படித்தால்தானா?

கம்ப்யூட்டர் சயன்ஸில் தேர்ச்சி பெற்றால்தானா?

நான்சென்ஸ்... ப்ளடி நான்சென்ஸ்!

சின்னதாக எரிச்சல் மண்ட, ஒரு சிகரெட் பிடித்தால் என்னவென்று தோன்றியது.

சிகரெட் வெளியறையில் இருந்தது, அலமாரியில் துணிகளுக்கு அடியில்.

அம்மா இன்னும் அங்கு இருந்தால், ‘பாதிக்குளியலில் எங்கு வந்தாய்? அறை முழுவதும் ஈரம்! இப்படியா ஜலம் சொட்ட வருவார்கள்?’ என்று ஆரம்பித்து விடலாம்.

வேண்டாம்.

ஐந்து நிமிஷங்களில் குளித்து முடித்தவன், வெளியில் வரும் முன், தோய்ப்பதற்கென அம்மா வாளியில் போட்டிருந்த துணிகளிலிருந்து நீல ‘லீவைஸ்’ ஜீன்ஸை உருவியெடுத்து அதையும், பனியன் இல்லாமல் ஒரு டீ ஷர்ட்டையும் அணிந்துகொண்டான். தலைமுடியை லேசாக வாரிக்கொண்டு, பர்ஸில் பணம் இருக்கிறதா என்று பார்த்தான்.

பன்னிரண்டு ரூபாய் இருந்தது.

முதல்நாள் செலவுக்கு இது போதாதா? போதும்.

ப்ளஸ்டூவில் உபயோகித்த நோட்டுப் புஸ்தகங்களையும், பாதி படித்து வைத்திருந்த ‘ஸிட்னி ஷெல்டன்’ புஸ்தகத்தையும் எடுத்துக்கொண்டு, கீழே வந்தான்.

மாரிசாமியை இட்லி கொண்டுவரச் சொல்லிவிட்டு சாப்பிடுகையில், மாதவன் வந்து மேஜை முன் அமர்ந்தார்.

"குட்மார்னிங், ப்ரேம்."

"மார்னிங்ப்பா..."

"காலேஜுக்குப் போகத் தயாரா?"

"ம்."

"எக்ஸைடட்?"

ப்ரேம் வாயில் இட்லியுடன் தலையாட்டினான்.

"குட்! ஆமா... இந்த ட்ரெஸ்லியா காலேஜுக்குப் போகப்போறே?"

"ஏன்? இதுக்கு என்ன?"

"என்னவா? அழுக்கு ஜீன்ஸ்... சாயம்போன டீஷர்ட்... டிஸ்கஸ்டிங்! உடனே போய் மாத்திக்கிட்டு வா..."

"அப்பா... வந்து..."

"முதல்ல நீ எழுந்திரு... இப்படி முதல் நாள் போய் நின்னீன்னா, எனக்குத்தான் ப்ரேம், அவமானம்! கமான்... கெட் அப்... அப்படியே தலைய நல்லா படிய வாரிக்கிட்டு வா!"

பிடிக்காவிட்டாலும், அப்பாவை எதிர்த்துப் பேசத் துணிவில்லாமல் மேலே சென்று உடை மாற்றி, தலைவாரி கீழே வந்து, அம்மா, அக்காவின் 'ஆல் தி பெஸ்ட்' வாழ்த்துக்களை ஏற்று, முதல் நாள் என்பதால்தானே அவனைக் கல்லூரியில் விட்டுச்செல்ல அப்பா முடிவு செய்திருந்ததற்கும் வாயைத் திறக்காமல் சம்மதித்தான்.

காரில் செல்லும்போதும், "நல்லா படிக்கணும், ப்ரேம்... எதிர்காலத்துக்கு அதான் நிஜமான அஸ்திவாரம்..." என்று அப்பா சொன்னதற்கெல்லாம் சரி, சரி என்று தலையாட்டிவிட்டு, கல்லூரி வாசலில் வண்டி நின்றதும், "ஆல் தி பெஸ்ட், ப்ரேம்..." என்று அவர் வாழ்த்தியதற்கு, "தேங்க்ஸ்ப்பா..." என்று பதில் கூறி, அவர்

சென்ற பிறகு முதல் வேலையாய் யாரும் தன்னைக் கவனிக்கும் முன் தலைமுடியைக் கலைத்துவிட்டுக்கொண்டான்.

கொஞ்சம் நிதானித்து மெதுவாக உள்ளே நுழைந்தவனை, காம்பவுண்ட் சுவரில் உட்கார்ந்திருந்த ஒரு சீனியர் மாணவர் கூட்டம் விரலைச் சொடுக்கி அழைக்க, கிட்டத்தில் போனான்.

நல்ல உயரமாய், ஒல்லியாய், மீசையும் கட்டம்போட்ட சட்டையுமாய் இருந்த ஒருவன், "ஹாய் தேர்... நா சுனில்... செகண்ட் இயர் ஸ்டூடண்ட்! சமத்தா காலைத்தொட்டு வணக்கம் சொல்லு பாக்கலாம்!" என, பேசியவனை நிமிர்ந்து பார்த்தான் ப்ரேம்.

சுனில்,

சுனிலை முதல்முதலாக ப்ரேம் சந்திக்கும் இந்த சந்தர்ப்பத்தில், நாமும் அவனைக் கொஞ்சம் தெரிந்துகொள்ளலாமா?

சுனில், அவனைப் பெற்றவர்களுக்கு ஒற்றைப்பிள்ளை. ஏக செல்லம். அப்பா பகவன்தாஸ், வெள்ளைக்கார துரை ஒருவரிடம் கிளார்க்காகச் சேர்ந்து, படிப்படியாக முன்னேறி, இன்று கோத்தகிரியில் தேயிலைக் காடுகளுக்குச் சொந்தக்காரராக, தடபுடலாய் வாழ்பவர். அம்மா ரோஹிணி, அப்பாவைக் கைப்பிடிக்கும்போது அவர் சாதாரண நிலையில் இருந்ததால், அவரையும்விட அதிசாதாரண குடும்பத்துப் பெண்... இன்று பணம் காசு தாராளமாகப் புழங்கும் போதும் ஆடம்பரமாக இருக்கத் தெரியாமல், இன்றைக்கும் தான் வளர்ந்த வழக்கப்படி பூஜை புனஸ்காரம் என்று எளிமையாக வாழ்பவள். கணவனின் நாகரிக வாழ்க்கைக்கு ஈடுகொடுக்கத் தெரியாததோடு, பகவன்தாஸ் என்ன அடாவடி செய்தாலும் 'ஆயிரம் சொன்னாலும் அவர் புருஷர், எதுவும் செய்வார். நாம்தான் பொறுத்து, அனுசரித்துப்போக வேண்டும்' என்கிற 'க.க.க. தெய்வம்' மனப்பான்மை கொண்டவள்.

அவர்களுக்குத் திருமணமாகி கிட்டத்தட்ட பதினேழு ஆண்டுகள் ஆகி, போகாத தலம் இல்லை, முங்காத குளம் இல்லை என்று அலுத்துப்போய்விட்ட பிறகு, திடுமென ஜனித்தவன் இந்த சுனில்.

அப்புறம் செல்லத்திற்குக் கேட்பானேன்! ஆஹா, என் பிள்ளை என்று தலையில் தூக்கிவைத்துக் கொண்டாடுவதற்குச் சொல்வானேன்!

சுனில் வளர்ந்தான்.

ஊட்டி கான்வெண்டில் பள்ளிப்படிப்பு.

எட்டாவது வகுப்பில் படிக்கும்போது சுனில் சிகரெட் பிடிக்க ஆரம்பித்தான். இரண்டு வருஷத்தில், ஒரு நாளைக்கு இருபதைத் தொட்டான்.

முதல்முறையாக பியரை பதினான்காவது வயசில் ருசி பார்த்தான். பள்ளியிறுதி ஆண்டு வருவதற்குள், 'ஐயா ருசி பாக்காத ட்ரிங்க் இல்ல, தெரியுமா?' என்று நண்பர்கள் நடுவில் பெருமை பேசுமளவுக்குத் தேர்ச்சி பெற்றான்.

பகவன்தாஸ் வருஷம் தப்பாமல் பள்ளிக்குக் கொடுத்த நன்கொடை, சுனில் ஒவ்வொரு வகுப்பாகத் தாண்ட உதவியது என்பது நிஜம். பள்ளியிறுதி ஆண்டிலும், ரோஹிணியின் கண்ணீருக்குப் பயந்து, யார் எந்தப் பேப்பரைத் திருத்துகிறார் என்று அறிந்து, கணிசமான ரொக்கம் கை மாறியதில், 'நானும் பள்ளிப் படிப்பை முடித்தேன்' என்று பேர் பண்ணிவிட்டு, ஜம்மென்று சென்னைக் கல்லூரி ஒன்றில் இரண்டாம் வருஷ பி.ஏ. படிப்பு படிக்கிறான். ஒரு சப்ஜெக்டிலும் தேறாமல்! தட்டிக் கேட்க ஆள் இல்லாத ஹாஸ்டல் வாசம்.

இந்த சுனில், ப்ளஸ் டூ படிப்பு படிக்கும்போதே, 'க்ராஸ்' எனப்படும் கஞ்சாவுக்கு அவனுடைய நண்பனால் அறிமுகப்படுத்தப்பட்டவன்.

ஒன்று, இரண்டு என்று துவங்கி, இன்று ஒரு நாளைக்குத் தாராளமாய் பத்திலிருந்து பன்னிரண்டு வரை கஞ்சா சிகரெட்டுகளைப் பிடிக்கும் சுனிலுக்கு, பணத்தைப்பற்றி எந்தக் கவலையும் இல்லை. இருக்கவே இருக்கிறாள் அம்மா... 'பணம் வேணும்மா' என்று செல்லப்பிள்ளை திருவாய் மலர்ந்துவிட்டால்,

தான் வணங்கும் அந்த கிருஷ்ண பரமாத்மாவே நேரில் வந்துவிட்ட சந்தோஷத்தோடு, ஏன், என்ன, எதற்கு என்ற ஒரு வார்த்தைகூடக் கேட்காமல் நூறும் இருநூறுமாய் தூக்கித் தர அவள் தயாராக இருக்கும்வரை, சுனிலுக்குத்தான் என்ன குறை!

ஒரு நாள்விட்டு ஒரு நாள், ஒரு தோலா 'பொட்டலம்' வாங்கி, அதை இருபத்தைந்து சிகரெட்டுகளில் பகிர்ந்து அடைத்து, தான் பெறும் இன்பத்தை மற்றவர்களும் பெறவேண்டி, நண்பர்களுக்கு இலவசமாகக் கொடுத்து, இந்தத் தாராளமனப்பான்மை காரணமாய் கல்லூரியின் 'பாரிவள்ளல்' என்ற பட்டப்பெயரைப் பெற்றுள்ள சுனில்தான், இன்று ப்ரேமை 'காலைத் தொட்டு வணக்கம் சொல்லு பார்க்கலாம்' என்று அழைத்திருக்கிறான்.

நாமும் பார்க்கலாம்.

——

2

"சொல்லு!"

"குட்மார்னிங்..."

"தமிழ்ல சொல்லு!"

"வணக்கம்..."

"மரியாதை, கிரியாதை ஒண்ணும் கிடையாதா, சீனியருக்கு?"

"வணக்கங்க..."

"இப்படி வெறைச்சு நின்னுகிட்டு சொன்னா எப்படி! கொஞ்சம் பவ்யமா சொல்றது..."

ப்ரேம் சுற்றுமுற்றும் பார்வையை வீசினான்.

அந்தக் கல்லூரியில் பி.காம். படிக்கும் மகேஷும், கெமிஸ்ட்ரி படிக்கும் சிவாவும் அவனுக்குத் தெரிந்தவர்கள்தாம்.

'ராகிங்பத்தி பயப்படாதே... நாங்க கேட்லியே நின்னு 'நம்ம தோஸ்து'னு சொல்லிடறோம்' என்றவர்களைக் கண்ணிலேயே காணவில்லை.

ஒருவேளை தாமதமாய் வருவார்களோ?

முதல் நாள் என்று அம்மா செய்த அட்டகாசத்தில், நான் ரொம்ப முன்னதாக வந்துவிட்டேனோ?

விழிகளைச் சுழற்றினபோது, அந்தக் கும்பலில் மாட்டிக் கொண்டிருப்பதுதான் மட்டுமில்லை, இன்னும் மூன்று நான்கு புதுமாணவர்களும் என்பது புரிந்தது.

"என்ன யோசனை?"

"ஒண்ணுமில்ல... இங்க பி.காம்., கெமிஸ்ட்ரி படிக்கற மகேஷ், சிவா எனக்கு ரொம்ப சினேகிதம்... காத்திட்டிருக்கோம்னு சொன்னாங்க... காணும்..."

சுனில் கண்களை இடுக்கிக்கொண்டு ப்ரேமிடம் குனிந்தான். "சிபாரிசுக்கு ஆள் தேடறியா, மச்சி?"

"அ? அதெல்லாமில்ல... காலேஜ்னா இப்படி ராகிங் இருக்கும்னு எனக்குத் தெரியுமே!"

"தெரியுமில்ல? அப்ப திருதிருனு முழிச்சுகிட்டு நிக்காம, சொன்னதைச் செய்! பின்னால நிறைய புது கேஸ் நிக்குது, பாரு..."

ப்ரேம் இரண்டு கைகளையும் கூப்பிக்கொண்டான். "வணக்கம், தலைவரே..." என்றான் பவ்யமாக.

"சபாஷ்டா, ராஜா! இப்படி முதல்லியே சொல்லியிருந்தா, இத்தன டயம் வேஸ்டாகியிருக்காது இல்ல?"

இப்போது சுனிலின் அருகே நின்றிருந்த மாணவன் பேசினான். "தலைவரேன்னு சொன்ன உடனே மயங்கி சபாஷ் போட்டா எப்படி, மச்சி? நீ என்ன சொன்னே, அவன் என்ன செஞ்சிருக்கான்? காலைத் தொட்டு வணக்கம் சொல்லுன்னுதானே சொன்னே?"

"ஓ யெஸ்... 'ஐ'ம் வெரி ஸாரி, ஹரி! என்னப்பா புது ஸ்டூடண்ட்... காதுல வாங்கிக்கிட்ட இல்ல? சொன்னபடி செஞ்சிட்டு, நல்ல பிள்ளையா நகரு, பாக்கலாம்..."

ப்ரேம் தயங்கினான்.

"நாழியாச்சு..."

எல்லோரும் தன்னையே ஒரு மாதிரி பார்ப்பது புரிய, ப்ரேம், "ப்ளீஸ்..." என்று முனகினான்.

"இதுல என்ன தயக்கம்யா? என் கால் என்ன அத்தனை அழுக்கா, அருவருப்பாவா இருக்கு?"

“அதானே!” என்ற ஹரி, எட்டி அவன் காலைப் பார்த்துவிட்டு, “ச்சே... இந்தக் காலைத் தொட ஒருத்தன் தயங்கினா எப்படி, சுனில்! காலா இது? தாமரைப்பூ... ரோஜாப்பூ...” என, சொன்னதைச் செய்தாலொழிய இவர்களிடமிருந்து தப்பிக்க முடியாது என்று உணர்ந்த ப்ரேம், சுனிலின் பாதத்தைத் தொட்டு, “வணக்கங்க...” என்றான்.

“குட்! தட்ஸ் பெட்டர்! என்ன, மச்சி... இவனை விட்டுட்டு அடுத்தவனுக்குப் போலாமா?”

“இருப்பா... அவசரப்பட்டா எப்படி? ஏய், என் காலைத் தொட்டு வணக்கம் சொல்லு... அப்பறம், சீனியர்ஸ் எல்லாரும் வரிசையா காலை நீட்டுங்க... தம்பி தொட்டுக் கும்பிட்டுக்கட்டும்! நல்லா படிக்காம, நமக்குச் சரியான ஜூனியரா எல்லாத்துலயும் சிறப்பா விளங்கணும்னு ஆசிர்வாதம் பண்ணுங்க!”

ஒவ்வொருத்தர் காலாகத் தொட்டு ப்ரேம் வணக்கம் சொல்ல, ‘வடிகட்டின மக்குனு பேர் வாங்கணும்’, ‘கட் அடிச்சிட்டு சினிமா போக, ஊர்சுத்த சரியா பழகணும்’, ‘தைரியமா லெக்சரரை எதுத்துப் பேச வரணும்’, ‘ரஜினிகாந்த் மாதிரி ஸ்டைலா சிகரெட் பிடிக்கப் பழகணும்’ என்று அவனவன் ஆசிர்வதிக்க, ஹோஹோவென்ற சிரிப்பு வெடித்துப் பரவியது.

“நா போலாமா?”

“சார்!”

“சார்...”

“சேத்துச் சொல்லு!”

“நா போலாமா, சார்?”

“இருப்பா... அதுக்குள்ள என்ன அவசரம்?”

“கிளாஸ் ரூம் எங்க இருக்குனு பாக்கணும்...”

“மெதுவா பாக்கலாம்... நிறைய டைம் இருக்கு. ஆமா... உன் பேர் என்ன?”

“ப்ரேம்.”

“கார்ல வந்து எறங்கினியே... அப்பாவுக்கு வசதி அதிகமோ?”

“.....”

“கேட்ட கேள்விக்கு ஒழுங்கா பதில் சொல்லணும்! இல்லாட்டி முழுசா மூணு நாளைக்கு விடமாட்டோம்!”

“முதல் நாள்னு அப்பாவே கொண்டுவிட்டுட்டுப் போனார்...”

“தம்பி பாக்க ஷோக்கா, ஜிங்குனு இருக்கான்... பாடி, ஆடச்சொல்லு, சுனில்.”

சுனில் ஒரு சிகரெட்டைப் பற்றவைத்து புகையை ப்ரேமின் முகத்தில் ஊதினான்.

“பாடுவியா?”

“பாட்டோட கிடாரும் நல்லா வாசிப்பேன்... எங்க ஸ்கூல்ல எந்தப் போட்டின்னாலும் நான்தான் முதல்!”

“அய்! அப்ப வேணாம்! சிகரெட் பிடிப்பியா?”

“ம்...”

“ஒரு நாளைக்கு எத்தன?”

“மூணு, நாலு...”

“பெத்தவங்களுக்குத் தெரியாமத்தானே?”

“ம்...”

சுனில் தன் கையிலிருந்த கஞ்சா சிகரெட்டை எடுத்து விரல்களால் உருட்டினான்.

“நா ஒரு சிகரெட் தரேன், பிடிக்கறியா?”

ப்ரேம் பதில் கூறும்முன், “நீ இங்கியா இருக்கே?” என்கிற குரலைத் தொடர்ந்து சிவா வந்து நின்றான்.

“ஹலோ, சுனில்... ஹாய், ஹரி... ஹாய், காசி...” நண்பர்களுக்கு வாழ்த்து கூறியவன், இவன் பக்கம் திரும்பினான். “உன்னை எங்கல்லாம் தேடறது? எப்ப வந்தே?”

“உன் தோஸ்துதானா? எங்ககிட்டதான் பத்து நிமிஷமா இருக்கான்.”

“லாப் கிட்டயும், ஹாஸ்டல் பக்கத்துலயும் நாலைஞ்சு சீனியர் க்ரூப், புதுசா வர்றவங்களை செம்மையா ‘ராக்’ பண்ணிட்டிருக்கு... அங்கல்லாம் பாத்திட்டு இங்க வரேன்...”

“பையன் சமத்துதான்! ரொம்ப அல்ட்டிக்காம, சொன்னபடி செஞ்சிட்டான்!”

“அப்ப... நா கூட்டிட்டுப் போலாமா?”

“இருப்பா... என்ன அவசரம்? ‘டோக்’ வேணுமா?” அவன் சிகரெட் பாக்கெட்டை நீட்ட, சிவா சிரித்துக்கொண்டே, “நோ, தேங்க்ஸ்...” என்றான்.

“மணி என்ன? பெல் அடிக்க எத்தனை நிமிஷம் இருக்கு?”

“பத்து...”

“குட்! அதோ, தலைல எண்ணெய்ச் சட்டிய கவுத்துகிட்ட மாதிரி பளபளன்னு படிய வாரிக்கிட்டு ஒருத்தன் வரான் பாரு... அவனக் கூப்பிடு...”

“ச்சே... சரியான பாவம் கேஸா தெரியறான், சுனில்... ரொம்பப்படுத்தாதே...”

சிவாவின் வேண்டுகோள் காதில் விழாத மாதிரி, சுனில் அந்தப் பையனைக் கிட்டத்தில் அழைத்தான்.

“என்ன, பிரதர்... நைனா எண்ணெய்க் கடையா வெச்சிருக்காரு?”

வந்தவன் எதுவும் புரியாமல் விழிக்க, “உன் பேர் என்ன?” என்றான் ஹரி.

“அப்புசாமி...”

“சீதாப்பாட்டி எங்க, மச்சி?”

“ம்?” மீண்டும் எதுவும் புரியாமல் அவன் விழிக்க, சீனியர் கூட்டம் வாய்விட்டுச் சிரித்தது.

“எந்த க்ரூப்?”

“ஃபர்ஸ்ட் இயர், எகனாமிக்ஸ்...”

அதிக வளர்ச்சி இல்லாமல், லேசாக நடுங்கும் விரல்களும் நெற்றியில் விபூதிக் கீற்றுமாய் நின்றவனை, சுனில் அழுத்தமாய்ப் பார்த்தான்.

“அய்யர் வீட்டுப் பிள்ளையா?”

“ம்...”

“அடி சக்கை! கையில என்ன, டிபன் பாக்ஸா? வாங்கு ஹரி, அதை... திறந்து பாரு...”

டப்பாவைத் திறக்கும்போதே மிளகாய்ப் பொடியின் மணம் நாசியில் ஏறியது. மடித்து வைக்கப்பட்டிருந்த தோசைகளை நண்பர்களிடம் நீட்டிவிட்டு, தானும் ஒன்றை எடுத்துக்கொண்டு சுனில் ரசித்துத் தின்றான்.

“என்ன சொல்லு, அய்யர் வீட்டு மிளகாய்த் தூள், சாம்பார், வத்தக்குழம்பு இதுங்களுக்கு அலாதி ருசிதான்!”

தின்று முடித்தவன், கர்ச்சீப்பில் கையைத் துடைத்துக் கொண்டான். சிகரெட் பாக்கெட்டை அப்புசாமியிடம் நீட்டினான்.

“சும்மா எதையும் வாங்கிக்கறது இந்த சுனிலுக்கு வழக்கமில்ல... எவ்ளோ வேணுமோ எடுத்துக்க...”

“வேணாம்...”

“அட, சும்மா எடுத்துக்கப்பா!”

சிவா ஓரடி முன்னால் வந்து அவன் கையை மடக்கினான்.

“பழக்கமில்லேன்னா, விட்டுடணும் சுனில்... அதுவும், இது வேணாம்.”

“ஏம்பா வேணாம்? ஃபர்ஸ்ட் கிளாஸ் க்ராஸ்! நானே ராப்பூரா உக்காந்து தயாரிச்சேன் தெரி...”

பேசிக்கொண்டிருக்கையிலேயே வகுப்புகள் துவங்கப் போவதற்கான மணி அடிக்க, சுனில் சுவர் மேலிருந்து கீழே குதித்தான்.

“ஓகே, தமாஷ் முடிஞ்சாச்சு... புது ஆளுங்கள்லாம் ஒழுங்கா கிளாஸுக்குப் போங்க! திரும்ப லஞ்ச் இண்டர்வெல்ல சந்திக்கலாம். ஹேய், அப்புசாமிப் பையா... பசிச்சா நேரா ஹாஸ்டலுக்கு வா... அவிச்சமுட்டை, கோழி குருமாவுக்கு நா ஏற்பாடு பண்றேன்... என்ன?”

நண்பர் குழாம் புடைசூழ சுனில் நகர, “உன் கிளாஸ் ரூம் மாடில இருக்கு, நா அப்பறமா பாக்கறேன்...” என்று சிவா விடைபெற, அதுவரை எதுவும் புரியாத குழப்பம், பயத்துடன் நின்றிருந்த அப்புசாமியின் பக்கம் ப்ரேம் திரும்பி, “ஐம் ப்ரேம்... நானும் எகனாமிக்ஸ் முதல் வருஷம்தான்... கிளாஸுக்குப் போலாமா?” என்றான்.

அப்பு,

அப்புசாமி என்கிற அப்புவின் அப்பா, தண்டவாளத்தைக் கடக்கும்போது ரொம்பவும் அநியாயமாய் மின்சார ரயிலுக்குப் பலியானபோது, அப்புவுக்கு வயசு பதினொன்றோ பன்னிரெண்டோதான். வீட்டுக்கு மூத்த பையன், இவனுக்குக் கீழ் ஒன்றுக்குள் ஒன்று அடங்கும் காரைக்குடி டப்பா செட் மாதிரி மூன்று தங்கைகள்.

அப்பா வேலை பார்த்த கம்பெனி முதலாளிக்கு ஈர மனசு... ‘அகாலமாய் புருஷன் போய்விட்டார், பிஞ்சுபிஞ்சாய் நான்கு குழந்தைகளையும் வயசான மாமியாரையும் வைத்துக்கொண்டு என்ன செய்வீர்கள்? வேண்டுமானால் எங்கள் நிறுவனத்தில் கிளார்க் வேலை போட்டுத்தருகிறோம்’ என்று நிஜமான கரிசனத்தோடு பேச, யார் செய்த புண்ணியமோ, எஸ்.எஸ்.எல்.சி. படித்திருந்த சாவித்திரி, குடும்பம் அரை வயிறாவது சாப்பிட்டுக்கொண்டு கௌரவமாக வாழ வேண்டுமென்றால் இதைவிட உபயோகமான வழி வேறு இல்லை என்பது புரிந்து, அந்த ஒன்றாம் தேதியிலிருந்து வேலைக்குப் போய்வர ஆரம்பித்தாள்.

சமையல், வீடு, குழந்தைகளை மாமியார் பார்த்துக்கொள்ள, காலையில் டைப்பிங், பகலில் ஆபீஸ், மாலையில் ஷார்ட்ஹாண்ட்

என்று ஆறு மாசம் மூக்கைப் பிடித்துக்கொண்டு உழைத்துப் படித்ததில், இன்றைக்கு கம்பெனியின் சீனியர் ஸ்டெனோக்களில் சாவித்திரியும் ஒருத்தி. சம்பளம் கிட்டத்தட்ட தொள்ளாயிரம்.

கணவனின் இன்ஷூரன்ஸ், பி.எஃப்., கம்பெனி கொடுத்தது எல்லாவற்றையும் பெண்களின் கல்யாணத்துக்காக என்று பாங்க்கில் போட்டுவிட்டதும் அல்லாமல், அவற்றிலிருந்து வரும் வட்டிப்பணத்தையும் நப்பாசைப் பட்டுக்கொண்டு தொட்டுவிடாமல், அவ்வப்போது ஒன்று அரையாகப் பவுன்களை வாங்கி, வளையல்கள், கழுத்துச் சங்கிலி என்று பண்ணிவிடுவதில், கறாராய் பிடித்தம் போக வீட்டுக்கு அவள் கொண்டுவரும் எழுநூற்று சொச்சத்தில்தான் பாக்கி எல்லாமே நடக்கிறது.

ஆறு ஜீவன்களுக்கு இந்தப் பணம் போதுமா என்றால்...

இதென்ன கேள்வி! சட்டியில் இருந்தால்தானே அகப்பையில் வரும்!

காலையில் பேருக்குப் பால்விட்டு, சர்க்கரை போட்ட கேழ்வரகுக் கஞ்சி... ஒன்பது மணிக்குள் ரசம், துவையல் அல்லது கீரை நீர்மோருடன் சாப்பாடு... அதிசயமாய் சாம்பார், குழம்பு, கூட்டு இருக்கும். மாலையில் டீ, எண்ணெய் அதிகம் இழுக்காத ரவா உப்புமா, இட்லி, மோர்க்கூழு என்று ஏதாவது டிபன். ராத்திரி சாதம், மோர், தொட்டுக்கொள்ள நார்த்தங்காய்.

குடியிருப்பது சொந்த வீடு, வாடகை இல்லை என்பதோடு, குழந்தைகள் எல்லாமே நன்றாகப் படித்ததால், ஒவ்வொன்றிற்கும் யாரோ ஒரு புண்ணியவான் பள்ளிச் செலவுகளைப் பார்த்துக்கொண்டு விடுவதில், சாவித்திரிக்கு அந்தச் செலவுகளின் பயமுறுத்தலும் கிடையாது.

சின்னப் போர்ஷனில் இவர்கள் இருந்துகொண்டு பெரிய போர்ஷனை வாடகைக்குவிட்டு, அந்தப் பணத்தைச் சேர்த்து வைத்து ஒருமுறை கோ.ஆப்டெக்ஸ், இதர கடைகளில் மலிவு விலை விற்பனை வரும்போது ஒட்டு மொத்தமாய் தேவைக்கு துணிகளை வாங்கிவிடுவது வழக்கம்.

இப்படி, எத்தனையோ செட்டும்கட்டுமாய் குடித்தனம் பண்ணும் சாவித்திரி, பிள்ளை தலையெடுத்துவிட்டால் கவலையில்லை, நிம்மதி என்று கனவு கண்டிருப்பது போலவே, அப்புவுக்குள்ளும் ஏகத்துக்குக் கனவுகள் உண்டு.

பணக்காரனாக வேண்டும், வாய்க்கு ருசியாய் தினுசுதினுசாய் சாப்பிட வேண்டும், சொந்தமாய் கார் வைத்துக்கொள்ள வேண்டும், பிளேனில் பறக்க வேண்டும், வேளைக்கு ஒரு ட்ரெஸ் போட வேண்டும், மூலைக்கொரு ஆளை நிற்க வைத்து ஏய், ஏய் என்று அதட்ட வேண்டும்... இத்தியாதிகள்.

இத்தனைக்கும் அடிப்படைத் தேவை, நல்ல வேலை, சிறப்பான படிப்பு என்பது ஆணியடித்த தினுசில் புரிந்திருந்ததால், 'புத்தகப்புழு' என்று பேர் வாங்கும் அளவுக்கு சதா படித்து, பள்ளியில் முதலாவதாகத் தேறியிருக்கிறான்.

ஆனால், இன்று கல்லூரியில் அடியெடுத்து வைக்கும் அவனுக்குள், பெரிய குறைகள் பயங்கரமாய்ப் பரவியிருக்கின்றன.

தான் ஏழை என்பது ஒன்று.

இன்னொன்று... தமிழ் மீடியம் பள்ளியில் படித்திருப்பதால், எத்தனை புத்திசாலியாக இருப்பினும், சரளமாய் ஆங்கிலத்தில் பேச வராதது.

சுனில் கும்பலால் கேலி செய்யப்பட்டு, இப்போது ப்ரேமுக்கு நண்பனாக அவனோடு வகுப்பைப் பார்க்க நடக்கும் இந்த நிமிஷத்தில், சுருக்க பணக்காரனாக வேண்டும், இவர்களுக்குச் சரியாய் உடை உடுத்தி, நாகரிகமாய் விரல் இடுக்கில் சிகரெட் புகைய, நுனி நாக்கு ஆங்கிலத்தில் ஜமாய்க்க வேண்டும் என்கிற ஏக்கம் கலந்த வெறி அவனை முழுமையாக ஆக்ரமித்திருப்பது நிஜம்.

———

3

“**கை**யில என்ன, நாவலா?”

“ம்ஹூம்... இண்டியன் எகனாமிக்ஸ்.”

ப்ரேம் முகத்தைச் சுளித்தான். “இண்டியன் எகனாமிக்ஸா? அது எதுக்கு இன்னிக்கு?”

“போன வருஷம் ஃபர்ஸ்ட் இயர் பி.ஏ. படிச்ச ஒரு பையன் குடுத்து, ரொம்ப உபயோகமான புஸ்தகம்னு சொன்னான்...”

“அதுக்காக? முத நாளே தூக்கிட்டு வந்துடறதா?”

“பத்து நாள்ல திருப்பித் தரேன்னு சொல்லியிருக்கேன்... நேரத்த வேஸ்ட் பண்ண வேண்டாமேன்னு எடுத்துண்டு வந்தேன்... அது என்ன புக்?”

ப்ரேம் கையிலிருந்ததைச் சுட்டிக்காட்டி அப்பு வினவ, “ஸிட்னி ஷெல்டன்...” என்றான் ப்ரேம்.

“இதுவும் சிலபஸ்ல இருக்கா?”

நடந்துகொண்டிருந்த ப்ரேம் நின்றான். புருவங்களை உயர்த்தி, பக்கத்தில் இருந்தவனை அதிசயத்துடன் பார்த்தான்.

“நிஜமாவே ‘ஸிட்னி ஷெல்டன்’ யாருன்னு உனக்குத் தெரியாது?”

“ம்ஹூம்.”

“நிஜமாவே நீ அவர் புஸ்தகம் ஒண்ணுகூடப் படிச்சதில்ல?”

“ம்ஹூம்.”

“அவரோட படம்கூடப் பாத்ததில்லியா?”

“.....”

“அவர் ஃபேமஸ் ஆதர்யா... உலகம் பூராவும் பிரபலமானவர்! நீ என்னடான்னா கேள்வியே பட்டதில்லேன்னு சொல்றே!”

அப்பு சட்டென்று பார்வையைத் தாழ்த்திக்கொண்டான். ரொம்ப அவமானமாக இருந்தது. புகழ்பெற்ற எழுத்தாளரைப் பற்றி எதுவுமே தெரிந்துகொள்ளாமல் மூடமாக இருந்திருக்கிறோமே என்று சன்னமாய் கோபம்கூட எழுந்தது.

“ஆமா... நீ எந்த ஸ்கூல்?”

சொன்னான்.

“தமிழ் மீடியமா?”

ப்ரேமை நிமிர்ந்து பார்க்க அப்புவுக்குக் கூச்சமாக இருந்தது.

‘தமிழ் மீடியமா? அதுதான் இத்தனை மக்காய், ஜெனரல் நாலெட்ஜ் இல்லாமல் இருக்கிறாய்’ என்ற கேலி அவன் குரலில் விரவியிருக்கிற மாதிரி தோன்ற, காது மடல்கள் லேசாக சிவந்துபோயின.

அவசரமாய் நிமிர்ந்தான். “ஆனா, நா ஸ்கூல் ஃபர்ஸ்ட், தெரியுமா?”

“ரியலி? தட்ஸ் வெரிகுட், அப்பு!”

கண்ணகல ப்ரேம் பாராட்டினது, மனசுக்குள் சின்ன நீரூற்று ஒன்றை உற்பத்தி செய்தது.

“எல்லா கிளாஸ்லயும் நாந்தான் எப்பவும் ஃபர்ஸ்ட்... ஸ்டேட்ல முதலா வரணும்னு முயற்சி பண்ணேன்... முடியல... ஏழாவது ராங்க்தான் வர முடிஞ்சது...”

“ஸ்டேட்ல ஏழாவது ராங்க்கா? மைகாட்! அது ரொம்ப கஷ்டமான காரியமாச்சே! யூ மஸ்ட் பீ ப்ரில்லியண்ட்!”

இப்போது அப்பு நன்றாக நிமிர்ந்துகொண்டான். ப்ரேமின் பாராட்டு, விறைத்திருந்த உடம்பைத் தளரவைக்க, சாதாரண

பாண்ட்டும் ஷர்ட்டுமாகதான் நிற்பது அதிகம் உறுத்தாமல், அருகில் நடந்தவனைப் பார்த்து பெருமையோடு சிரிக்க முடிந்தது.

“அப்ப, நிச்சயம் நீ என் கேஸ் மாதிரியில்ல... பெரிய தொகைய டொனேஷனா குடுத்து எங்கப்பா எனக்கு சீட் வாங்கின மாதிரி இல்லாம, ‘என்கிட்ட வா, என்கிட்ட வா’ன்னு அத்தனை காலேஜும் உன்னைச் சேத்துக்க போட்டா போட்டி போட்டுச்சுன்னு சொல்லு!”

ப்ரேம் வெகுளித்தனமாய் பேசியது அப்புவுக்கு ஆச்சர்யத்தைத் தந்தது.

நான் ஏற்கனவே நினைத்ததுபோல இவன், ‘நான் பணக்காரன், நீ ஏழை’ என்கிற கர்வம் கொண்டவன் இல்லையா?

‘தமிழ் மீடியமா, அய்... மட்டம்!’ என்று சீண்டுபவன் இல்லையா?

மாடிப்படி ஏறுகையில், அப்பு அவனைப் பார்த்துச் சிரித்தான்.

“என்ன பாக்கறே?”

“ஒண்ணுமில்ல... உனக்கு ஒரு வகையான கஷ்டம்னா எனக்கு இன்னொண்ணு...”

“என்னது?”

அப்பு அலுப்புடன், “ப்ச்...” என்றான். “என்ஜினியரிங் படிக்கணும், பெரிய என்ஜினியரா வரணுங்கறது என் ஆசை... எண்பத்தி நாலு பர்சென்ட் வாங்கி ஸ்கூல்ல முதலாவதா வந்தும், அந்த ஆசை நடக்கல... ஃபார்வர்ட் கம்யூனிட்டிங்கறது காரணம்! அட, அதான் வேண்டாம், ப்ரேம், கேவலம் பி.காம்.... அதைக்கூடக் குடுக்க மாட்டேனுட்டானே! மூவாயிரம் கொண்டா, ஐயாயிரம் கொண்டாங்கறானே தவிரவும், மெரிட்டை யார் பாக்கறா! நீ என்னடான்னா, இத்தன காலேஜும் ‘வா, வா’ன்னு வெத்தலை பாக்கு வெச்சு கூப்பிட்டாளான்னு கேக்கறே!”

“நிஜமாவா? கேக்கவே கஷ்டமாயிருக்கு! ‘ஐ’ம் ரியலி ஸாரியா... எனக்குப் படிக்க இஷ்டமில்ல, படிபடின்னு கட்டாயப்படுத்தறாங்க...

நீ படிக்கணும்னு விரும்பறே, ஆனா தேவையானதைக் குடுக்க மாட்டேங்கறாங்க... வாட் எ ஃபன்னி வேர்ல்ட்! ஆமா, பி.ஏ. முடிச்சிட்டு என்ன செய்றதா இருக்கே?"

"நா ஆசைப்படறது எங்க நடக்கறது, ப்ரேம்? கிடைக்கறதை ஆசையோட ஏத்துண்டாதான், என்னை மாதிரி லோயர் மிடில் கிளாஸ் பசங்க உருப்பட முடியும். எம்.பி.ஏக்கு சீட் முயற்சி பண்ணப்போறேன்... கூடவே, ஐ.ஏ.எஸ்.ஸும் படிக்க உத்தேசம்..."

"வெரி குட்! லாங் டெர்ம் பிளான் எல்லாம் தடபுடலாத்தான் வெச்சிருக்கே! எது எப்படியோ, நல்லா படிக்கற நீ எனக்கு சினேகமாயிட்டே... நோட்ஸ், பாக்கிக்கெல்லாம் எனக்குக் கவலையில்ல... நீ ஹெல்ப் பண்ண மாட்டியா?"

"ஷ்யூர்... அதுகூடச் செய்யாமலா! முதல் நாள் காலேஜ் ஆச்சே, தமிழ் மீடியம்னு எல்லாரும் கேலி பண்ணுவாளோன்னு பயந்துண்டே வந்தேன்... நல்ல ஃப்ரெண்டா நீ கிடைச்சிருக்கே... தேங்க்ஸ்!"

வகுப்பு வந்துவிட்டது.

முதல் வரிசையில் உட்காரப் போன அப்புவை, ப்ரேம் தடுத்தான். "பின்னால போலாம்..."

"வேண்டாம்... இங்க உக்காந்தாத்தான் நன்னா கவனிக்க முடியும்."

"அப்ப, நீ உக்காரு... நா பின்னால போறேன்... முன்னால உக்காந்து எனக்குப் பழக்கமில்ல! ஸீ யூ லேட்டர்..."

கடைசி வரிசையில் காலியாய் இருந்த இருக்கையில் ப்ரேம் அமர்ந்ததும், பக்கத்திலிருந்த பையன், "ஹாய்..." என்றான்.

"ஹாய்!"

"ஐம் பரத்..."

"ஐம் ப்ரேம்!"

மேற்கொண்டு தங்களைப் பற்றின விவரங்களை அதிகமாகப் பேசிக்கொள்ள முடியாமல் ஆசிரியர் வகுப்புக்குள் நுழைந்துவிட,

அட்டெண்டன்ஸ் எடுப்பதிலும், மாணவர்கள் தங்களைத் தாங்களே சுய அறிமுகம் செய்துகொள்வதிலும் காலைப் பொழுது கழிந்தது.

பொதுவாக அந்தக் கல்லூரி பற்றியும், மாணவர்களிடமிருந்து நிர்வாகம் என்னென்ன எதிர்பார்க்கிறது என்பது பற்றியும் லெக்சரர் கூறி முடித்ததும், அனைவரும் பகல் சாப்பாட்டிற்காகக் கலைந்தனர்.

ப்ரேம் சோம்பல் முறித்தபடி எழுந்து நின்றான். "லஞ்சுக்கு நீ என்ன பண்ணப்போறே, பரத்?"

"கான்டீன்தான்... நீ?"

"டிட்டோ! கான்டீன் எங்க இருக்குன்னு தெரியுமா?"

"மெயின் கும்பல் பின்னாலியே போனா தெரிஞ்சிடறது..."

இருவரும் நடந்து முன்வரிசைக்கு வந்தனர்.

அப்பு தனியாய் உட்கார்ந்திருப்பதைப் பார்த்து ப்ரேம் நின்றான்.

"பரத்... இது அப்பு... ப்ரில்லியண்ட் ஸ்டூடண்ட்! ஸ்கூல் ஃபர்ஸ்ட்! அப்பு... இது பரத்!"

"ஹாய்!"

"ஹலோ!"

"சாப்பிடப் போறோம்... நீ வரல?"

"நீங்க போங்கோ..."

"உன் சாப்பாட்டைத்தான் அந்த சீனியர் கூட்டம் எடுத்துக்கிட்டாங்களே... இப்ப நீ என்ன பண்ணப்போறே?"

அப்பு பதில் கூறாமல் நிற்க, ப்ரேம் அவன் தோளில் கையை வைத்தான்.

"எங்களோட வா... கான்டீனுக்குப் போலாம்..."

"வேண்டாம், ப்ரேம்... நீங்க போங்கோ..."

"சும்மா வாய்யா... பிகு பண்ணிக்காத!" கையைப் பிடித்து இழுக்க, மூவருமாய் மாடியை விட்டுக் கீழே இறங்கி, மரங்கள் அடர்ந்த பகுதியில் நடந்தார்கள்.

"உன்னை ரொம்ப 'ராக்' பண்ணாங்களா?"

"சீனியர்ஸ் வரிசையா உக்காந்துகிட்டு, காலைத் தொட்டு வணங்கச் சொன்னாங்க... உன்னை என்ன சொன்னாங்க?"

"சட்டையக் கழட்டி, வெறும் உடம்போட காலேஜை சுத்திட்டு வரச் சொன்னாங்க..."

"செஞ்சே?"

"பின்னே!"

கான்டீனில் கூட்டம் அதிகமாக இருந்தது.

க்யூவில் நின்ற நிமிஷங்களில், சிகரெட் பாக்கெட்டை எடுத்து பரத் மற்றவர்களிடம் நீட்டினான்.

அப்பு மறுக்க, ப்ரேம் ஒன்றை உருவிக்கொண்டான்.

"ஒரு நாளைக்கு நீ எத்தனை பிடிப்பே?"

"ரெண்டு, மூணு... அதிகம் போனா, நாலு... நீ?"

"பத்துக்கு மேலயே!"

"பத்தா? உன் வீட்டுல அப்ஜெக்ட் பண்ண மாட்டாங்க?"

"தெரிஞ்சாத்தானே!"

"தெரியாம எப்படிச் சமாளிக்கறே? ஒண்ணு ரெண்டு பிடிச்சுட்டு, அந்த வாசனை இல்லாம இருக்க பாக்கு போட்டு சமாளிக்கறதுக்குள்ளயே நா திண்டாடிப் போறேனே!"

பேசியவனை பரத் அழுத்தமாய்ப் பார்த்தான். "நீ அம்மா அப்பாவோட இருக்கியா?"

"ம்."

"அதான் கஷ்டப்படறே!"

"நீ ஹாஸ்டல்லியா இருக்கே?"

"ம்ஹூம்... தாத்தா, பாட்டியோட இருக்கேன். கீழ அவங்க இருக்காங்க, மாடி என் சாம்ராஜ்ஜியம்! வரவேமாட்டாங்க.

அதோட, நா எக்கேடு கெட்டுப்போனா அவங்களுக்கு என்ன? சதா மத்தவங்களத் திட்டத்தானே பொழுது சரியா இருக்கு! பேரன் நல்லா படிக்கறானா, நல்ல பிள்ளையா இருக்கானா, சந்தோஷமா இருக்கானான்னு கொஞ்சங்கூட கவலைப்படாதவங்களோட இருக்கறப்ப, பத்து என்ன, இருவது குடிக்கறதுகூட சுலபம்தான்!"

சம்பந்தா சம்பந்தமில்லாத கசப்புடன் அவன் பேசுவதாகத் தோன்ற, அப்புவும், ப்ரேமும் ஒருவரையொருவர் பார்த்துக்கொண்டனர்.

முதல் நாளே சொந்த சமாச்சாரங்களைத் தூண்டித் துருவுவது அநாகரிகம் இல்லையா என்பதுபோல ப்ரேம் லேசாக உதட்டைப் பிதுக்கி தோளைக் குலுக்க, அது புரிந்த மாதிரி அப்புவும் வேறுபக்கமாய்த் திரும்பி நின்று கான்டீனில் குழுமியிருந்த மற்றவர்களைக் கவனிக்க முற்பட்டான்.

பரத்,

பதினெட்டு வயசில் கல்லூரியில் நுழைந்திருக்கும் அவன் மனசில் மட்டுமல்ல, வாழ்க்கையிலும் கசப்பு அதிகம்தான்.

அப்பா ஈஸ்வர், ஓர் என்ஜினியர். குடும்பத்தை எதிர்த்துக்கொண்டு அவர் ஆசையாசையாக மணந்த நளினி, பரத்துக்கு இரண்டரை வயசாகும்போது 'உங்களை மணந்தது தவறு என்று இப்போதுதான் புரிகிறது, நாலு வருஷங்கள் உங்களோடு வாழ்ந்து என்னையும் என் வாழ்க்கையையும் அர்த்தமில்லாமல் ஆக்கிக்கொண்டது போதும், என்னை நன்கு புரிந்து, ஏற்று, மதிக்கும் ஆத்மாவுடன் புதுசாய் வாழ்க்கையைத் துவங்க உங்களையும் உங்கள் பிள்ளையையும் விட்டுவிட்டுப் போகிறேன், நீங்கள் புரிந்துகொண்டாலும் சரி, தூற்றினாலும் சரி, எனக்குக் கவலையில்லை' என்று கடிதம் எழுதி வைத்துவிட்டு ஓடிப்போக...

நினைவு தெரிந்த பிறகு, அடுத்து வந்த வருஷங்களில் பரத் ரொம்பவும்தான் குழம்பிப்போனான்.

எது அப்பா, எது அம்மா?

எது அன்பு, எது கோபம்?

எது கரிசனம், எது வெறுப்பு?

எது நிஜம், எது பொய்?

அடுத்த, எதிர், பக்கத்து வீட்டில் இருப்பதுபோல, ஏன் இந்த வீட்டிலும் ஓர் அம்மா இல்லை?

அம்மா என்ற பேச்சை எடுத்தாலே, அப்பா ஏன் ருத்ரதாண்டவம் ஆடுகிறார்?

புரியவில்லை. சுத்தமாய் புரியவில்லை.

அவனுக்கு ஏழு வயசாகும்வரை எப்படியோ தாக்குப்பிடித்துவிட்டு, இனி நம்மால் முடியாது சாமி என்கிற ஆயாசத்துடன், இதுநாள் சண்டைபோட்டு, பிடிவாதமாய் பிரிந்திருந்த பெற்றவர்களைத் தேடி வந்து, 'என்னை மன்னித்து விடுங்கள், உங்களை மீறி நான் காதலித்து மணந்தது தப்புத்தான், பட்டுவிட்டேன், புத்தி வந்துவிட்டது' என்று காலில் விழாத குறையாக ஈஸ்வர் கதற, அவர்களும் ரொம்பப் பெரிய மனசு பண்ணி, பிள்ளை, பேரனை ஏற்றுக்கொண்டபிறகு, பரத் அனுபவிக்க ஆரம்பித்தது இன்னொரு வகையான அனுபவம்.

வீட்டுக்கு வரும் அத்தை, பெரியப்பாக்களின் குழந்தைகளை ஆசையுடன் தூக்கிக் கொஞ்சும் பாட்டி, தாத்தா அவன் அருகில் வந்தால் மட்டும் முகத்தைச் சுளிப்பார்கள்.

மேல வந்து விழாதடா, எருமை மாடு என்பார்கள்.

முழிக்கறதப் பாரு, திருடனாட்டம்! சரியான முண்டக்கண்ணு... அந்த ஓடுகாலி மாதிரியே! என்பார்கள்.

ஈஸ்வருக்கு இப்படியொரு தலையெழுத்து... நிம்மதி இல்லாம லோல்படறான்! என்பார்கள்.

இதை மட்டும் ஏன் விட்டுட்டுப் போகணும்? ஓடறதுதான் ஓடினாளே, இதையும் இழுத்திட்டுப் போயிருக்கக் கூடாதா?

கிரகணம் விட்டுதுன்னு நிம்மதியாவாவது இருந்திருக்கலாமே! என்றார்கள்.

ஊசி, ஊசியாய் வார்த்தைகள்... வலிக்கவலிக்க செய்கைகள்.

'பிஞ்சு மனசாயிற்றே, அத்தனை கொடூரத்தையும் தாங்கிக்கொள்ளுமா?' என்று நின்று நிதானிக்காத பேச்சுக்கள்.

முதலில் எதுவும் பரத்துக்குப் புரியவில்லைதான்.

அப்புறம் மெள்ளமெள்ள, ஏன் என்ன என்ற காரணங்கள் புரிந்ததும், அவனுக்கு எல்லாமே கசந்துதான் போயின.

ஓடிப்போன அம்மாவை நினைத்தால் ஆத்திரத்திதால் உடம்பு உதறிப்போட ஆரம்பித்ததும், பிள்ளை எக்கேடு கெட்டால் என்ன என்று விட்டேத்தியாக இருந்த அப்பாவைப் பார்த்தால், 'நீ யாரோ, நான் யாரோ' என்று மனசு முறுக்கிக் கொண்டதும், தாத்தா, பாட்டி சொந்தம், பந்தம் என்று யாருடனும் சொந்தம் கொண்டாட புத்தி மறுத்ததும்... அதற்கு அப்புறம்தான்.

ஆறு வருஷங்களாய், சம்பாதிக்க அபுதாபிக்குப் போய்விட்டு, அங்கிருந்து அப்பா அவனுக்கென மாசம் இரண்டாயிரம் ரூபாய் அனுப்புவதால், தாத்தா பாட்டியும் மற்றவர்களும் முன்போல அத்தனை கரிக்காமல் இருந்தாலும், எப்போது சந்தர்ப்பம் கிடைக்கும் இந்த நரகத்திலிருந்து விடுபடலாம் என்ற துடிப்பு மட்டும் அவனுக்குள் குறையவே இல்லை.

இவர்களுக்கு நான் வேண்டாமென்றால், எனக்கும் இவர்கள் வேண்டாம்.

பெரியவனாகி எனக்கென்று ஒரு வாழ்க்கையை அமைத்துக்கொள்ளும் வரை மட்டும், இவர்கள் தயவு... தப்புத்தப்பு, இவர்கள் கொடுக்கும் இருக்க இடம், தின்ன சோறு, செலவழிக்கப் பணம் வேண்டும்...

அப்புறம், அத்தனை பேருக்கும் பெரிய கும்பிடாய் போட்டுவிட்டு நகர்ந்து விடலாம். அதுவரைக்கும் பல்லைக்

கடித்துக்கொண்டு... தனியாய்... தனித்தீவாய்... தனக்குச் சரியென்று தோன்றியதைச் செய்துகொண்டு...

அப்படித்தானே இருக்கிறான் பரத்!

——

4

ஒன்று... இரண்டு... மூன்று...

அடுத்தடுத்து எழுந்த கொட்டாவிகளை, உதடுகளை அழுத்தி, கன்னங்களை உப்பி, மூக்குத் துவாரங்களை விடைத்துக்கொண்டும் சமாளிக்க முடியாமல், திறந்துவிட்ட வாய்க்கு நேராக புறங்கையை வைத்து மறைக்கப் பார்க்க...

அருகில் உட்கார்ந்திருந்த பரத் மெதுவாகச் சிரித்தான். கிசுகிசுப்பாகக் கேட்டான், “போர் அடிக்குதா?”

“ரொம்ப! மனுஷன் ரொம்பத்தான் அறுக்கறார்!”

“அறுவை மன்னன்னு பட்டம் குடுக்கலாமா?”

“தாராளமா!”

தலையைக் குனிந்துகொண்டு சப்தம் வெளியில் கேட்காமல் பரத் சிரிக்க, ப்ரேமும் அந்தச் சிரிப்பில் பங்குகொண்டான்.

“ஸ்கோர் என்ன? மெதுவா வை, கேக்கலாம்...”

பரத் வாத்தியாரின் கண்களுக்குத் தெரியாதபடி சரிந்து உட்கார்ந்து கொண்டான்.

பெஞ்சுக்கு அடியில் வைத்திருந்த குட்டி ட்ரான்சிஸ்டரை எடுத்து, சின்ன த்வனியில் வைத்து, கவிழ்ந்து படுத்தான்.

“ஹண்ட்ரட் அண்ட் தர்ட்டி, ஃபார் த லாஸ் ஆஃப் டூ விக்கட்ஸ்...”

“யார்... யார் அவுட்? கவாஸ்கர் இருக்காரா, போயிட்டாரா?”

“நீ பக்கத்துல உக்காந்துகிட்டு தொணதொணன்னு கேள்வி கேட்டா, கமெண்ட்ரி காதுல விழல... ஒரு நிமிஷம் சும்மா இரு...”

“கபில் ஆடறப்ப கமெண்ட்ரி கேட்டா நல்லாயிருக்கும்... வீட்டுல இருந்துகிட்டு டிவிதான் பாக்க முடியல...”

“இப்ப நீ பேசாம இருக்கமாட்டியா?”

பரத்தின் குரல் சற்று உயர்ந்து ஒலிக்க, வங்கிகளின் அமைப்பு பற்றியும், அவற்றின் நிர்வாகம் பற்றியும் விளக்கிக்கொண்டிருந்த ஆசிரியர், பேசுவதை நிறுத்தினார்.

“லாஸ்ட் பெஞ்ச்... அங்க என்ன சத்தம்?”

“.....”

“கேக்கறேனில்ல? லெக்சரக் கவனிக்காம என்ன பேசிட்டே இருக்கீங்க? நா அப்போலேந்து நோட் பண்ணிட்டுதான் இருக்கேன்!”

எதற்கும் பதில் கூறாமல் இருவரும் கம்மென்று அமர்ந்திருக்க, லெக்சரர் லேசான கோபத்துடன் ஒற்றை விரலை நீட்டி அதட்டினார்.

“ஹேய், யூ... எழுந்திரு! நா கேக்கறது காதுல விழல?”

ப்ரேம் மெதுவாக எழுந்து நின்றான். வாயில் சூயிங்கம் இருப்பது, மெல்ல அசையும் தாடையிலிருந்து புரிந்தது.

“என்ன பண்ணிட்டிருக்கே?”

“நத்திங், சார்...”

“என்ன நத்திங் சார்? இப்ப நா என்ன விளக்கிட்டிருந்தேன், சொல்லு...”

“.....”

“கவனிச்சேன்னு சொன்னா, திருப்பிச் சொல்ல வேண்டியதுதானே?”

“.....”

“அடுத்தவன்... உன் பேரென்ன? கெட் அப்!”

“பரத், சார்...”

“நீ சொல்லு... வாட் வாஸ் ஐ சேயிங்?”

இவனும் விழித்துக்கொண்டு நிற்க, லெக்சரர் அருகில் வந்தார்.

பெஞ்ச் மேலிருந்த புஸ்தகங்களை விலக்கி, அடியில் மொச்சைக்கொட்டை மாதிரி உட்கார்ந்திருந்த ட்ரான்சிஸ்டரை எடுத்தார்.

“ஸோ... இதான் விஷயமா! கமெண்ட்ரியா? ம்?”

“.....”

“படிக்க இஷ்டமில்லாதவன் எல்லாம் காலேஜ்ல சேந்து ஏம்பா எங்க உசிரை வாங்கறீங்க? அப்பாவுக்கு நிறைய பணம் இருந்தா, வீட்டோட உக்காந்து கமெண்ட்ரி கேட்டு, வீடியோ, டி.வி. பாக்கறது! அத விட்டுட்டு காலேஜுக்கு வந்து, படிக்கற மத்த பசங்களையும் கெடுத்துக்கிட்டு... ச்சே! டிஸ்கஸ்டிங்! மளிகைக் கடை வெச்சுத் தந்தாக்கூட நடத்த துப்பில்லாத உங்களுக்கெல்லாம் ஒரு காலேஜ்... ஒரு படிப்பு! வேஸ்ட்... ஷியர் வேஸ்ட்!”

எரிச்சலுடன் பேசியவர், ‘ஸாரி, சார்’ என்று மன்னிப்பு கேட்பார்கள் என்ற எதிர்பார்ப்புடன் நின்றுவிட்டு, அப்படி எதுவும் செய்ய விரும்பாத உத்தேசத்துடன் இருவரும் கல்லுளிமங்கத்தனத்துடன் இருப்பது புரிய, குரலெடுத்துக் கத்தினார்.

“கெட் அவுட்! நீங்க ரெண்டு பேரும் என் கிளாஸ்ல இருக்க வேணாம்! உங்களால மத்த நல்ல பசங்களும் கெட்டுப்போயிடுவாங்க... கெட் அவுட்!”

ப்ரேம், பரத் பக்கம் பார்வையை வீசினான்.

அவன் லேசாகத் தோளைக் குலுக்கி, ‘இந்த மட்டும் ஆளைவிட்டார்களே, நன்றி’ என்கிற தினுசில் ஒரு பார்வை

பார்த்துவிட்டு புஸ்தகங்களை எடுத்துக்கொண்டு நடக்க, ப்ரேம் தொடர்ந்தான்.

காரிடாரில் நடந்து மாடிப்படிகளில் இறங்கினார்கள்.

“போகச் சொன்னதுதான் சொன்னார், ட்ரான்சிஸ்டரையும் தந்து போகச் சொல்லியிருக்கக் கூடாதா? மரத்தடில உக்காந்துகிட்டு ஹாய்யா கமெண்ட்ரியாவது கேக்கலாமில்ல?”

பரத் சிரித்தான்.

“ப்ரின்ஸிகிட்ட ரிப்போர்ட் பண்ணாம இந்த மட்டுக்கும் விட்டாரேன்னு சந்தோஷப்படுயா!”

“அதுசரி... இப்ப என்ன பண்ணலாம்? பசிக்குது... கான்டீனுக்குப் போய் சமுஸா சாப்பிடலாமா?”

நடந்துகொண்டிருந்த பரத் நின்றான். “இன்னிக்கு எனக்கு பர்த்டே, ப்ரேம்...”

நண்பன் கூறுவதை நம்பமுடியாமல் ப்ரேம் கண்ணகலக் கேட்டான், “ரியலி? மெனி ஹாப்பி ரிட்டர்ன்ஸ் ஆஃப் த டேயா! இப்படி ஏனோதானோன்னு சொன்னா என்ன அர்த்தம்? முன்னாலியே சொல்லியிருந்தா, பிளான் செஞ்சு செலிப்ரேட் பண்ணியிருக்கலாமில்ல?”

“ப்ச்.”

“என்ன பச்? நீ வழக்கமா பர்த்டே கொண்டாடமாட்டியா?”

“ம்ஹூம்... யார் இருக்காங்க கொண்டாட! நீ?”

“ஹய்யோ... என் பிறந்தநாள்னா வீடே அமக்களப்படும்யா! அப்பா, அம்மா, ஸந்தியா, தனித்தனியா ப்ரெசண்ட் வாங்கி வந்து, விடிகாலைல எழுப்பி விஷ் பண்ணுவாங்க... அன்னிக்கு என் சிநேகிதங்களை நா சினிமா ப்ளஸ் ஹோட்டலுக்கு அழைச்சிட்டுப் போவேன்... அப்பறம்...”

பேசிக்கொண்டே போனவன், தன் பேச்சு பரத் மனதைப் புண்படுத்தலாம் என்பது திடுமென ஞானோதயமாக, நிறுத்தினான்.

"ஐ'ம் ஸாரி... யார் இருக்காங்க கொண்டாடன்னு ஏன் சொல்றே? நா இருக்கேன்! வா... முதல்ல காண்டீனுக்குப் போய் ஸ்வீட் சாப்பிடலாம்... மத்தியானமா காலேஜைக் கட் அடிச்சிட்டு, மாட்னி போலாமா? ஷோ பாத்துட்டு திரும்பி வர்றப்ப, தாஸப்ரகாஷ்ல ஐஸ்க்ரீம்! ஹவ் அபௌட் இட்!"

நண்பனின் உற்சாகம் பரத்தைத் தொற்றிக்கொள்ள, பிடித்துக்கொண்டிருந்த சிகரெட்டை பலமாக ஒருதரம் இழுத்துவிட்டு, காலடியில் போட்டு மிதித்தான்.

"க்ரேட்! ஃப்ரெண்டுன்னா நீதான்யா ஃப்ரெண்ட்! மணி என்ன? பன்னெண்டா? முதல்ல கான்டீனுக்குப் போய் ஸ்வீட், காபி சாப்பிடுவோம்... அப்பறம், எங்க வீட்டுக்குப் போய் பணம் எடுத்துக்கிட்டு, மத்தியான ப்ரோக்ராமைக் கவனிக்கலாம்."

"வீட்டுக்கா? உங்க தாத்தா பாட்டி, 'காலேஜ் கட் பண்ணிட்டு எங்க வந்தே?'ன்னு கேக்கமாட்டாங்களா?"

"அதப் பத்தியெல்லாம் கவலைப்படற ரகம் அவங்க இல்லயா... மீறி ஏதாவது கேட்டாலும், இன்னிக்கு காலேஜ் லீவு, ப்ரொஃபஸர் மண்டையப் போட்டுட்டார்னு சொன்னா, வாய மூடிக்குவாங்க! கமான்... லெட்ஸ் கோ..."

நாலடி நடந்தவன் நின்றான். "வேணா, அப்புவையும் நம்பளோட கூட்டிட்டுப் போலாமா, ப்ரேம்? பாவம்... அவனும்தான் எங்க போறான்!"

"அப்புவா? கிளாஸ் கட் பண்ணிட்டு சினிமாவுக்கு வருவான்னு எனக்குத் தோணல..."

"சரி, வேணாம் விடு... நாம சினிமாவுக்குப் போயிட்டு, சாயங்காலமா தாஸப்ரகாஷ் எங்கயாவது போறப்ப, கூட்டிக்கலாம்."

"நல்ல ஐடியா! ஆனா, அவனுக்கு எப்படி இதைச் சொல்லுவே?"

"ம்ம்... இன்ன எடத்துல மீட் பண்ணுன்னு ஒரு நோட் எழுதி, கான்டீன் பையன்கிட்ட குடுத்துடலாம்... என்ன சொல்றே?"

கல்லூரிக் கட்டடத்தைச் சுற்றிக்கொண்டு, பின்தோட்டம் வழியாக கான்டீனை நோக்கி நடந்தவர்கள், குடையாய் கவிழ்ந்திருந்த அந்த மரத்தடியில் சுனில், ஹரியைப் பார்த்துவிட்டு நின்றார்கள்.

வகுப்புக்குப் போகாமல் விஸ்ராந்தியாய், ஒருவித நிம்மதி முகத்தில் வெளிப்படையாய்த் தெரிய, மாமரத்து வேர் முண்டில் தலையை வைத்து, காலை நீட்டி, ட்ரான்சிஸ்டரில் பாட்டைக் கேட்டவாறு படுத்திருந்தவர்களைப் பார்த்து, முதலில் ப்ரேம் "ஹாய்!" என்றான்.

"யாரு? ஓ, நம்ப ப்ரேம் பையனா! என்னய்யா... கிளாஸுக்குப் போகலியா? கட் அடிக்கக் கத்துகிட்டியா?"

"அறுவை மன்னன்தான் வெளில போகச் சொன்னார், சுனில்..."

"அறுவை மன்னனா? அது யாரு, மச்சி?"

"எங்க லெக்சரருக்கு நாங்க குடுத்திருக்கற புது பட்டப் பேரு!"

"அ? தேவலய்யா... எதிர்பாத்ததைவிட நீ ஸ்மார்ட்டாதான் இருக்கே! ஆமா, இது யாரு?"

"பரத்... என் கிளாஸ்மேட்."

"ஹாய்!" என்ற சுனில், "காலேஜ் திறந்து பத்து நாளாகப்போகுது, எப்படி இதுவரைக்கும் இவனை நா பாக்காம இருந்தேன்?" என, "ஏதோ பூர்வஜென்மப் பாவம்தான், அதுக்காக வேதனைப்படாதீங்க! அதான் இப்பப் பாத்திட்டீங்களே!" என்று பரத் பதில் கூற...

"ஆமா... எங்க இந்தப் பக்கம்? கான்டீனுக்கா?"

"ம்... இவனுக்கு இன்னிக்குப் பிறந்தநாள், சுனில்..."

"அட்றா சக்கை! மெனி ஹாப்பி ரிடர்ன்ஸ், மச்சி! ஸ்வீட் க்வீட் ஒண்ணும் கிடையாதா?"

"அதுக்குதான் கான்டீனுக்குப் போறோம், நீங்களும் வாங்களேன்..."

"ஓகே, வரேன்... ஆனா, ஒரு கண்டிஷன்... கான்டீன்ல நீ ட்ரீட் குடுத்தப்பறம், எல்லாரும் என் ரூமுக்கு வரணும்... அங்க நா ஒரு ஸ்பெஷல் ட்ரீட் குடுப்பேன் சம்மதம்னா சரி..."

பேசிக்கொண்டபடி முதலில் நால்வரும் கான்டீனுக்குப் போனார்கள்.

சமுஸா, ஸோன்பப்டி, காபி.

ஆற அமர அரட்டையடித்தவாறு சாப்பிட்ட பின், அப்புவுக்கு எழுதித் தரவேண்டும் என்பதை அடியோடு மறந்துவிட்டு, ஹாஸ்டலுக்குச் சென்றார்கள்.

சுனிலின் அறை, இரண்டாவது மாடியில் இருந்தது. காற்றோட்டமான தனி அறை.

எக்கச்சக்கமாய் வெளிநாட்டுச் சாமான்கள்... ஸ்டீரியோ டெக், டேப்புகள், போஸ்டர்கள்...

"உக்காரு, மச்சி... நீயும்தான்யா..."

அமர்ந்தார்கள்.

மூலையில் குட்டியாய் இருந்த ஐஸ் பாக்ஸிலிருந்து பாட்டில் ஒன்றை எடுத்தான்.

ஷாம்பெய்ன்...

பரத்தும், ப்ரேமும் பிரமித்துப்போக, சுனில் சிரித்தான்.

"நீ ஆனாலும் ரொம்ப அதிர்ஷ்டக்காரன், பரத்! நேத்துதான் நானூத்தி அம்பது ரூபா குடுத்து இதை வாங்கினேன்... எதுக்கும் ஐஸ்ல வெச்சு 'சில்' பண்ணிடுவோம்னு ஜஸ்ட் லைக் தட் வெச்சேன்... டக்குனு இன்னிக்கே உபயோகிக்க சந்தர்ப்பம் வந்துடுச்சு!"

"வேணாம், சுனில்... இன்னிக்கு இது வேணாம்."

பரத் தடுக்க, சுனில் கண்களை இடுக்கிக்கொண்டு அவனை ஏறிட்டான்.

"ஏன்? நீ குடிக்கமாட்டியா?"

"அதுக்கில்லயா... ரொம்ப எக்ஸ்பென்சிவ் அயிட்டம் ஆச்சேன்னு..."

"ஸோ? இன்னிக்கு என்கிட்ட இருக்கு, குடுக்கறேன்... நாளைக்கு உன்கிட்ட இருந்தா நீ என்னோட ஷேர் பண்ணிக்க... ஓகே?"

"ஓகே!"

சுனில் பாட்டிலின் கார்க்கைத் திருக, அது ப்ளக்கென்ற ஓசையுடன் எகிறிக் குதித்தது.

அலமாரியிலிருந்த கிளாஸ்களில் ஊற்றி, “சியர்ஸ்!” என்றதும், குடித்தார்கள்.

நல்ல சரக்குதான்... லேசான புளிப்பு ருசியுடன் தொண்டையில் வழுக்கிக்கொண்டு ஓடியது.

சுவரில் சாய்ந்து காலை நீட்டிக்கொண்ட சுனில் கேட்டான், “க்ராஸ் வேணுமா, மச்சி?”

ப்ரேம் திடுக்கிட்டது வெளிப்படையாய்த் தெரிந்தது. “க்ராஸ்னா, மரிவானாதானே, சுனில்?”

“அதேதான்! ஆனா, அதக்கேட்டு ஏன் இப்படி மிரண்டுபோறே?”

“ட்ரக் வழக்கம் தப்பில்லியா?”

“யார் சொன்னது? இப்ப நீ சிகரெட் பிடிக்கறியே... அது மட்டும் சரியா?”

“இது சும்மா... ஆனா, அது...”

“ரெண்டும் ஒண்ணுதான், மச்சி! நா நாலு வருஷமா க்ராஸ் பிடிக்கறேன்... ஒரு நாளைக்குப் பத்துக்கு மேலயே! இப்ப என்ன ஆயிடுச்சு? ஹரி கூடத்தான் பிடிப்பான்... அவனுக்கு என்ன ஆயிடுச்சு? இன்ஃபாக்ட், சரியா சொல்லணும்னா, க்ராஸ் பிடிக்க ஆரம்பிச்சப்பறம் நாங்க நிம்மதியா இருக்கோம்... மனசுல ஒரு வேதனை, கசப்பு எதுவுமில்லாம, எதப்பத்தியும் அலட்டிக்காம இருக்கோம்னா, அது நிஜம்! என் வார்த்தைல நம்பிக்கையில்லேன்னா, நீயே ட்ரை பண்ணிப்பாரு... புரிஞ்சுப்பே!”

ப்ரேம், பரத்தைப் பார்த்தான். அவன் சுனிலையும், ஹரியையும் மாறிமாறி ஏறிட்டுவிட்டு, ஒன்றைப் பிடித்துப் பார்த்தால்தான் என்ன, குடியா மூழ்கிவிடும் என்கிற பாவனையுடன் சுனில் நீட்டிய க்ராஸ் நிரப்பப்பட்ட சிகரெட்டை எடுத்துக் கொண்டதும்...

ப்ரேமும் தன் பங்குக்கு ஒன்றைப் பற்ற வைத்து, உதடுகளிடையே பொருத்தி மெல்ல இழுத்தான்.

க்ராஸ்,

க்ராஸ், பாட் வீட், மரிவானா (Grass, Pot Weed, Marijuana) என்று பல பெயர்களால் அழைக்கப்படும் இந்த வஸ்துவை, தமிழில் கஞ்சா என்பார்கள். 'கானாபிஸ் ஸாடிவா' என்னும் செடிதான் கஞ்சாவுக்குத் தாய். உலகின் பல்வேறு பகுதிகளில் ரொம்ப சர்வசாதாரணமாக வளரும், வளர்க்கப்படும் இந்தச் செடியில் சுமார் 400 வகை ரசாயனங்கள் அடக்கம் என்றாலும், முக்கியமானதாக டெல்டா 9 டெட்ராஹைட்ரோ கனாபினால் (THC - Delta-9 tetra hydro Cannabinol) என்பதைச் சொல்லலாம்.

இந்த க்ராஸுக்கு, ஒருவரது மனநிலையை, மூளையை, பாதிக்கும் சக்தி உள்ளது. அதனால்தான் கஞ்சா அடங்கிய சிகரெட்டைப் புகைத்ததுமே ஒருவரது மனநிலையில், சிந்திக்கும் திறமையில், மாற்றம் உண்டாகிறது.

கஞ்சாச் செடியின் தண்டு, வேர் தவிர பாக்கி அனைத்துமே, போதைப் பொருளாகப் பலப்பல ஆண்டுகளாக உபயோகப்படுத்தி வரப்படுகின்றன.

சாதாரணமாய் 'க்ராஸ்' என்று அழைக்கப்படுவது, காயவைத்து பொடி செய்யப்பட்ட இலைத் துகள்தாம். சின்னச்சின்ன பொட்டலங்களாக, இரண்டு அல்லது ஒரு ரூபாய்க்கு ஒன்று என்று விற்கப்படும் இவை, அசப்பில் காயவைத்த மருதாணி இலைப்பொடி மாதிரியே இருக்கும்.

கஞ்சா பூப்பூக்கும் காலத்தில், அந்த வட்டாரமே வாசனையில் திளைக்கும். கதிர்ப்பச்சைச் செடியின் கதிர்கள் மாதிரி இருக்கும் இந்தப் பூக்களிலிருந்து வடியும் மஞ்சள் நிற

பிசினில், போதை எக்கச்சக்கம். இதற்கு ஹஷீஷ் என்றும் பேர். இந்தப் பிசினை வீணாக்காமல் சேகரிப்பதற்கு இன்றும் அரபு நாட்டு ஷேக்குகள் கையாளும் ஒரு வினோத வழக்கத்தைச் சொல்லட்டுமா? செடி பூத்து பிசின் வடியத் தொடங்கியதும், பத்துப் பன்னிரண்டு சின்னப் பையன்களை நிர்வாணமாக அந்தத் தோட்டத்தில் செடிகளுக்கு இடையே ஓடச் சொல்வார்கள். கொஞ்ச நேரத்தில் பையன்களின் உடம்பில் அத்தனை பிசினும் ஈஷிக்கொண்ட பிறகு, ஓரிடத்தில் அவர்களை நிற்கவைத்து அத்தனையும் சுரண்டியெடுப்பார்கள். பின், நம்மூர் நாட்டு ஓடுபோல 4" X 6" X 1/2" அளவு அச்சில் தட்டிக் காயவைத்து அந்தந்த ஷேக்குகளின் முத்திரைகளைப் பதித்து விற்பனைக்கு அனுப்புவார்கள். இது ஹூக்காவில் பயன்படுத்த விசேஷமானது. (தகவல் – ஃபாரன்சிக் டிபார்ட்மெண்டின் இயக்குனர் திரு. சந்திரசேகரன்).

ஹஷீஷ் என்ற பதத்திலிருந்து அஸாஸின் (கொலைகாரன்) என்கிற வார்த்தை பிறந்ததாம். அந்தக் காலத்தில் ஒருத்தரைக் கொலை பண்ண கொலையாளியை ஏவும் முன்னர், கொலைவெறியைத் தூண்டிவிடுவதற்காக இந்த ஹஷீஷை நிறைய கொடுத்துவிடுவார்களாம்! எப்படி!

கஞ்சாவின் இதர கல்யாண குணங்களைப் பற்றியும், முக்கியமாய் சிகரெட்டில் புகையிலையோடு அடைக்கப்பட்டு அதைக் குடிப்பதனால் தவறு ஒன்றுமேயில்லை, இது யாரையும் அடிமையாக்கும் சக்தி படைத்தது அல்ல என்கிற தவறான அபிப்ராயம் பற்றியும் இன்னொரு சமயம் விரிவாகப் பார்க்கலாம்.

——

5

ரொம்ப ஏமாற்றமாக இருந்தது.

முதல் இழுப்பை இழுத்த மறுகணமே, கண்முன் வண்ண வண்ணமாய் பட்டாம்பூச்சிகள் பறக்கும், வானவில் ஒன்று தோன்றி நர்த்தனம் செய்யும், இறக்கைகள் முளைக்கும், வானத்தில் பறவைகளோடு பறவையாய் உயரே உயரே பறப்பது சாத்தியமாகும், மனசுக்குள் கிடார் ஒன்று நாதமாய் இழையும்... என்றெல்லாம் எதிர்பார்த்தவனுக்கு, அப்படி எதுவுமே நிகழாதது ரொம்ப ஏமாற்றமாக இருந்தது.

இரண்டாவதைக் கொஞ்சம் நீளமாக இழுத்தான். வாய்க்குள் வந்த புகையை விழுங்கி நுரையீரலில் தங்க வைத்துக்கொண்டு, மெதுவாக வெளியிட்டான்.

இப்போதாவது?

சின்னச்சின்ன மலர்கள் உள்ளுக்குள் மலரும் வினோதம்?

ம்ஹூம்... இல்லை...

சுத்தமாக இல்லை.

ப்ரேம் அவசரமாக விழிகளை பரத் பக்கமாய் திருப்பினான்.

பரத் கண்களை மூடியிருந்தான். வேகவேகமாய் சிகரெட்டை வாயில் வைத்து இழுத்தவனின் விரல் நுனிகள் நடுங்குகிற மாதிரி தோன்றியது.

இவன் அனுபவம் வேறு மாதிரி இருக்குமோ?

"என்ன மச்சி, எப்படி இருக்கு?"

கேள்வி கேட்ட சுனிலை ஏறிட்டான்.

"ஒண்ணும் பிரமாதமா இல்லயா... சாதாரண சிகரெட் பிடிக்கறாப்பலதான் இருக்கு..."

"அப்படியா? உனக்குயா?"

பரத் கண்களைத் திறந்தான்.

மிக லேசாக சிவந்துவிட்ட விழிகளை இரு விரல்களால் கசக்கிவிட்டுக் கொண்டான். கையிலிருந்த சிகரெட்டைக் கடைசி தரமாக இழுத்துவிட்டு, தரையில் தேய்த்து நசுக்கினான். கால்களைக் குத்திட்டுக்கொண்டு தலையை அதில் பதித்தான்.

"என்ன, பரத்?"

"தலைய சுத்தறாப்பல இருக்கு..."

சுனில் எட்டி அவன் தோளில் தட்டிக்கொடுத்தான்.

"முத தரம் பிடிக்கறப்ப தலை சுத்தும், வாந்தி சில பேருக்கு வரும்... டோண்ட் வொர்ரி! அடுத்தமுறை வேற மாதிரி இருக்கும்..."

இப்போது பரத் உட்கார முடியாத மாதிரி தரையில் காலை நீட்டிப் படுக்க, ப்ரேம் கொஞ்சம் பயந்தான்.

"என்ன சுனில், இது?"

"ஒண்ணுமில்லயா... வீணா பதட்டப்படாதே! நாங்கூட முத வாட்டி பிடிச்சப்ப இப்படித்தான் தலைசுத்தி படுத்துட்டேன்... இவன் வேற வேகமா பிடிச்சானா, அதான் தலைய சுத்துது... நத்திங் டு வொர்ரி! நீ ரிலாக்ஸ் பண்ணு... வானத்தப் பாரு... அந்த நீலநிறம் எத்தனை அழகா இருக்குனு நினைச்சிக்க! ஹேய்... ஹரி, ஸ்டீரியோல மைக்கல் ஜாக்ஸனைப் போடு! ப்ரேம்... நீ இதுவரைக்கும் எத்தனையோ தடவ மைக்கல் ஜாக்ஸனைக் கேட்டிருப்பேயில்ல? இப்பக் கேளு... இதுவரைக்கும் எப்பவுமே,

எங்கயுமே கேக்காத விதத்துல இப்ப கேப்பே! கமான்... லிஸன் டு திஸ்... சம்திங் அவுட் ஆஃப் தி வேர்ல்ட்!"

அவன் வார்த்தைகளை சிரத்தையோடு ஏற்று ப்ரேம் வானத்தை வெறித்தான்.

மைக்கல் ஜாக்ஸனைக் கண்முன் கொணர்ந்து, பாட்டில் லயிக்க முயன்றான்.

சுனில் சொன்ன மாதிரி 'அவுட் ஆஃப் த வேர்ல்ட்' ஆக ஏதாவது அனுபவம்?

ம்ஹூம்... ஒன்றுமில்லை.

சலித்துப்போனவன் சுனிலை ஏறிட்டு, "இன்னொரு சிகரெட் தாயா..." என்றதும், அவன் தயங்கினான்.

ஒருபக்கமாய் சுருண்டு படுத்துவிட்ட பரத் மேல் பார்வையை வீசினவன், மெதுவாகக் கேட்டான், "ரெண்டாவது வேணுமா, ப்ரேம்?"

"ஏன், முதல் தரம் பிடிக்கறப்ப, ரெண்டாவது ஜாஸ்தியா?"

சுனில் இல்லையென்று தலையசைத்தான்.

"ஜாஸ்தி, குறைச்சல்னு கிடையாது... ஹவ் டூ யூ ஃபீல்? அதான் முக்கியம்! தலை சுத்துதா? மயக்கமா இருக்கா?"

"ம்ஹூம்... அதெல்லாம் ஒண்ணுமில்ல... இன்ஃபாக்ட், லேசாக்கூட கிக் இல்ல!"

"அப்ப நீ ரெண்டாவத தாராளமா ஸ்மோக் பண்ணலாம்... கோ அஹெட்!"

அந்தப் பேச்சு அதிக நம்பிக்கையைத் தர, ப்ரேம் இரண்டாவது க்ராஸைப் பற்றவைத்தான்.

"அவசரப்படாதே... டேக் யுவர் ஓன் டைம்... மெல்ல, மெல்ல... ரிலாக்ஸ்... பாட்டக் கேளு... இந்த போஸ்டரப் பாரு... மெதுவா இழுத்து மெதுவா விடு... தட்ஸ் இட்! ரிலாக்ஸ்..."

மூன்றாவது இழுப்பில் சட்டென்று ப்ரேமின் உடம்பு லேசாகிப்போனது.

தரையிலிருந்து நாலடி உயரத்தில் மேகம் மாதிரி மிதக்கும் உணர்வு உண்டானது.

பார்த்துக்கொண்டே இருக்கையில், போஸ்டரில் இருந்த லேசான ஆரஞ்சு நிறப் பூக்கள் துளித்துளியாய் நிறம் மாறி, மாலைச் சூரியனின் பொன்னிறத்தில் தகதகக்க ஆரம்பித்தன.

ஹோ!

இப்படிக்கூட ஒரு நிறம் உண்டா, என்ன?

பூக்கள் நிறம் மாறின கையோடு தண்டுகளும், இலைகளும் இலைப்பச்சை... கிளிப்பச்சை... பச்சை... பச்சை... எமரால்ட் பச்சை... பச்சையாக மாற...

ஓ, மை காட்!

ப்ரேம் பிரமித்தான்.

இந்தப் பச்சை நிறத்துக்குத்தான் என்ன அழுத்தம், அழகு, கவர்ச்சி, பளபளப்பு!

பொன் நிறம்... வெல்வெட் பச்சை...

கை நீட்டி அந்த நிறங்களைத் தடவிக்கொடுக்க வேண்டும்போல ஆசையாய் இருந்தாலும், எங்கே கொஞ்சம் நகர்ந்தாலும் இந்த சுகநிலை மாறிவிடுமோ என்கிற பயம் தோன்ற, அப்படியே அமர்ந்திருந்தவனுக்கு திடுமென தன் கேட்கும் உணர்வில் ஏதோ மாற்றம் உண்டாவது புரிந்தது.

இது நாழிகை மெதுவாக, எங்கோ ஒலித்த மைக்கல் ஜாக்ஸனின் பாட்டு மெல்லமெல்ல அருகில் வந்து, மெல்லமெல்ல மயிர்க்கால்கள் வழியாக உள்ளே புகுந்து, மெல்லமெல்ல ரத்தத்தில் கலந்து, மெல்லமெல்ல உடலெங்கும் வியாபித்து, மெல்லமெல்ல... மெல்ல... மெல்ல... மெல்ல...

ஹா! இதென்ன!

கண்முன் அந்தப் பாட்டு ஓர் உருக்கொண்டுவிட்ட மாதிரி...

கையால் ஸ்பரிசிக்கக்கூடிய அளவுக்கு முப்பரிமாண வடிவம் கொண்டுவிட்ட மாதிரி...

ஜீஸஸ்!

என்ன அற்புதம் இது!

அனுபவத்தின் இனிமை தாங்கமாட்டாதுபோக, ப்ரேம் கத்தினான்...

"சுனில்... ஐ கேன் ஸீ த ம்யூஸிக்! என்னால இந்தப் பாட்டத் தொட முடியுது... பாக்க முடியுது... நா... நா சொல்றத நீ நம்பறே, இல்ல?"

சுனில் இதமாகச் சிரித்தான்.

"ஷ்யூர்! ஏன் நம்பாம? நீ சொல்ற அத்தனையும் நாங்களும் அனுபவிச்சிருக்கோம்... இன்னமும் அனுபவிக்கிறோம்! ஆனாலும் நீ அதிர்ஷ்டக்காரன்தான், ப்ரேம்... நாங்கள்லாம் ரெண்டாம் தரம் மூணாம் தரம் என்ஜாய் பண்ணத, நீ முத தடவையே அனுபவிச்சிட்டே! யூ லக்கி பாஸ்டர்ட்!"

ப்ரேமுக்குப் பெருமையாக இருந்தது.

ஒண்டியாக இமயமலையின் மேல் ஏறி நின்றுவிட்ட தினுசில் மார்பு பெருமிதத்துடன் ஏறியிறங்கியது.

திஸ் ஈஸ் கிரேட்!

இத்தனையும் அனுபவிக்காமல் பரத் சுருண்டு படுத்துவிட்டதைப் பார்க்கையில் பாவமாக இருந்தது.

அவனை எழுப்பி உட்கார்த்தி, 'தலைசுற்றலைப் பற்றிக் கவலைப்படாமல் நாலு இழுப்பு இழுத்துவிடு, அப்புறம் பார்' என்று சொல்லவேண்டும்போல இருந்தது.

சிகரெட் பிடித்தது போதுமென்று தோன்ற, பாதிக்கும் குறைவாகக் கையில் வைத்திருந்த துண்டை எரியும் நிலையிலேயே ஒரு பக்கமாய் போட்டான்.

க்ராஸின் வாசனை துல்லியமாக நாசியில் ஏறியது.

'புதியதோர் உலகம் செய்வோம்!'

நாலு நாள்கள் முன்னால் டிவியில் பார்த்த நிகழ்ச்சியும், அதில் ஒலித்த பாடலும் திடுமென மனசுக்குள் குதி போட்டது.

புதியதோர் உலகம் செய்வோம்!

செய்துவிட்டேனே!

புது உலகம் ஒன்றை நானே சிருஷ்டி செய்துவிட்டேன். க்ராஸின் உதவியோடு பளபளவென்று மின்னும், விதவிதமாய் ரூபம்கொள்ளும் புதிய உலகத்தை!

காரணமேயில்லாமல் ப்ரேமுக்கு சிரிப்பு வந்தது.

எதிரிலிருந்த போஸ்டரையும், சுனில், ஹரி, பரத், நாற்காலியையும் மேஜையையும், மைக்கல் ஜாக்ஸன் பாட்டையும் இறுகத் தழுவிக்கொண்டு, 'ஐ லவ் யூ ஆல்!' என்று உற்சாகமாய் குரல் கொடுக்க வேண்டும்போல இருந்தது.

மனசு தக்கை மாதிரி லேசாக இருப்பதை உணரும்போது ஆச்சர்யம் எழுந்தது. கூடவே...

'மளிகைக்கடை வெச்சுத் தந்தாக்கூட நடத்தத் துப்பில்லாத பசங்கல்லாம் படிக்க வந்து, ஏன் எங்க உசிரை வாங்கறீங்க?'

சற்றுமுன் அத்தனை மாணவர்கள் எதிரில் மட்டம் தட்டி ஆசிரியர் பேசியதை மீண்டும் மீண்டும் நினைத்துப் பார்த்தபோது, மனசு கசக்காததோடு, போனால் போகிறார், அவருக்குத் தெரிந்தது அவ்வளவுதான், ஐ டோண்ட் கேர் என்று உதறிக்கொண்டு, யாரோ யாரையோ சொல்கிறார்கள் என்கிற விட்டேத்தித்தனத்தோடு இருந்ததும் ரொம்ப சந்தோஷத்தைத் தந்தது.

இதைத்தான் சுனில் 'க்ராஸ் பிடிச்சுப் பாரு, நிம்மதியா விஸ்ராந்தியா இருக்கறதுன்னா என்னன்னு புரியும்' என்று குறிப்பிட்டானோ?

சென்றகாலம், நிகழ்காலம், வருங்காலம் ஆகிய மூன்றும் ஒன்றாய் சங்கமித்து, ஆடாமல் அசையாமல் நிற்க, இது அது,

அது இது என்று என்னென்னவோ யோசித்தபடி, இதுவரை உணர்ந்திராத அமைதியுடன் அங்கேயே உட்கார்ந்திருந்துவிட்டு, "பரத் பத்தி கவலைப்படாதே... நா பாத்துக்கறேன்! நீ போகணும்னா போ..." என்று சுனில் விடைகொடுக்க, அன்று ப்ரேம் வீட்டுக்கு வந்து சேரும்போது மணி ஏழரை.

அறைக்குச் சென்று முகம் கழுவி தலைசீவி, சமையல்கட்டுக்குச் சென்று மாரிசாமியிடம் இரண்டு குலாப்ஜாமுன்களைக் கேட்டு வாங்கித் தின்று கொண்டிருந்தபோது, ரேவதி உள்ளே வந்தாள்.

"காலேஜ்லேந்து இப்பத்தான் வரியா?"

"ம்."

"தாத்தாவுக்கு உடம்பு சரியில்ல, சாயங்காலம் எல்லாரும் ஒண்ணா அவரப் பாக்கப்போலாம்னு அப்பா உன்கிட்ட சொன்னப்பறமும், இப்படி லேட்டா வந்தா என்ன அர்த்தம்?"

ப்ரேம் பார்வையை நிமிர்த்தி சின்னதாகப் புன்னகைத்தான்.

"ஸாரிம்மா... மறந்துட்டேன்..."

"அதெப்படி மறக்கும், ப்ரேம்? மெனக்கெட்டு அப்பா சொல்லியிருக்கறப்ப?"

"....."

"ஸந்தியாகிட்டவும்தான் அப்பா சொன்னார்... அவ கரெக்டா வந்துடல? உனக்குப் பொறுப்பு பத்தாதுன்னோ, 'ஸந்தியா சமத்து, சொன்னதக் கரெக்டா செய்யறா'ன்னு சொன்னாலோ மட்டும் கோவம் பொத்துகிட்டு வந்துடுது... ஸந்தியாவோட கம்பேர் பண்ணாதீங்கன்னு கத்தறே!"

அம்மாவைத் தொடர்ந்து அப்பாவும், பின்னர் தனிமையில் அக்காவும் திட்டி, புத்தி சொன்னபோது, ஒருதரம்கூட பதில் பேசாமலும், துளியும் கோபம் வராமலும் நின்றிருந்தவனுக்குள், படுக்கப்போகும் முன்னர் இப்படியொரு நிச்சிந்தையான மனநிலைக்கு பிற்பகல் பிடித்த கஞ்சாதான் காரணமா என்று

கேள்வி எழ, இது குறித்து கட்டாயம் நாளைக்கு சுனிலிடம் கேட்கவேண்டும் என்று தீர்மானித்துக்கொண்ட பிறகே ப்ரேம் உறங்க ஆரம்பித்தான்.

மீண்டும் கஞ்சா,

மனோதத்துவ நிபுணர் டாக்டர் தேவரிடம் பேசிக்கொண்டிருந்தபோது, கஞ்சாவுக்கே உரித்தான சில குணாதிசயங்களை விவரித்தார். அவற்றை நீங்களும் தெரிந்துகொள்ளுங்கள்.

கஞ்சாவைப் பிடித்ததும் முதலில் உண்டாவது 'இலேஷன்' (elation), அதாவது சட்டென்று லேசாகி மனசாலும் உடம்பாலும் மிதக்கும் உணர்வு.

இதைத் தொடர்ந்து, சென்ற, நிகழ், வருங்காலங்கள் சங்கமித்துப்போவதால் நேரம் நின்றுபோகிறது. சென்றதும் வரப்போவதும் மனசினுள் கும்மாளம் போடுவது அனேகமாக எல்லோருமே உணரும் விஷயம்.

அடுத்து ஸைனெஸ்தீஸியா (Synaesthesia)...

ஒரு புலனின் வேலையை இன்னொன்று செய்ய முற்படுவது. அதாவது, 'பாட்டை நான் பார்க்கிறேன்' என்று கண் சொல்வது. உதாரணம் புரிகிறதா? 'ஐ கான் ஸீ தி ம்யூசிக்' (I can see the music) என்று சொல்லும் நபர்கள் ஏராளம், ஏராளம். இந்த ஒரு குணத்தாலேயே, கலைஞர்கள், கலைப்பிரியர்கள் நடுவில் கஞ்சா வெகுபிரபலமாய் இருக்கிறது. கஞ்சா அடித்துவிட்டு கச்சேரி, மியூசியம், கலைவிழாக்கள், சித்திரக்கூடங்கள் போன்ற இடங்களுக்குச் சென்றால் ரசிப்புத்தன்மை அதிகம் என்று ஒரு கூட்டமே சத்தியம் செய்யத் தயாராக உள்ளது.

கஞ்சாவைப் பிடிக்கும்போது அலாதியானதொரு மணம் எழுந்தாலும், பின்னர் அந்த வாசனை சுத்தமாக

மறைந்துபோய், கொஞ்சமாய் கண் சிவக்கும், மிக லேசாய் பாப்பா விரியும்... அவ்வளவே! மற்றபடி தனிவாசனையோ, வேறு எந்த அறிகுறியோ இல்லாததால், கஞ்சா குடித்தவர்கள் வித்தியாசமாக உணர்வார்களே தவிர மற்றவர்களுக்கு எதுவும் புரியாது. பெற்றோர் பலர் தங்கள் பிள்ளைக்கு ஒரு வேண்டாத பழக்கம் இருப்பதைப் புரிந்துகொள்ள முடியாமல் போவது இதனால்தான்.

கஞ்சா குடித்தவர்களுக்கு உடனடியாக இனிப்பு சாப்பிட வேண்டும் என்கிற ஆசை வருவது சகஜம். கஞ்சா ரத்தத்திலுள்ள சர்க்கரை அளவைக் குறைப்பதால் இந்த விளைவு. சில சர்க்கரை நோயாளிகளுக்கு அவசியம் ஏற்படும்போது, அபூர்வமாக வைத்தியர்கள் கஞ்சாவை மருந்தாகக் கொடுப்பதும் உண்டு.

கஞ்சாவுக்கு உடம்பை அடிமைப்படுத்தும் பலம் இல்லை. ஆனால், மனசைத் தன் வயப்படுத்தும் மூர்க்கத்தனம் உண்டு.

Physical dependence? NO.

Psychological dependence? YES.

தொடர்ந்து கஞ்சா பிடிப்பவர்களில் நூற்றுக்கு இருபத்தியைந்து பேர் மனோவியாதியின் பிடியில் கட்டாயம் அகப்பட்டுக்கொள்கிறார்கள் என்பது மிகைப்படுத்தப்பட்ட புள்ளிவிவரம் அல்ல... நிஜம்... நிஜம்... நிஜம்.

———

6

ப்ரேம் குளியலறைக் கதவைத் தாளிட்டான்.

சற்றுமுன் பெட்டிக்கடையிலும் சுனிலிடமும் வாங்கிய முழு சிகரெட், கஞ்சா பொட்டலங்களை, அம்மாவோ அல்லது வேறு யாருமோ பார்க்காமல் இருக்கவேண்டி, கர்ச்சீப்பில் சுற்றி, பேண்ட் பாக்கெட்டில் துருத்திக்கொண்டு நிற்காமல் இருக்கிறதா என்பதில் கவனமாய் இருந்து, கொண்டுவந்தவற்றை வெளியில் எடுத்தான்.

தரையில் சப்பணமிட்டு உட்கார்ந்துகொண்டான்.

கையோடு கொணர்ந்திருந்த பேப்பரை முன்னால் விரித்து, சிகரெட் பாக்கெட்டையும் பொட்டலங்களையும் அதன்மேல் வைத்தான்.

ஒவ்வொரு சிகரெட்டாக எடுத்து, விரல்களால் உருட்டி, உள்ளிருந்த புகையிலைத் துகள்களை பேப்பரில் விழச் செய்து, இப்படி பத்து சிகரெட்டுகளையும் காலியாக்கின பின்னர், அவற்றை ஒருபக்கமாக வைத்துவிட்டு, சுனிலிடம் பொட்டலம் இரண்டு ரூபாய் என வாங்கியிருந்த இரண்டு பொட்டலங்களையும் பிரித்து, அந்தக் காய்ந்த பச்சையிலைத் தூளை, ஏற்கனவே எடுத்திருந்த புகையிலையோடு நன்கு கலந்து, காலி சிகரெட் பேப்பர் உருளையை வாயில் வைத்து, கஞ்சா புகையிலைக் கலவைக்கு நேராகக் குனிந்துகொண்டு மெதுவாக உறிஞ்சி, கொஞ்சங்கொஞ்சமாக பேப்பர் உருளையினுள் அந்தக் கலவை சென்றதும் அதை வாயிலிருந்து எடுத்து, உள்ளே சென்ற புகையிலைக் கஞ்சாத்தூள் நன்கு இறுகிக்கொள்ள லேசாக

விரல்களால் உருட்டி, மீண்டும் வாயில் வைத்து உறிஞ்சி, மீண்டும் தூளை நிரப்பி...

இந்த ரீதியில் ஒவ்வொன்றாக அத்தனை சிகரெட்டுகளையும் கஞ்சா கலந்த 'டோக்' அல்லது 'ஜாயிண்ட்'களாக மாற்றிவிட்டு நிமிர்ந்தபோது, 'அப்பாடி! இரண்டு நாள்களுக்குக் கவலையில்லை!' என்கிற நிம்மதி அவன் முகத்தில் வெளிப்படையாகத் தெரிந்தது.

மணிக்கட்டைப் புரட்டி கடிகாரத்தைப் பார்த்து, இத்தனையும் செய்துமுடிக்க முழுசாகப் பத்து நிமிஷங்கள்கூட ஆகவில்லை என்று கணக்கிட்டவனுக்கு, நாளுக்கு நாள் தன் திறமை அதிகரித்துக்கொண்டு வருவது சந்தோஷத்தைத் தந்தது.

பத்து நிமிஷங்களில் பத்து சிகரெட்டுகள் தயார்!

நாட் பாட்!

சுனிலுக்கு இந்த வேகம் வர, ஆறு மாசத்துக்கும் மேலேயே ஆனதாம்!

எனக்கு?

ஜூன் மாசக் கடைசியில் ஆரம்பம்... அப்படியென்றால்?

ஜூலை, ஆகஸ்ட்... இப்போது செப்டம்பர்... மூன்றே மாசங்கள்!

காலேஜுக்குப் போனதும் முதல் வேலையாக சுனிலிடம் இதைச் சொல்ல வேண்டும்.

பரத்துக்கும் இந்த வேகம் வரவில்லை... "தினம் படுக்கப் போறதுக்கு முன்னால கால்மணிநேரம் இதுதாய்யா வேலை!" என்று நேற்றுகூடச் சொன்னானே!

ப்ரேமுக்குப் பெருமையாக இருந்தது.

சுனில் கட்டாயம் தன்னைக் குறித்து பெருமிதப்படுவான் என்கிற எண்ணம் உற்சாகத்தைத் தர, ஒரு சிகரெட்டை எடுத்துப் பற்றவைத்து, புகையை உள்ளுக்கு இழுத்தான்.

ம்ம்ம்ம்ம்...

இப்போதெல்லாம் முதல் இழுப்பிலேயே மனசுக்குள் வயலின்கள் இழைய ஆரம்பித்து விடுகின்றன.

பீத்தோவனின் ஸிம்ஃபனி மாதிரி...

ரெகார்டையோ, டேப்பையோ கேட்காமலேயே, இசையை காது கேட்கத் தொடங்கிவிடுகிறது.

ஆர்க்கெஸ்ட்ரா ஒன்று எதிரில் உட்கார்ந்து, இவனுக்காக மட்டும் வாசிக்கிற இன்பம்.

ஒரு சிகரெட்... ஒரே ஒரு சிகரெட்... இதுதான் என்னென்ன மாயாஜாலங்களைப் புரிகிறது!

மனசைத் தட்டிக் கொடுக்கிறது... அலைபாய்கிற புத்தியை நிதானப்படுத்துகிறது... யாருடைய எந்த வார்த்தையும் செய்கையும் இருதயத்தைத் துளை போட்டுப் புண்ணாக்கிவிடாமல், கவசமாய்ப் பாதுகாக்கிறது... சூழ்நிலையை ரம்யமாக்குகிறது... நிம்மதியைத் தருகிறது... இன்னும்...

"ப்ரேம்..."

"....."

"ப்ரேம்..."

யாரோ எங்கோ நின்று அழைப்பது புரிந்தது.

ஸந்தியா!

பாத்ரூம் கதவைத் தட்டி மீண்டும் அவள், "ப்ரேம்..." என்று அழைக்க,

"யா...?" என்று பதிலுக்குக் குரல்கொடுத்தான்.

"என்ன பண்ணிட்டிருக்கே, ப்ரேம்?"

"பாத்ரூம்ல என்ன பண்ணுவாங்க?"

"குதர்க்கம் இருக்கட்டும்... சீக்கிரமா வெளில வா... ஊர்லேந்து பெரியப்பா வந்திருக்கார்... அம்மா உன்னைக் கூப்பிடறாங்க..."

"குளிச்சிட்டிருக்கேன்னு சொல்லு, ஸந்தியா..."

ஒரு நிமிஷம் நிதானித்து, அவள் போயிருப்பாளென்று ஊகித்தவன், அவசரமாய் சிகரெட்டைப் பிடித்து முடித்தான். க்ளாசெட்டில் ஃபில்டர் துண்டத்தையும், எரிந்த தீக்குச்சியையும் போட்டு ஃப்ளஷ்ஷை இழுத்தான்.

சிகரெட் டப்பா, தீப்பெட்டியை உயரத்தில் எடுத்து வைத்துவிட்டு, ஜாயிண்ட் தயாரித்ததற்கோ, அதைப் புகைத்ததற்கோ சாட்சி எதுவும் இல்லாத வகையில் அறையை சுத்தம் செய்து குப்பையை ஜன்னல் வழியாக வெளியில் எறிந்தான்.

சந்தன சோப்பை நன்றாகக் குழைத்து முகம் கைகளில் பூசி, தண்ணீரால் கழுவிக்கொண்டு, துளி லிஸ்ட்ரினை குவளைத் தண்ணீரில்விட்டு வாயைக் கொப்பளித்து, சிகரெட் வாசனை நிச்சயமாகத் தன்னிடமோ அந்த அறையிலோ எழவில்லை என்பதை உறுதியாக்கிக்கொண்ட பின்னர், குளிக்காமலேயே வெளியில் வந்தான்.

முதல்நாள் அவிழ்த்துப் போட்டிருந்த ஜீன்ஸையும், அலமாரியிலிருந்து புதுஷர்ட்டையும் எடுத்து அணிந்து, வந்திருக்கும் பெரியப்பாவின் எதிரில் அம்மா முகம் சுளிக்காதிருக்கும் பொருட்டு தலைவாரி, சமர்த்துப் பிள்ளையாய் புஸ்தகங்களுடன் கீழே வந்தான்.

பெரியப்பா கூடத்தில் அட்டகாசமாய் உட்கார்ந்திருந்தார். பக்கத்தில் அப்பா, அம்மா... எதிரில் ஸந்தியா. இவனைப் பார்த்ததும் பெரியப்பா சிநேகமாய் புன்னகைத்தார்.

"என்னப்பா, ப்ரேம்... எப்படியிருக்கே? ஆறு மாசத்துக்கு முன்னால பாத்ததுக்கு இப்ப ரொம்ப இளைச்சுப்போயிட்டியே!"

என்ன பதில் கூறுவதென்று புரியாமல் இவன் நிற்க, "இப்படிப் பக்கத்துல வந்து உக்காரு, வா..." என்று பெரியப்பா இருக்கையைத் தட்டி அழைத்தார்.

உட்கார்ந்தான்.

அப்பாவும் அம்மாவும், தங்கள் பிள்ளை அண்ணனிடம் நல்ல பேர் வாங்க வேண்டுமே என்கிற கவலையுடன் ஊன்றிப்

பார்ப்பதைப் புரிந்துகொள்ள முடிய, உதட்டைச் சின்னதாய் புன்னகை ஒன்று கீறியது.

"என்ன சிரிக்கறே?"

"ஒண்ணுமில்ல, பெரியப்பா..."

"காலேஜ் எல்லாம் எப்படியிருக்கு?"

"ஜோரா இருக்கு!"

"நல்லா படிக்கறியா? மாதவனுக்கு நீ ஒரே பையன்... நல்லா படிச்சு அவனை மாதிரியே முன்னுக்கு வரணும்... அப்பத்தான் எங்களுக்குப் பெருமையா இருக்கும்!"

"....."

"ஏன் இப்படி இளைச்சுப்போயிட்டே? சரியா சாப்பிடறதில்லியா?"

"அதெல்லாம் ஒண்ணுமில்ல, பெரியப்பா..."

இப்போது மாதவன் இடைமறித்தார்.

"அ... அ... இதானே வேணாங்கறது! வரவர நீ எங்க ஒழுங்கா சாப்பிடறே? நேத்துகூட உங்கம்மா சத்தம் போடல? காலேஜ் சேந்ததுலேந்து வேளாவேளைக்குச் சாப்பிடற பழக்கம் எங்க இருக்கு?"

"சரியா சாப்பிடறதில்லியா? ஏம்பா? சாப்பிட்டாத்தானே தெம்பு வரும்! டென்னிஸ் ஆடிட்டிருக்கேயில்ல?"

"எங்க! காலேஜ் போயிட்டுவரத்தானே இவனுக்குப் பொழுது சரியா இருக்கு! எனக்குத் தெரிஞ்சு ரெண்டு மாசமாச்சு இவன் ராக்கெட்டைத் தொட்டு..."

"அடடே! என்ன, ப்ரேம் இது? உன் அண்ணங்க மாதிரி நீயும் ஸ்டேட் சாம்பியனா வருவேன்னில்ல நாங்கள்லாம் எதிர்பாத்துகிட்டிருக்கோம்! காலேஜ் போனா என்ன? சாயங்காலத்துல ஆடறது! மனசிருந்தா நேரமா கிடைக்காது? சுரேஷ் மெடிக்கல் படிக்கறப்ப, பரிட்சை சமயத்துலகூட நாள்

தப்பாம ஆடுவானே! சுதாகர் மட்டுமென்ன? ஐ.ஐ.டில அவன் இல்லாம ஒரு நீச்சல் போட்டி இருக்காதே!"

பிள்ளைகளின் பெருமையைப் பேச ஆரம்பித்துவிட்டால் பெரியப்பாவுக்குப் பொழுதுபோவது தெரியாது என்பது நினைவுக்கு வர, ப்ரேம் பார்வையைத் தோட்டத்துக்கு வெளியே வீசினான்.

மாமரத்தின் பச்சையும், இடுக்கில் தெரிந்த நீலவானமும் கண்களைப் பரவசப்படுத்தின.

எங்கோ, யார் வீட்டிலோ, ரேடியோ 'இளைய நிலா பொழிகிறது' என்றது.

ராகத்தின் இனிமை காதின் வழியாக உள்ளே சென்று, ஒருவித கிளுகிளுப்பைத் தந்தது.

இளைய நிலா பொழிகிறது...

இதயம் வரை நனைகிறது...

என்ன அற்புதமான கற்பனை!

பரவாயில்லை... சில சமயம் நம்மூர் கவிஞர்கள்கூட பிரமாதமாய்...

"ப்ரேம்..."

அம்மாவின் குரல் அதட்டலாய் ஒலிக்க, ப்ரேம் வேகமாய் நிமிர்ந்தான்.

"எந்த உலகத்துல இருக்கே, பெரியப்பா பேசறதுகூடக் காதுல விழாம?"

அம்மாவைச் சமாதானப்படுத்தும் தினுசில் ப்ரேம் புன்னகைத்தான். அது, 'ஸாரிம்மா' என்றது.

எழுந்து நின்றான். "எனக்கு நாழியாச்சு... நா கிளம்பணும்..."

"அதுக்குள்ளியா? மணி எட்டரைதான் ஆறது!"

"டெஸ்ட் இருக்கு... போய் படிக்கணும்..."

பெரியப்பாவிடம் சொல்லிக்கொண்டு அவன் சாப்பாட்டறைக்கு வந்தபோது, ரேவதி பின்னோடு வந்தாள்.

“மாரிசாமி... ப்ரேமுக்கு இட்லி எடுத்து வையுங்க...”

“இட்லி வேணாம்மா... ப்ளீஸ்... காபி மட்டும் போதும்.”

“ஏன் வேணாம்?”

“பசிக்கலம்மா...”

“ஏன் பசிக்கல? ராத்திரிகூட ஏனோதானோன்னு ரெண்டே ரெண்டு சப்பாத்திதானே சாப்பிட்டே...”

“.....”

ரேவதி புருவங்களை உயர்த்தினாள். முகத்தில் லேசான கோபம்.

“பெரியப்பா என்ன சொன்னார், கேட்டேயில்ல? நீ சரியா சாப்பிடறதில்ல, இளைச்சிட்டேன்னு நா சொன்னா, ‘போங்கம்மா’ன்னு ஒதுக்கிடறே... இப்ப? என்னாச்சு உனக்கு?”

“ஒண்ணும் ஆகலம்மா... ப்ளீஸ் டோண்ட் ஃபஸ்...”

“காலேஜுக்குப் போனதுக்கு நல்லா பேசக் கத்துக்கிட்ட! உக்காரு... ரெண்டு இட்லி சாப்பிட்டாதான் நீ கிளம்பலாம்...”

“அம்மா... ப்ளீஸ்...”

“உக்காரு, ப்ரேம்... வீணா என் கோவத்தக் கிளறாதே! வளந்த பிள்ளையாவா இருக்கே? கன்னம் ரெண்டும் நாளுக்குநாள் ஒட்டிப்போய்... நீ இப்படியே இருந்தா, மாமாகிட்ட கூட்டிட்டுப்போய் உடம்புக்கு என்னன்னு பாக்கச் சொல்லப்போறேன்...”

பேசிக்கொண்டே பரிமாறத் தொடங்கியவள், ஏதோ நினைவுக்கு வந்த மாதிரி நிமிர்ந்தாள்.

“ஆமா... கொஞ்ச நாளாவே அடிக்கடி பாத்ரூமுக்குள்ள போய் கதவ சாத்திக்கறியே... என்ன விஷயம்?”

வாயில் போட்ட இட்லித் துண்டத்தை விழுங்க மறந்து, ப்ரேம் இறுகினான்.

“பத்துப் பதினைஞ்சு நாள் முன்னாலியே நா கவனிச்சேன்... இன்னிக்கு ஸந்தியாவும் கவனிச்சு, ‘ஏம்மா, ப்ரேமுக்கு உடம்பு சரியில்லியா? பாத்ரூம்ல ரொம்ப நேரம் இருக்கானே?’ன்னு கேட்டா, தெரியுமா?”

“.....”

ரேவதி குரலைத் தழைத்தாள். “உடம்பு சரியில்லியா, ப்ரேம்?”

“அ? ஆமா... கான்ஸ்டிபேஷன்...”

“எப்பலேந்து?”

“கொ... கொஞ்சநாளா...”

ரேவதி வாஞ்சையுடன் அவன் தலையைத் தடவிவிட்டாள்.

“என்ன பிள்ளைடா நீ, எதையும் சொல்லாம! நானா தெரிஞ்சுக்க வேண்டியிருக்கு! நாளைலேந்து தினம் கீரை செய்யச் சொல்றேன்... அதோட பழமும் நிறைய சாப்பிடு... டயட் ஒழுங்கா இருந்தா, ஒரு பிரச்சினையும் இருக்காது... என்ன?”

எல்லாவற்றுக்கும் சரி, சரி என்று தலையாட்டிவிட்டு, பத்து நிமிஷங்களில் கல்லூரிக்குப் புறப்பட்டபோது, யார் மேலும் எந்தக் கோபமும் இல்லாமல், சதா இந்த வீட்டில் உபதேசம்தானா என்கிற எரிச்சலும் எழாமல், கடந்த மூன்று மாசங்களாக ஒருவித நிம்மதியுடன் இருப்பது போலவே இப்போதும் இருப்பது சந்தோஷத்தைத் தர, அந்த நிலையை நீடிக்கவைக்கும் ஆசையில் கல்லூரியில் நுழைந்த உடனேயே இரண்டாவது ஜாயிண்ட்டை ப்ரேம் பற்றவைத்தான்.

இது மட்டுமல்லாமல்...

தான் பெற்ற இன்பம் இந்த வையகமும் பெறுக என்கிற ஆத்மார்த்தமான நம்பிக்கையுடன், “வேண்டாம்யா... வேண்டாம்யா...” என்று பயத்துடன், இத்தனை நாள்களாக அவர்களோடு பழகினாலும் கஞ்சா பிடிப்பதை மட்டும் எப்படியோ தவிர்த்து வந்த அப்புவை, “பிடிச்சுப் பார்யா... உனக்குத்தான் வீட்டுல ஆயிரம் கஷ்டம், வேதனை இருக்கு... அத்தனையும்

பஞ்சா பறக்க ஒருதரம் இதைப் பிடிச்சுப் பார்யா! பிடிக்காட்டி விட்டுடு... நா அப்பறம் கட்டாயப்படுத்தமாட்டேன்! பொம்பளை மாதிரி எதக்கண்டும் பயப்படாம, ஆம்பிளையா நிமுந்து நில்லுயா... கமான், பீ எ மேன்!" என்று வலுக்கட்டாயமாகத் தூண்டிவிட்டு, தானே காலையில் தயாரித்த 'டோக்'கைக் கொடுத்து, கிட்டத்தில் இருந்து அவனைப் பிடிக்க வைத்ததும் அன்றுதான்.

கஞ்சா,

இந்த அத்தியாயத்தில் கஞ்சாவைப்பற்றி இன்னும் கொஞ்சம் தெரிந்துகொள்ள வேண்டியது அவசியமாகிறது.

கஞ்சாவைக் குடித்த உடனேயே இதய, நாடித்துடிப்பில் வேகம் அதிகரித்து, கண் சிவந்து, லேசாகத் தொண்டை உலர்ந்தாலும், ஆளுக்குத் தகுந்தபடி இந்த உபாதைகள் சீக்கிரத்தில் மறந்து, ஒருவித மிதத்தலும், மந்தித்துப்போவதும், உணர்ச்சிவசப்படுவது குறைவதும் ஏற்படுவதில், குடித்தவருக்குக் கிட்டத்தட்ட ஐந்திலிருந்து ஆறுமணி நேரத்துக்கு ஒரு 'சுகநிலை' நீடிக்கிறது.

ஆறுமணி நேரத்தைத் தாண்டின பிறகு, நிஜத்தை எதிர்நோக்க விரும்பாத புத்தி, மீண்டும் அந்த 'சுகநிலை'க்கு ஏங்குவதால், மீண்டும் அதைக் கொடுக்க கஞ்சாவை உபயோகிக்க வேண்டி வருகிறது.

கஞ்சா- சுகம்... மீண்டும் கஞ்சா - மீண்டும் சுகம்... மீண்டும், மீண்டும் கஞ்சா... மீண்டும், மீண்டும் சுகம்...

ஆக, நாள்கள் செல்லச்செல்ல, யதார்த்தத்தை ஏற்க, பார்க்க, உணர மறுக்கும் நிலைக்கு புத்தியும் மனசும் தள்ளப்படுவதில், கஞ்சாவின் துணை அடிக்கடியோ அல்லது நிரந்தரமாகவோ தேவைப்படுகிறது.

ஆரம்பத்தில் எதுவுமே தெரியாவிட்டாலும், தொடர்ந்து உபயோகித்ததும் மெதுமெதுவாய் வாழ்க்கையில் பிரதான

இடத்தை கஞ்சா எடுத்துக்கொண்டு, மற்றவற்றிலுள்ள ஈடுபாட்டைக் குறைக்க வைப்பதும், இன்னும் தீவிரமான குணங்கள்கொண்ட போதைமருந்துகளை உபயோகிக்கத் தூண்டுவதும் உண்மை.

சாப்பாடு, உறக்கம், படிப்பு, விளையாட்டு, கலகலப்பான பேச்சு, இதர நடவடிக்கைகள், செக்ஸ் என்று பல்வேறு விஷயங்களில் 'மன்னர்'களாக இருப்பவர்களை, அத்தனையும் விட்டுவிட்டு பிஞ்சில் வெதும்பின பழங்களாக, ஒருவித சன்னியாசித்தனத்துடன் கூட்டுக்குள் ஒடுங்க வைப்பதை கஞ்சாவின் குணமாகக் குறிப்பிடலாம். 'ஏமோடிவேஷன்' (Amotivation) எதிலும் பற்றில்லாத, அசமஞ்ச நிலை... இதற்கு அடுத்த கட்டம், 'பாரனாயிட் ஸ்டேட் ஹாலூஸினேஷன்' (Paranoid State – Hallucination)... வேண்டாத சந்தேகம், பொய்யான கற்பனைகள்...

இதனிடையே சிக்கி, போதை போதாமல் இன்னும் தீவிரமாக அகப்பட்டுக்கொண்டால் மீளமுடியாத பயங்கரமான வஸ்துக்களை உபயோகிக்கத் தூண்டும் மனோநிலை.

சாதாரணமாக சிகரெட், குடி, போதை மருந்தை ஒருவர் முதன்முதலில் உபயோகிக்க மூன்று காரணங்கள் உள்ளன என்பது நிபுணர்களின் கருத்து.

வெறும் இன்பத்துக்காக (சுனில் ஆரம்பித்தானே, அதுபோல).

அது என்ன என்கிற ஆர்வத்தைக் கட்டுப்படுத்த இயலாமல் (பரத், ப்ரேம் தொடங்கியது இப்படித்தான்).

அடுத்தவரின் நிர்ப்பந்தத்துக்காக... (இப்போது அப்புவைவிட இதற்குச் சிறந்த உதாரணம் வேறு யாராக இருக்க முடியும்!)

——

7

“விஷயம் தெரியுமா?”

பரத் இரண்டிரண்டாக மாடிப்படிகளை ஏறியிருக்கவேண்டும்... மூச்சு இரைச்சலாக வெளிப்பட்டது.

“என்ன?”

“சுனில் ஊருக்குப் போறானாம்...”

“எப்ப? எங்க?”

“இன்னிக்கு... கோத்தகிரிக்குதான்...”

“என்னயா திடீர்னு?”

“அரைமணி முன்னால அவனோட அப்பாகிட்டேருந்து ட்ரங்க்கால் வந்துதாம்... அம்மாவுக்கு உடம்பு சரியில்ல, உடனே கிளம்பி வான்னு சொன்னாராம்... ஸோ, புறப்படறான்.”

“உனக்கு யார் சொன்னா?”

“அவன்தான்... காலேஜுக்குள்ள நுழைஞ்சதுமே எதிர்ல வந்தான், விஷயம் இப்படின்னு சொன்னான்... உடனே உன்கிட்ட சொல்ல ஓடிவரேன்...”

ப்ரேம் யோசனையுடன் வகுப்பைவிட்டு வராந்தாவுக்குச் செல்ல, பரத்தும் பின்னோடு நடந்தான்.

“சுனில் எத்தன நாள் ஊர்ல இருப்பான், பரத்?”

“எப்படிச் சொல்ல முடியும்! அங்க அவனோட அம்மா நிலைமை எப்படியிருக்கோ?”

"நா எதுக்காக இத்தன கேள்வி கேக்கறேன்னு புரியுதில்ல?"

"ம்ம்... பொட்டலம்?"

ப்ரேம் ஆமாம் என்று தலையசைத்தான்.

"உனக்கு வந்திருக்கற இதே கவலைதான் எனக்கும்... இந்த நாலு மாசமா நமக்கு வேணுங்கற பொட்டலங்களை சுனில்தான் குடுத்திட்டிருக்கான்... இப்ப திடீர்னு அவன் ஊருக்குப் போயிட்டான்னா, நாம என்ன பண்ணப் போறோம்?"

பரத்தின் கேள்விக்கு பதில் சொல்லத் தெரியாமல் ப்ரேம் நகத்தைக் கடித்தான்.

வகுப்புகள் தொடங்குவதற்கான மணியின் ஓசை எழ, பரத் ஒரு தீர்மானத்துக்கு வந்த தினுசில் நிமிர்ந்தான்.

"நா கிளாஸுக்குப் போப்போறதில்ல... சுனிலப் பாக்கப் போறேன்..."

"நானும் வரேன்..."

நாலடி நடந்தவர்கள் எதிரில், அப்பு வந்தான்... முகத்தில் வியர்வை, களைப்பு...

"எங்கயா கிளம்பிட்டீங்க, கிளாஸுக்குப் போகாம?"

"நாங்க சுனிலப் பாக்கப் போறோம்... ஆமா, நீ ஏன் லேட்?"

அப்பு பார்வையைத் தழைத்தான். வேதனையில் முகம் கோணிப்போவதை நண்பர்கள் பார்க்காதிருக்க வேண்டி லேசாகத் திரும்பி நின்றுகொண்டான்.

"என்ன, அப்பு?"

"ஒண்ணுமில்ல..."

"நீ வேணா கிளாஸுக்குப் போ... நாங்க அப்பறமா வரோம்..."

அப்பு தயங்கினான்... சன்னக்குரலில் சொன்னான், "நானும் வரேனேயா..."

பேசியவனை ப்ரேமும், பரத்தும் ஆச்சர்யத்துடன் ஏறிட்டார்கள். பின், உன்னிஷ்டம் என்பதுபோல தோளைக் குலுக்கிக்கொண்டு நடந்தார்கள்.

இவர்கள் எதிர்பார்த்தது போலவே, சுனில் அறையில்தான் இருந்தான்.

திறந்திருந்த பெட்டி, வாரியிறையும் துணிகள், விரல்கள் இடுக்கில் புகைந்த ‘ஜாயிண்ட்’...

“என்னயா... எல்லாரும் கூட்டமா வர்றீங்க? கிளாஸ் இல்லியா?”

“இருக்கு, சுனில்... நாங்கதான் போகல.”

“ரொம்பத்தான் முன்னேறிட்டீங்க, மச்சி!”

“ஊருக்குப் போறியாமே, சுனில்?”

“ம்...”

“எப்ப வருவே?”

“தெரியாது, மச்சி... அங்க போனாத்தான் எல்லாமே புரியும்.”

ப்ரேம் சுற்றி வளைக்காமல் நேரடியாக விஷயத்துக்கு வந்தான்.

“நீ ஊருக்குப் போயிட்டா, பொட்டலத்துக்கு நாங்க என்ன பண்ணுவோம்?”

சுனில் அலட்சியமாய் சிரித்தான். “ஸோ? கிளாஸ் கட் அடிச்சிட்டு என்னைப் பாக்க வந்திருக்கறது இதுக்குத்தானா! என்னமோ சொல்லுவாங்களே... என்னது? ஏதோ குடுமி ஏதோ செய்யுமான்னு...”

அப்பு, “சோழியன் குடுமி சும்மா ஆடுமா...” என்று சொல்ல,

“அதான், மச்சி... அதேதான்!” என்று சுனில் உரக்க சிரித்தான்.

“விளையாடாதே, சுனில்...”

“சரி, விளையாடல... என்ன பண்ணணும், சொல்லு!”

“இன்னிவரைக்கும் தினம் உன்கிட்டதான் நாங்க பொட்டலம் வாங்கறோம்... இனிமே என்ன பண்றது?”

“இதுக்காகவா இத்தன வொர்ரி பண்ணிக்கறீங்க? தெருமுனை ஆதிமூலம் பெட்டிக்கடையில நா சொன்னதா சொல்லி வாங்கிக்கங்க...”

ப்ரேம் பதட்டத்துடன் மறுத்தான். "அங்க வேணாம், சுனில்..."

"ஏன்யா?"

"தெரிஞ்சவங்க நிறைய பேர் இந்தக் காலேஜுலயே படிக்கறாங்க... பொட்டலம் வாங்கறது தெரிஞ்சு, அப்பா வரைக்கும் விஷயம் போயிடுச்சுன்னா வம்பு! நேத்துகூட சிவா கேட்டான்..."

"என்னன்னு?"

"அடிக்கடி சுனில் ரூமுக்குப் போறியே, என்ன விஷயம்னு?"

"நீ என்ன சொன்னே?"

"அவன் ரூம்ல ஸ்டீரியோ சிஸ்டம் நல்லா இருக்கு, கேக்கப் போறேன்னு சொன்னேன்... 'ஜாக்கிரதை, சுனிலுக்கு அத்தன நல்ல பேர் இல்ல'ன்னு வார்ன் பண்ணினான்..."

சுனில் சிரித்தான். "முதுகெலும்பு இல்லாத பயல் என்னப்பத்தி விமர்சிக்க வந்துட்டான்! ஆம்பிளையா நிமுந்து நின்னு ஒரு க்ராஸ் ஸ்மோக் பண்ண அவனுக்கு தைரியமில்ல... கிளாஸ்ல வாத்தியாரை ஒரு கேள்வி கேட்டு முறைக்க துணிச்சலில்ல... என்னப்பத்திப் பேச வந்திட்டான்! பாஸ்டர்ட்!"

"இப்ப அவன் பேச்சு எதுக்கு, சுனில்? எங்களுக்கு ஒரு வழி சொல்லு..."

"ம்ம்ம்? மிஞ்சிப்போனா ரெண்டு இல்ல மூணு பொட்டலம் வாங்கறீங்க... இதுக்காக எங்கெங்கயோ அலைய வெக்கணுமான்னு பாக்கறேன்..."

"இப்பல்லாம் மூணு பொட்டலம் எங்களுக்குப் போறல... ஒரு தோலாவா வாங்கிடலாம்னு..."

"அட்றா சக்கை! தோலாவுக்கு வந்துட்டீங்களா, மச்சி! எப்படியா அவ்வளவு செலவாகுது?"

"நானும் ப்ரேமுமே ஆளுக்கு அஞ்சாறு பிடிக்கறோம்... அப்பு, ரெண்டு இல்ல மூணு... மத்தபடி, தெரிஞ்சவங்க யாராவது இருந்தா, அவங்களுக்கும் குடுக்க..."

சுனில், அப்பு பக்கம் திரும்பினான். "பரவாயில்லியே, அப்புசாமிப்பையா... ரொம்ப சீக்கிரம்தான் தேறிட்ட! முத நாள் வந்தப்ப, தலைய எண்ணெய்ச் சட்டில கவுத்துகிட்டு முசக்குட்டியாட்டம் நீ நின்னப்ப, நாலு நாள் காலேஜுக்கு ஒழுங்கா வந்திட்டு பயந்துபோய் பாதியில படிப்ப நிறுத்திடுவேன்னு நா நினைச்சேன்!"

சுனிலின் பாராட்டு, மகுடத்தைச் சூட்டின பெருமையைத் தர, அப்பு நிமிர்ந்து புன்னகைத்தான்.

"மிளகாத்தூள் தடவின தோசை கொண்டுவந்திருக்கியா, மச்சி?"

அப்பு அவமானத்தோடு கிசுகிசுப்பாய் பேசினான். "ம்ஹூம்... இன்னிக்கு மோருஞ்சாதம்தான்... மாசக்கடைசி இல்லியா... அதான்."

நண்பனின் வேதனை புரிய, ப்ரேம் சொன்னான், "இப்பல்லாம் இவன் ரொம்ப மாறிட்டான்யா... நேத்து ஆம்லெட் சாப்பிட்டான், தெரியுமா?"

"நிஜமாவா? சபாஷ்டா, மச்சி! இப்பத்தான் நீ ஆம்பிளையா மாறிட்டு வர்றே!"

பேச்சு எங்கோ போவது சலிப்பைத் தர, பரத் அவசரமாய்க் குறுக்கிட்டான். "அவனைப் பாராட்டறது இருக்கட்டும், சுனில்... முதல்ல பொட்டலத்துக்கு வழி சொல்லு..."

"தோலாவா வேணும் இல்லியா? ம்ம்... சரி... ரெண்டு மூணு எடம் சொல்றேன். ஒரு எடத்துல கிடைக்கலேன்னாலும் இன்னொண்ணுல கிடைக்கும். மண்ணடி தெரியுமா, மண்ணடி? அங்க..."

சுனில் சொன்ன விவரங்களைக் கவனத்துடன் கேட்டுக்கொண்ட பிறகு, வகுப்புகள் நடக்கும் சமயத்தில் வெளியே போகவேண்டாம், மதியச் சாப்பாட்டு நேரத்தில் புறப்பட்டுச் செல்லலாம் என்று தீர்மானித்த மூவரும், அங்கேயே அமர்ந்து

ஆளுக்கொரு க்ராஸைப் புகைத்து, ஏதும் பேசாமல் பாட்டைக் கேட்டு நீலவானத்தை வெறித்து, அவரவர் கற்பனையில் மூழ்கிப் போனார்கள்.

ஒரு மணி சுமாருக்கு ப்ரேம், "புறப்படலாமா?" என, எழுந்தார்கள். வெளியில் வந்து கேட்டைப் பார்க்க நடந்தார்கள்.

"நேரா மண்ணடிக்குப் போயிடலாமா, இல்ல ட்ரைவ் இன்ல முயற்சி பண்ணிப் பாக்கலாமா?"

பரத் கேள்வி கேட்டதும், தலைமுடியைக் கோதியபடி ப்ரேம் நின்றான். யோசனை பண்ணிவிட்டு, "வேணாம்யா..." என்றான். "சில சமயம் எங்கப்பா ஆபீஸ்லேந்து அவரோட சினேகிதங்களோட ட்ரைவ் இன்ல லஞ்ச் சாப்பிட வருவாங்க... எதுக்கு ரிஸ்க்? நாம மண்ணடிக்கே போயிடலாமே?"

"அதுவும் சரிதான்... ரெண்டு மூணு தோலாவா வாங்கி வெச்சுட்டோம்னா, நாலைஞ்சு நாளைக்குக் கவலையில்ல! ஆமா, உன்கிட்ட பணம் இருக்கா? இல்ல, என் வீட்டுக்குப் போய் எடுத்துகிட்டுப் போலாமா?"

ப்ரேம் பர்ஸை எடுத்துப் பார்த்தான். காலையில் எகனாமிக்ஸ் புஸ்தகம் ஒன்று வாங்க வேண்டுமென்று அம்மாவிடம் பணம் கேட்டு, அவள் சில்லறை இல்லையென்று கொடுத்த நூறு ரூபாய் நோட்டும் ஒரு பத்து ரூபாய் நோட்டும் இருந்தன.

இந்தப் பணத்தில் பொட்டலங்களை வாங்கிவிட்டு, அம்மா 'புஸ்தகம் வாங்கினாயா?' என்று கேட்டால், ஏதாவது சொல்லி சமாளிக்க வேண்டியதுதான்.

பின்னே!

புஸ்தகத்தைவிட பொட்டலம் ரொம்ப அவசியமானதாயிற்றே!

நிமிர்ந்தவன், சினேகிதர்களைப் பார்த்துப் புன்னகைத்தான். "நிறைய இருக்குயா... டோண்ட் வொர்ரி!"

"குட்!"

பரத், அப்பு பக்கம் திரும்பினான். “நீ என்னயா பண்ணப்போறே? சாப்பிட்டுட்டு கிளாஸுக்குத்தானே?”

அப்பு தயங்கினான். காலையில் வீட்டாரால் உண்டாக்கப்பட்ட ரணத்தின் வலி, இப்போதுதான் ஒரு தினுசாய் குறைந்திருப்பது, வகுப்புக்குப் போனால் கொஞ்ச நேரத்தில் மீண்டும் முணுமுணுவென்று ஆரம்பித்துவிடுமோ என்கிற பயம் சின்னதாக எழுந்ததில்... அவசரமாய், “நானும் வரேன்யா...” என... நடந்துகொண்டிருந்த ப்ரேம் நின்றான். “என்னாச்சு உனக்கு, அப்பு? சாதாரணமா கிளாஸ் கட் பண்ணிட்டு ஊர் சுத்தறவன் நீ இல்லியே?”

“மனசு சரியில்லயா...”

“வாட் ஹேப்பண்ட்?”

“ஒண்ணுமில்ல... விட்டுடுங்கோ! நௌ ‘ஐ’ம் பெட்டர்... எதுக்கு வீணா அடங்கினதக் கிளறணும்?”

ப்ரேம் உதட்டைப் பிதுக்கித் தோளைக் குலுக்கினான். “வேணாம்னா விட்டுடு! ஓகே, நாங்க மண்ணடிக்குப் போப்போறோம்... வரியா?”

“.....”

“ப்ச்... இப்ப எதுக்குத் தயக்கம்?”

“வந்து... என்கிட்ட பணம் இல்ல, ப்ரேம்...”

“அதனால என்ன, அப்பு? நாம ஃப்ரெண்ட்ஸ் இல்லியா? ஒருத்தன்கிட்ட இருந்தா இன்னொருத்தன்கிட்ட இருக்கற மாதிரிதானே! என்ன, பரத்?”

“அதானே!”

“வேண்டாததப் பேசிட்டு நிக்காம, கிளம்புங்கப்பா... மத்தியானத்துக்கு என்கிட்ட க்ராஸ் இல்ல... உன்கிட்ட இருக்கா, பரத்?”

“ஒண்ணே ஒண்ணு, கண்ணே கண்ணு...”

“ஐயோ… நாலு மணி கோட்டாவுக்கு க்ராஸ் இல்லியா? அது கஷ்டமாச்சேயா! உடனே புறப்படுங்க… பஸ் பிடிச்சுப் போகணும், ஆளைத் தேடி வாங்கணும்… ஜாயிண்ட் தயாரிக்கணும்… அடேங்கப்பா, எத்தனை வேலை இருக்கு!”

ப்ரேமின் பதட்டம் மற்றவர்களையும் தொற்றிக்கொள்ள, கால்களை அகல அகலமாய் வைத்து நடந்து பஸ் ஸ்டாண்டுக்கு வந்து பஸ் பிடித்து மவுண்ட் ரோடில் இறங்கி, அங்கிருந்து இன்னொரு பஸ் பிடித்து மண்ணடிக்குப் போனார்கள்.

சுனில் குறிப்பிட்ட இடத்தில், குறிப்பிட்ட ஆளைத் தேடவேண்டிய அவசியமே இல்லாமல் ஆபத்பாந்தவனாக கஞ்சா விற்பவன் கிடைக்க, கையில் பணம் இருந்த காரணத்தால் நாலு தோலா கஞ்சாவை வாங்கிக்கொண்டு, பக்கத்திலிருந்த ஒரு நாற்றமெடுத்த பொதுக்கழிப்பறைக்குள் சென்று, அந்த அசுத்தத்தையோ துர்மணத்தையோ பொருட்படுத்தாமல், உடனடித் தேவைக்காக மூன்று ஜாயிண்ட்டுகளைத் தயாரித்து, அங்கேயே நின்று அதைப் புகைத்த பிறகு, பரத்தின் ஆலோசனைப்படி அவனுடைய வீட்டுக்கு அவர்கள் வந்து சேரும்போது மணி நாலேகால்.

கூட்டமாக வந்திருப்பவர்களைப் பார்த்து முகத்தைச் சுளித்தபடி பாட்டி, “எங்கடா வந்தீங்க இத்தனை சுருக்க?” என்றதற்கு, “கடைசி ‘அவர்’ பாடம் இல்ல, பாட்டி… க்ரூப் ஸ்டடி பண்ண வந்திருக்காங்க…” என்று பதில் கூறிவிட்டு, நண்பர்களுடன் பரத் மாடிக்கு வந்தான்.

அறைக்கதவை சாத்தித் தாளிட்டுவிட்டு, அலமாரியில் வைத்திருந்த காட்பரிஸ் சாக்லெட்டை நண்பர்களுக்குக் கொடுத்து தானும் தின்ற பிறகு, மூவரும் கீழே உட்கார்ந்து பேப்பரைப் பரத்திக்கொண்டு ஜாயிண்ட் தயாரிக்கும் வேலையில் ஈடுபட்டார்கள்.

ஒரு தோலாவைப் பிரித்து இருபத்தியைந்து சிகரெட்டுகளைத் தயாரித்து, ப்ரேம் பத்து, பரத் பத்து, அப்பு ஐந்து என்று

எடுத்துக்கொண்டு, பாக்கி கஞ்சாவை பரத்தின் அலமாரியிலேயே பத்திரப்படுத்தினவர்கள், அக்கடாவென்று ஆளுக்கொரு இடத்தில் காலை நீட்டி அமர்ந்து, புது சரக்கைப் புகைத்தார்கள்.

சரியான ஆகாரம் எதுவுமின்றி, கஞ்சா சிருஷ்டித்த உலகில் நடமாடிக் கொண்டிருந்துவிட்டு எட்டு மணி சுமாருக்கு வீட்டு ஞாபகம் வந்தவர்களாய் கிளம்பினார்கள்.

"சாப்பிடவரியா?" என்று ஒருதரம் பாட்டி கூப்பிட்டதற்கு, "நா வரலை... எனக்குப் பசிக்கலை..." என்று கூறி இன்னொரு க்ராஸைப் பற்றவைத்து முடித்த பின்னர், பரத் உறங்க ஆரம்பித்தான் என்றால்...

வெறும் வயிற்றோடு, பழக்கமில்லாமல் பஸ்ஸில் இங்குமங்கும் வெயில் தருவாயில் அலைந்து, இடைவெளி அதிகமில்லாமல் எக்கச்சக்கமாய் க்ராஸ் பிடித்ததில் தலைசுற்றல் இருக்க, அம்மாவுக்குத் தெரியாமல் வாந்தியெடுத்துவிட்டு, சாப்பிட முடியாமல், "ஜூரம் வர்ற மாதிரி இருக்கு... சாப்பாடு வேணாம்..." என்று பொய்க் காரணத்தைக் கூறிவிட்டு ப்ரேம் படுத்தான் என்றால்...

முதல்முறையாக நாலு க்ராஸைப் பிடித்து, கல்லூரிக்குப் போகாமல் ஊர் சுற்றியதன் மூலம், காலையில் தன்னைக் காயப்படுத்திய அம்மா, இதர நபர்களை ஏதோவொரு விதத்தில் பதிலுக்குத் தானும் காயப்படுத்திவிட்டோம் என்கிற சுகமான பிரமையோடு வீட்டுக்கு வந்து, "ஏண்டா மூஞ்சியும் கண்ணும் எப்படியோ இருக்கு? எங்க போயிருந்தே, என்ன பண்ணினே இத்தன நாழி? உடம்பு சரியில்லியா என்ன? வரவர உன் போக்கே சரியில்ல..." என்று கண்டிப்பும், கரிசனமும் கலந்து அம்மா கேள்விகளை வீசியபோது, எதற்கும் பதில் கூறாததோடு, எப்போது தனிமை கிடைக்கும், எங்கு சென்று பையின் அடியில் மறைந்திருக்கும் ஜாயிண்ட்டைப் புகைக்கலாமென்று யோசிப்பதிலேயே அப்புவின் புத்தி இருந்தது.

அப்பு,

அன்றைய பொழுது அப்புவுக்கு சரியாக விடியவில்லை என்றுதான் சொல்ல வேண்டும்.

அதோடு, கொஞ்ச நாள்களாகவே நெஞ்சு பூராவும் ஏக்கமான ஏக்கம்...

பரத், ப்ரேம் போல, நினைத்தபோது தன்னால் ஒரு தனியறையில் அமர்ந்து நிம்மதியாக க்ராஸ் புகைக்க முடியவில்லையே என்ற ஏக்கம்...

அட... ப்ரேம் மாதிரி தனியறை வேண்டாம்... பரத் மாதிரி மாடி பூராவும் வேண்டாம்... ஆனால், பத்து நிமிஷம் குளியலறையில் விஸ்ராந்தியாய் இருப்பதுகூட சாத்தியமில்லை என்றால்?

இருப்பது ஒரே ஒரு டாய்லட் கம் குளியலறை... இதை, அந்த வீட்டிலுள்ள ஆறு ஜீவன்களும் உபயோகிக்க வேண்டுமென்றால், விஸ்ராந்தியாவது மண்ணாங்கட்டியாவது!

கதவைச் சாத்திக்கொள்ளும் முன்னர், “ஆச்சாடா?” “ஆச்சா, அண்ணா?” என்று பின்னோடு ஆள் வந்துவிடுவதில், இருக்கும் அரைவாளி ஜலத்தில் சிக்கனமாய் குளித்துவிட்டு வரத்தானே பொழுது இருக்கிறது!

சட்!

என்ன வாழ்க்கையடா இது!

எப்போது இந்தத் தொல்லையெல்லாம் குறையுமோ!

பிறந்திருந்தால் ப்ரேம் மாதிரி, பரத் மாதிரி பணக்கார வீட்டுப் பிள்ளையாகப் பிறந்திருக்க வேண்டும்...

நானும் பிறந்திருக்கிறேனே, ஒன்றிற்கும் வக்கில்லாத வீட்டில்!

இந்த வருத்தமும், ஆற்றாமையும் சதா மனசை உறுத்த ஆரம்பிக்க, “தூங்கி எழுந்ததுமே ஒரு ஜாயிண்ட் பிடிச்சா, நாள் பூரா ரொம்ப சுகமா இருக்குயா!” என்று ப்ரேம் சொன்னது நினைவில் கூத்தாட, அந்த வீட்டில் அது சாத்தியமில்லை என்பதால், காலையில் பால் பூத்துக்குச் செல்லும் வேலையை

வலிய தன்னுடைய தாக்கிக்கொண்டு ரொம்ப சிரத்தையுடன் ஐந்துக்கு எழுந்து, "எதுக்குடா இத்தன சீக்கிரம் ஓடறே?" என்று அம்மா கேட்பதை லட்சியம் செய்யாமல் ஒரு வாரமாகப் போய்வருகிறான்.

தெருமுனை தாண்டி வலப்பக்கம் சென்றால் பால் பூத். ஆனால் இவன், இடப்பக்கம் நடந்து, பக்கத்துத் தெரு பூங்காவில் அமர்ந்து நிதானமாய் க்ராஸைப் புகைத்துவிட்டு, பிறகு பால்பூத்துக்கு வந்து பால் வாங்கி வருவான்.

யார் கண்பட்டதோ... ஒரு வாரமாய் ஒழுங்காய் நடந்துவரும் இந்த வழக்கம் இன்று கோளாறாகிவிட்டது.

எதையோ யோசனை பண்ணியவாறு உட்கார்ந்திருந்துவிட்டு, நாழியாகிவிட்டதை உணர்ந்து ஓட்டமாய் ஓடினால், "நீங்க வரலேன்னு, எக்ஸ்ட்ரா பால் கேட்டவங்களுக்குக் குடுத்துட்டேன், சார்..."

கிடைத்த ஒரே ஒரு பால் பையுடன் படியேறினதும், "ஒரு காரியம் ஒழுங்கா செய்யத் துப்பில்ல..." என்ற பாட்டியின் சிடுசிடுப்பு.

"பாடம் சொல்லிக்குடு, அண்ணா..." என்று வந்த தங்கையிடம் தன் எரிச்சலைக் காட்டியவன், அம்மா கோபமாய் இருக்கிறாள் என்பதைப் புரிந்துகொள்ளாமல், கல்லூரி எக்ஸ்கர்ஷனுக்குப் பணம் கேட்டுப் பேச்செடுக்க, சாவித்திரி வள்ளென்று விழுந்தாள்.

"என்னடா, மனசுல என்னதான் நினைச்சுண்டிருக்கே? தப்பைக் கண்டிச்சா, சாருக்குக் கோவம் வருதோ? அந்த ரோஷத்தையெல்லாம் படிப்புல காட்டு, எங்கிட்ட வேண்டாம்! தங்கைக்குப் படிப்பு சொல்லிக்குடுத்தா தேஞ்சா போயிடுவே? எதுக்காக அவமேல அப்படி எரிஞ்சு விழறே? நானும் கொஞ்ச நாளா கவனிச்சுண்டுதான் வரேன்... என்னாச்சு உனக்கு? படிச்சு முன்னுக்கு வர்றதை விட்டுட்டு, இதெல்லாம் என்னடா வேண்டாத ஆசை?"

முதலில் பாட்டி, அப்புறம் அம்மா.

இருவருமே துளி மனிதாபிமானம் இல்லாமல், தன் ஆசைகள் புரியாமல் திட்டுவதாகவும், தான் ரொம்பவும் அடிபட்டுப் போனதாகவும் எண்ணிய அப்பு, இந்த வேதனைக்கு மருந்து கஞ்சாதான் என்று நம்ப ஆரம்பித்துவிட்டானே... இது தெரியாத்தனத்தாலா, போறாத வேளையாலா, இல்லை இரண்டுமேதானா?

——

8

ஸந்தியா ஆள்காட்டி விரலை மடக்கி, கதவின்மேல் லேசாகத் தட்டினாள். “ப்ரேம்…” என்ற குரல் கொடுத்தாள்.

எதற்கும் பதில் இல்லாமலிருக்க, தம்பி உள்ளே இல்லையோ என்கிற சந்தேகத்துடன் கதவைக் கொஞ்சமாகத் திறந்து எட்டிப் பார்த்தாள்.

ப்ரேம் உள்ளேதான் இருந்தான்.

இவள் கதவைத் தட்டியதோ, அழைத்ததோ காதில் விழாதவனாய் மேஜை மேல் சரிந்தவாறு அவன் அமர்ந்திருக்க, ஸந்தியா மெதுவாக அறைக்குள் வந்தாள்.

கல்லூரியிலிருந்து திரும்பியவன், ஷர்ட்டை அவிழ்த்துவிட்டு வெறும் ஜீன்ஸுடன் உட்கார்ந்திருந்ததில், விலா எலும்புகள் துருத்திக்கொண்டு நிற்பது துல்லியமாகத் தெரிந்தது. பஞ்சத்தில் அடிபட்டவன் மாதிரி வயிறு குழியிட்டு உள்நோக்கி வளைந்திருந்தது.

கிராப் வெட்டிக்கொண்டு நாளானதை டாம்டாம் அடிக்கும் நீளமுடி, ‘நான் சுத்தமாக இல்லை’ என்பதையும் வெளிப்படையாகவே சொல்லியது.

ஸந்தியாவுக்கு வருத்தமாக இருந்தது.

என்ன ஆயிற்று இவனுக்கு?

சதா சிரிப்பும், பேச்சும் துள்ளலுமாக இருந்தவன், எதனால் இப்படி எதிலும் ஈடுபாடு இல்லாதவன்போல மாறிவிட்டான்?

ஏதாவது வருத்தமா? யார் மேலாவது கோபமா?

தோளில் கை வைத்து, "ப்ரேம்..." என்று அழைத்ததும், தூக்கிவாரிப்போடத் திரும்பினான்.

"ஓ, நீயா!"

சட்டென்று நெற்றியில் வியர்வைத் துளிகள் பூக்க, ப்ரேம் கையால் முகத்தை அழுந்த துடைத்துக்கொண்டான்.

ஸந்தியா கதவைச் சாத்திவிட்டு, மேஜைமேல் ஏறி உட்கார்ந்து, தம்பியை அழுத்தமாக ஏறிட்டாள்.

"என்ன விஷயம், ப்ரேம்?"

"ம்?"

"ஏன் எப்படியோ இருக்கே?"

"இல்லியே... நா சாதாரணமாத்தானே இருக்கே?"

"பொய் சொல்லாதே, ப்ரேம்... கொஞ்ச நாளாவே நா கவனிச்சிட்டுத்தான் வரேன்... வாட்ஸ் ராங்?"

"நத்திங்."

"சொல்லு, ப்ரேம்... என்கிட்ட சொல்றதுக்கு என்ன?"

"ஒண்ணுமில்ல, ஸந்தியா..."

"என்னை உன் அக்காவா நினைச்சுக்காதே... ஃப்ரெண்டா நினைச்சு, மனசுவிட்டுப் பேசு..."

ப்ரேம் வலுக்கட்டாயமாகச் சிரிப்பை வரவழைத்துக் கொண்டான்.

"ஒண்ணுமே இல்லாதப்ப, சொல்லு, சொல்லுன்னா... உனக்காக நா எதையாவது கற்பனை பண்ணித்தான் சொல்லணும்!"

ஸந்தியா கண்களை இடுக்கிக்கொண்டாள்.

"நிஜமா?"

"நிஜம்மா!"

அரைநிமிஷம் மௌனம்.

"உன்னை நினைச்சா என்னமோ கவலையா இருக்கு, ப்ரேம்..."

"வொய்?"

"காரணம் சரியா தெரியல... ஆனா, கவலையா இருக்கு... நீ முன்ன மாதிரி இல்லாத ஃபீலிங்..."

ப்ரேம் இப்போது வேண்டுமேன்றே உரக்கச் சிரித்தான். "ஸில்லி!"

"நீ சரியா சாப்பிடாத மாதிரி, கலகலப்பா இல்லாத மாதிரிபடுது... எனி ப்ராப்ளம், ப்ரேம்?"

"நத்திங்யா..."

"காலேஜ்ல லெக்சரர் ஏதாவது சொன்னாரா? படிப்பு கஷ்டமா இருக்கா?"

"ம்ஹூம்..."

"அப்பா, அம்மா, என் மேல கோவம்?"

"ச்சே!"

"அப்பறம் என்னதான் பிரச்சினை, ப்ரேம்?"

"ஓ, ஷிட்! ஒண்ணுமில்லேன்னு சொன்னா நம்பணும்!"

என்ன முயன்றும் கட்டுப்படாத எரிச்சல் அவனது குரலில் எட்டிப்பார்த்தது.

ஸந்தியா மூலையில் தூசி படிந்து கிடந்த கிடார், டென்னிஸ் மட்டை பக்கம் பார்வையை வீசினாள்.

"கிடார் வாசிக்கறதில்ல... டென்னிஸுக்குக்கூட போறதில்ல..."

"....."

ஸந்தியா குரலைத் தழைத்துக்கொண்டாள்.

"கொஞ்ச நாளா நீ ஸ்மோக் பண்றேன்னு நா நினைக்கறேன்... ஆம் ஐ கரெக்ட்?"

ப்ரேம் சரக்கென்று நிமிர்ந்தான். "அ... அது வந்து... ஸந்தியா... நா..."

ஸந்தியா இதமாகப் புன்னகைத்தாள். "ரிலாக்ஸ்... ஏன் இப்படிப் பதர்றே? நா அப்பா அம்மாகிட்ட சொல்லலே... சொல்லவும் மாட்டேன்! ஆனா, என்கிட்ட நீ நிஜத்தை ஒத்துக்கணும்..."

ப்ரேம் பார்வையைத் தழைத்தான். வறண்டுவிட்ட உதடுகளை நாவால் ஈரப்படுத்திக்கொண்டான்.

"சொல்லு, ப்ரேம்... ஸ்மோக் பண்றேதானே?"

"அது வந்து..."

"பாய்ஸ் நடுவுல இதெல்லாம் பத்தி ஒரு ஆர்வம் இருக்கறது சகஜம்... எனக்குத் தெரியும்! ஆனா, படிச்சு, சம்பாதிக்க ஆரம்பிக்கறதுக்கு முன்னால இந்தப் பழக்கம் தேவையா, ப்ரேம்? நீ யோசிக்கணும்..."

"ஸாரி, ஸந்தியா..."

"வெறும் வாய் வார்த்தையோட நிக்காம, காரியத்துல காட்டினா நா சந்தோஷப்படுவேன்!"

பதில் பேசாமல் தலை குனிந்தபடி நிற்கும் தம்பியைப் பார்க்கப் பாவமாக இருக்க, ஸந்தியா அவனை நெருங்கி தலைமுடியை செல்லமாகக் கலைத்துவிட்டாள்.

"டோண்ட் ஃபீல் ஸோ பாட்... தப்பு பண்றது நேச்சுரல்... இதோட விட்டுடறது புத்திசாலித்தனம்! தப்பு பண்றோம்னு புரியணும்... அது முக்கியம், ப்ரேம்! கமான், சியர் அப்... வர்றியா, ஒரு வாக் போயிட்டு வரலாம்? ரொம்ப நாளாச்சு நீயும், நானும் சேர்ந்து போயி..."

அக்காவின் மனசில் குட்டியாய்ப் பூத்துவிட்ட சந்தேகத்தை உடனடியாகக் கிள்ளும் ஆர்வத்தோடு, ப்ரேம் அவளோடு கிளம்பினான்.

காலை வீசிப்போட்டு உற்சாகமாக நடந்த ஸந்தியாவின் நடைக்கு ஈடுகட்டி நடக்கையில், 'இப்படி வேகுவேகென்று

நடப்பதற்குப் பதிலாக, தனியாய் அறையில் உட்கார்ந்து, ரவிசங்கரின் சிதார் இசைத்தட்டு கேட்டுக்கொண்டே ஒரு க்ராஸ் பிடித்தால், எத்தனை நன்றாக இருக்கும்!' என்ற எண்ணம் எழ, கஷ்டப்பட்டு அதன் தலையில் தட்டி அடக்கினான்.

"அந்த வீட்டுத் தோட்டத்தைப் பாரு, ப்ரேம்... பச்சைக் கலர் பெயிண்ட் தடவின மாதிரி, லான் எவ்வளவு அழகா இருக்கு! ரெண்டு மாசம் முன்னாலதான் வீட்டுக்குக் குடிவந்தாங்க... அதுக்குள்ள அருமையா லானை உருவாக்கிட்டாங்க!"

ஸந்தியா ரசித்துக் குறிப்பிட்ட வீட்டை ப்ரேம் ஏறிட்டான். சாதாரண வீடு, மிகச்சாதாரண தோட்டம், மிகமிக சாதாரண பச்சைப் புல்வெளி...

க்ராஸைப் புகைக்காத நேரங்களில் சுறுசுறுப்பு மனசைவிட்டு ஓடிவிடுகிற மாதிரி, நிறங்களும் ஏனோ சுத்தமாய் மங்கிவிடுகின்றன.

நாளைக்கு சுனிலைப் பார்க்கும்போது, ஏன் இப்படி என்று கேட்க வேண்டும்.

"ப்ரேம்..."

"அ?"

"நாலு தரம் கூப்பிட்டேன்... காதுல விழல? எந்த உலகத்துல இருக்கே?"

"ஸாரி... ஏதோ யோசனை... என்ன கேட்டே?"

"உங்க காலேஜ்ல எக்ஸ்கர்ஷன் போப்போறீங்களாமே?"

"ம்... பெங்களூர், மைசூருக்கு..."

"வரவர நீ ரொம்ப மோசமாயிட்டே, ப்ரேம்... முன்னெல்லாம் உன்னைப்பத்தின எந்த விஷயத்தையும் நீ என்கிட்ட சொல்லாம இருந்ததில்ல..."

ப்ரேம் நடையை மந்தமாக்கி, தோளைக் குலுக்கினான்.

"அம்மாவே ஆச்சர்யப்பட்டாங்க... ப்ரேம் எக்ஸ்கர்ஷன் போறது உனக்குத் தெரியாதானிட்டு!"

"....."

"எப்ப? எத்தன நாளைக்கு?"

"அடுத்த மாசம்... பரிட்சை முடிஞ்சதும் லீவு சமயத்துல போறோம்... மேக்சிமம் ஒரு வாரம் ஆகலாம்னு புரொஃபஸர் சொன்னார்..."

"பரிட்சைன்னு சொன்னதும் நினைவுக்கு வருது... நல்லா ப்ரிப்பேர் பண்ணிட்டிருக்கியா?"

"ம்."

"ராத்திரி ரொம்ப நேரத்துக்கு உன் அறையில லைட் எரியுது... வந்து ஏதாவது பேசலாம்னா, கதவை உள்பக்கம் தாள் போட்டுக்கறே! இதென்ன புதுப்பழக்கம், ப்ரேம்?"

நிறுத்தாமல் தொணதொணவென்று அவள் கேள்வி மேல் கேள்வி கேட்பது, அடங்கியிருந்த எரிச்சலைக் கிளப்பிவிட்டது.

"என் ரூம்ல என் இஷ்டப்படி இருக்கறதுகூடத் தப்பா, ஸந்தியா? எல்லாத்துக்கும் பர்மிஷன் வாங்கணுமா? இல்ல, செய்யற ஒவ்வொரு காரியத்துக்கும் விளக்கம் சொல்லணுமா? நீங்க எல்லாரும் என்னை பெரியவனா நடத்த கத்துக்கிட்டீங்கன்னா தேவலை..."

தம்பியின் கோபத்தை ஸந்தியா சிரித்து அடக்கப் பார்த்தாள். "ஆறு மாசம் முன்னால வரைக்கும் குழந்தையா இருந்தவன், திடும்னு ரொம்பப் பெரியவனாயிட்டே... அப்படித்தானே, ப்ரேம்?"

நடந்துகொண்டிருந்த ஸந்தியா நின்றாள். "ஐஸ்க்ரீம் சாப்பிடலாமா?"

"யக்... எனக்கு வேணாம்!"

முகத்தைச் சுளித்துக்கொண்டு அவன் பேச, ஸந்தியா என்னது இது என்று புருவங்களை உயர்த்தினாள்.

"வழக்கமா ரெண்டு மூணு சாப்பிடக்கூட ரெடியா நிக்கறவன், வேணாம்னு சொல்றே! 'ஐ'ம் சர்ப்ரைஸ்ட்! நா மாறவேயில்லேன்னு சாதிக்கறியே, இப்ப? இது சேஞ்ச் இல்லியா?"

ப்ரேம் சிரித்து மழுப்பப் பார்த்தான். “ரெண்டு நாளா தலை லேசா வலிக்குது… பரிட்சை சமயத்துல எதுக்கு வீணா ரிஸ்க்குனுதான்…”

முகத்தைத் தீவிரமாக வைத்துக்கொண்ட அவன் பேச, நிஜமாகவே அவன் பரிட்சைக்கு முன்பாகத் தன்னைக் கவனித்துக்கொள்ள விரும்புகிறான் என்று நம்பிய ஸந்தியா சந்தோஷத்தோடு, “குட்!” என்றாள்.

“நேத்து அம்மா, ‘ப்ரேம் இப்பல்லாம் சரியா சாப்பிடறதில்ல, கலகலப்பா பழகறதில்ல, ஏதாவது பிரச்சினையா இருக்குமோ?’ன்னு கவலையோட அப்பாகிட்ட கேட்டப்ப அவர், ‘நீ சொல்றதை நா ஒத்துக்கமாட்டேன், காலேஜ்ல சேந்தப்பறம் பிள்ளைக்குப் பொறுப்பு வந்திருக்கு, முன்ன மாதிரி வம்படிச்சுகிட்டு நேரத்தை வீணாக்கறதில்ல, லேட்டா கண் முழிச்சு படிக்கறான், படிப்புல இன்ட்ரஸ்ட் வந்திருக்கற மாதிரிதான் தோணுது!’ன்னு அடிச்சு சொன்னார்… ஐ திங்க் ஹி ஈஸ் ரைட்! என் தம்பி பெரியவனாயிட்டு வரான்தான்!”

குரலில் பெருமிதம் ததும்ப அவள் பேச, அந்தப் பாராட்டு தனக்கு சந்தோஷம் தந்த தினுசில் ப்ரேம் பதிலுக்குப் புன்னகைத்தான்.

அவளுடைய கருத்துக்கு வலுகொடுக்கும் நோக்கத்தோடு, அன்றிரவு அவளோடு பாடம் பற்றின பேச்சுக்களைப் பேசியபடியே சாப்பிட்டான்.

அடுத்து வந்த இரண்டு நாள்களிலும்கூட, ஒதுங்கியில்லாமல் கலகலப்பாக இருக்க அவன் பிரயத்தனப்பட, தம்பிக்கு ஏதோ தற்காலிக மனச்சோர்வு, இப்போது அவன் சரியாகிவிட்டான் என்று தீர்மானித்த ஸந்தியா, விஷயத்தை அத்துடன் விட்டாள்.

மூன்றாம் நாளிலிருந்து பழையபடி ப்ரேம் தன் மாமூல் பழக்கத்தைத் தொடர, மீண்டும் வேதாளம் மரத்தில் ஏறிக்கொண்டது.

ஸந்தியா,

சின்ன வயசு முதற்கொண்டே ரொம்ப சமர்த்து என்ற ஒட்டுமொத்தமாக எல்லோரிடமும் பேர் வாங்கின பெண். ஸந்தியா இயற்கையிலேயே சூட்டிகையானவள், புத்திசாலி, சாதுவும்கூட. அனாவசியப் பேச்சு கிடையாது. ஆனால், சிரித்த முகத்தோடு எப்போதும் காணப்படுபவளிடம், கேட்ட கேள்விக்கு பதில் தயாராக இருக்கும்.

அவளுடைய குழந்தைப் பருவத்தில் மாதவனின் பெற்றோர் கூடவே இருந்ததில், அப்பா, அம்மாவின் விசேஷக் கவனிப்புடன், பாட்டி தாத்தாவின் அரவணைப்பும் ஏகத்துக்கு அவளுக்குக் கிடைத்திருக்கிறது. மடியில் உட்கார வைத்துக்கொண்டு தாத்தா அன்று அக்கறையுடன் சொன்ன ராமாயண, மகாபாரத, இதர புராணக் கதைகள் மனசில் பளிச்சென்று படிந்துவிட்டதில், நாகரிக யுவதியாக, படிப்பில் முதலாவதாக, கெட்டிக்காரியாக, இருபத்தியோரு வயசில் எம்.ஏ. முதலாண்டு படித்தாலும், நம் கலாச்சாரம், பெரியவர்களிடம் மரியாதை, பந்தபாசம் என்பதிலெல்லாம் அசாத்திய நம்பிக்கை உண்டு.

தன்னைவிட நாலு வயசுச் சின்னவனான ப்ரேமிடம், ஸந்தியாவுக்கு அலாதிப் ப்ரியம், ஒட்டுதல்.

அந்த அன்பின் காரணமாகவே, தம்பிக்கு என்ன, ஏன் எப்படியோ இருக்கிறான் என்று கவலைப்பட்டு அவனை அணுகினவள், அதே அன்பின் காரணமாகத்தான் அவன் பேச்சை நம்பி, அனாவசியமாய் புகார் எதற்குச் சொல்ல வேண்டுமென்று பெற்றவர்களிடம் ப்ரேமின் வினோத நடவடிக்கை குறித்தோ, புகைப்பிடிக்கும் பழக்கம் பற்றியோ பேசாதிருந்துவிட்டாள்.

தம்பி மேல் இருந்த பாசத்தோடு, 'என் தம்பியாவது, தப்புத் தண்டா எதையாவது செய்வதாவது?' என்கிற கண்மூடித்தனமான நம்பிக்கை வேறு சேர்ந்து கொண்டுவிட்டது.

பெற்றவர்களிடம் ப்ரேம் பற்றிப் பேசாதது இன்றைக்குத் தவறாகத் தோன்றாவிட்டாலும், பிரச்சினை பூதமாக வளர்ந்து, நிலைமை கட்டுக்கடங்காமல் போகப்போகும் ஒரு நாளில்,

ஸந்தியாதான் சமயத்தில் நடவடிக்கை எடுக்கத் தவறியதற்காக மிகமிக வருந்தத்தான் போகிறாள்... நிச்சயம்.

———

9

பல கேள்விகளுக்குப் பதில் தெரியாமல், தெரிந்த சிலவற்றுக்கும் எழுதப் பிடிக்காமல், வெற்று வெள்ளைத்தாளில் பெரிசாய் கழுதைப் படம் ஒன்று போட்டு மடித்துக் கொடுத்துவிட்டு, வகுப்பிலிருந்து வெளியில் சென்று மரத்தடியில் ப்ரேம் அமர்ந்த பத்து நிமிஷங்களுக்கெல்லாம், பரத்தும் வந்து சேர்ந்துகொண்டான்.

"என்னயா... ஏதாவது எழுதினியா?"

"ம்ஹூம்... நீ?"

"படம் போட்டுக் குடுத்துட்டு வந்திருக்கேன்..."

தாளைப் பிரித்து இவன் போட்டிருக்கும் கழுதையின் திருதிருப்பைப் பார்த்துவிட்டு லெக்சரர் விழிக்கப்போவது கற்பனையில் முளைக்க, சிரித்தான்.

"என்ன ப்ரேம், ஜோக்? சொல்லிட்டுச் சிரிக்கறது!"

"ஒண்ணுமில்ல... கழுதையோட க்ளோஸப் படத்தப் பாக்கறப்ப, அறுவை மன்னனோட முகபாவம் எப்படியிருக்கும்னு கற்பனை பண்ணிப் பாத்தேன்... சிரிப்பு வந்தது!"

"வரும், வரும்! நாளைக்கு கிளாஸ்ல எல்லார் முன்னாலயும் திட்டு வாங்கறப்ப?"

வகுப்பில் ஆசிரியர் திட்டுவது மட்டுமல்லாமல், தொடர்ந்து அப்பா, அம்மாவை எப்படிச் சமாளிக்கப் போகிறோம் என்கிற

கவலையும் எழ, ப்ரேம் பாக்கெட்டிலிருந்து சிகரெட் பாக்கெட்டை எடுத்துதான் ஒன்றைப் பற்ற வைத்துக்கொண்டு, பரத்திடம் நீட்டினான்.

"ஜாயிண்ட்டா?"

"ம்ஹூம்... வெறும் சிகரெட்தான்! க்ராஸ் தீர்ந்துபோச்சு... உன்கிட்ட இல்லியா?"

"ராத்திரி க்ளோஸ்! இனிமே வாங்கினாதானே? உன்கிட்ட இருக்கும்னு நினைச்சேன்யா..."

"என்னவோ தெரியல... நேத்து ராத்திரி சுத்தமா தூக்கமில்ல... பரிட்சைய எப்படிச் சமாளிக்கப் போறோம்ன்ற கவலைல மூணு மணி வரைக்கும் கையில புஸ்தகத்த வெச்சுகிட்டு உக்காந்திருந்தும், மண்டைல ஒண்ணும் பதியல... கையில இருந்த ஜாயிண்ட்ஸ் தீந்துபோனதுதான் மிச்சம்!"

"நம்ம கேஸூம் அதேதான்... நேத்து ஒரு நாள்ல மட்டுமே நா பதினாறு ஜாயிண்ட்ஸ் பிடிச்சிருக்கேன்னா, பாத்துக்கோயேன்!"

ப்ரேம் மணிக்கட்டைத் திருப்பி கடிகாரத்தைப் பார்த்தான். அது பதினொன்று அடிக்க ஐந்து நிமிஷம் என்றது.

"என்னயா பண்ணலாம்? மண்ணடிக்குப் போயிட்டு வந்துடுவோமா?"

"பின்னே! முதல்ல அதக் கவனிப்போம்... எழுந்திரு..."

"பணம் வெச்சிருக்கியா? பரிட்சைக்குப் புறப்படற அவசரத்துல பர்ஸ் கொண்டுவர மறந்திட்டேன்... ஸாரியா..."

"ச்சே... இதுக்கெல்லாம் போய் ஸாரி சொல்லிகிட்டு! கிளம்பு... ஸூஸூகியில ஒரு ரவுண்ட் அடிச்சிட்டு வந்துடுவோம்!"

போன மாசம் பரத்தின் அப்பா ஈஸ்வர், அபுதாபியிலிருந்து வந்திருந்தவர், பாசத்தினால் செய்தாரோ, இல்லை இது என் கடமை என்று எண்ணினாரோ... ஏதோ ஒன்று... இவன் ஆசைப்பட்டு கேட்ட இண்ட்ஸூஸூகி பைக்கை மறுபேச்சில்லாமல் ஏகப்பட்ட

ப்ரீமியம் கொடுத்து வாங்கித் தந்துவிட்டுப் போயிருப்பதில், இப்போதெல்லாம் மண்ணடிக்கும், சிந்தாதிரிப்பேட்டைக்கும், பாரிஸ் கார்னருக்கும் கஞ்சா வாங்கப்போவது இவர்களுக்குத் தண்ணீர்பட்ட பாடாக இருக்கிறது.

“அப்பு என்ன பண்றான், கவனிச்சியா?”

“ஆடு திருடின கள்ளனாட்டம் முழிச்சிட்டு உக்காந்திருந்தான்! வெளில வந்துடுன்னு சைகை பண்ணேன்... ஐயோன்னு முணுமுணுத்துட்டு அப்படியே உக்காந்திருக்கான்!”

“இருக்கட்டும்... அதுவும் நல்லதுக்குத்தான். வலுக்கட்டாயமா கூப்பிட்டா, நாள் பூரா எதையாவது சொல்லி புலம்பிகிட்டே இருப்பான்! கமான்... லெட்ஸ் கோ, டா...”

மண்ணடியில் இவர்களுக்கு மாமூலாக க்ராஸை சப்ளை செய்யும் ஜப்பாரின் அறை பூட்டியிருக்க, சிந்தாதிரிப்பேட்டைக்கு அன்புமணியைத் தேடிச் சென்றார்கள்.

“அன்பு இல்லீங்களே... அவுரு கன்யாகுமரிக்குப் போயிருக்காரே...”

“எப்ப வருவாரு?”

“தெரியாதுங்களே... நாளை, இல்ல நாளை மக்காநாளு வரலாம்...”

படியிறங்கி ஸூஸூகியிடம் வந்தவர்கள், உடனே அதைக் கிளப்பாமல் யோசனையுடன் நின்றார்கள்.

“என்னப்பா இது... சோதனையாட்டம் எவனுமே அகப்படமாட்டேன்றான்? எங்க போயித் தொலைஞ்சாங்க, சொல்லி வெச்சாப்பல?”

படபடப்புடன் பேசியவனை ப்ரேம் சமாதானப்படுத்தினான்.

“ரிலாக்ஸ், பரத்... பாரிஸ் கார்னர் போய்ப் பாக்கலாம்... இல்லாட்டி ட்ரைவ் இன்ல கண்டிப்பா வாங்கிடலாம்! அதுவும் இல்லேன்னா, இருக்கவே இருக்கு நம்ம ஆதிமூலம் கடை!

தோலாவா அங்க கிடைக்காட்டா, இன்னிக்குத் தேவையான பொட்டலத்தை மட்டும் வாங்கிக்கறது... என்ன?"

அடுத்த பதினைந்தாவது நிமிஷம் பைக்கை விரட்டிக்கொண்டு, பாரிஸ் கார்னரின் அந்தச் சந்தில் இருந்தார்கள்.

வண்டியை நிறுத்திவிட்டு, பிளாட்பாரத்தில் கடை ஓரத்தில் இருந்த நபரிடம், "இங்க முத்துன்னு ஒருத்தர்..." என்று தயக்கத்துடன் வினவ, அந்த ஆள் கண்களைக் குறுக்கிக்கொண்டு இவர்களை அழுந்த பார்த்தான்.

"நீங்க யாரு?"

"காலேஜ் ஸ்டூடண்ட்ஸ்..."

நம்பிக்கைப்படாமல் மேலும் கீழுமாக ஏறிட்டான். "அண்ணே இங்கால வந்துட்டுப் போங்க... இவங்களுக்கு முத்து அண்ணாச்சியப் பாக்கணுமாம்ல..." என, பக்கத்துக் கடையிலிருந்து மீசையும் சிவந்த கண்களுமாய் கைலி கட்டிய ஆள் ஒருத்தன் எட்டிப்பார்த்தான்.

"என்னங்க?"

"மிஸ்டர் முத்துவப் பாக்கணும்..."

"எதுக்கு?"

பரத், ப்ரேமை ஏறிட்டு, சொல்லலாமோ கூடாதோ என்ற தயங்கினான்.

"சுனில் அனுப்பி வந்திருக்கோம்..."

"எந்த சுனில்?"

சொன்னான்.

"ம்ம்... எம்புட்டு வேணும்?"

"ரொம்ப இல்ல... நாலைஞ்சு தோலா..."

"காசு வெச்சிருக்கீங்களா?"

"ம்..."

ஸுஸூகியும் இவர்களது பேச்சும் நம்பிக்கையைத் தந்திருக்க வேண்டும்.

“அந்தா... அந்த மூணாவது ஷாப்புல மாடிப்படி ஏறிப்போங்க... மாடில அண்ணன் இருக்காரு... வழி நெடுக்க ஜாமான் இருக்கும், பாத்துப்போங்க...”

போனார்கள்.

புறாக் கூண்டுகள் மாதிரி அடுத்தடுத்து அறைகள் நாலைந்து பூட்டிக் கிடந்தன.

கடைசி அறையில், கர்லாக் கட்டை மாதிரி ஓர் ஆள் கட்டிலில் படுத்திருந்தான். இவர்களைக் கண்டதும், “யாரு?” என்று அதட்டினான்.

“இவன் ப்ரேம், நா பரத்... சுனில் அனுப்பி வந்திருக்கோம்.”

“என்ன வேணும்?”

“க்ராஸ்...”

“எவ்ளோ?”

“நாலு... இல்ல, ஆறு தோலா...”

முத்து பதில் சொல்லும் முன், அறைக்குள் ஒரு பரட்டைத் தலை எட்டிப் பார்த்தது.

“என்ன, குரு?”

குரு என்ற ஆள் தயங்கினான்.

“சும்மா சொல்லு... நம்மாளுங்கதான்...”

“சரக்கு கொணாந்திருக்கேன்...”

“என்னாது?”

“மாத்திரை...”

“எவ்ளோ?”

“நூறு அட்டை...”

"அட்டையா? பாட்டில் சரக்கில்ல கொண்டுவருவேன்னு சொன்னே?"

"கிடைக்கல..."

"சரி, சரி... கொண்டா..."

வந்தவன், கையோடு எடுத்து வந்திருந்த பையிலிருந்து நாலு பிஸ்கெட் டப்பாக்களை நீட்டினான்.

முத்து ஒன்றைத் திறந்தான்.

மேலாக இரண்டு வரிசை பிஸ்கெட்... அடியில் ப்ளாட்டிங் பேப்பர் மாதிரி வெளிர் ரோஸ் தாள்கள் தென்பட்டன.

ஒன்றைக் கையில் எடுத்து அடிப்பக்கத்தைப் புரட்டினதும், அடியில் மிளகு சைஸில் ஒட்டிக்கொண்டிருந்த வெள்ளை மாத்திரைகள் பார்வையில் பட்டன.

"நல்ல சரக்குதானே?"

"அருமையானதுண்ணே!"

"யாரு கொண்டுவந்தது?"

"நம்ம சிலோன் மாஸ்டர்தான்..."

"சரி, நீ போ... ராத்திரிக்கா வா... ஒரு எடத்துக்கு சரக்கு வாங்கப் போகணும்..."

"வரேண்ணே."

நீட்டிய பணத்தை, அது எவ்வளவு என்று எண்ணாமல் வாங்கிக்கொண்டு வந்தவன் போக, முத்து இவர்கள் பக்கம் திரும்பினான்.

"புதுசா வந்திருக்கு... வேணுமா? சிலோன் மாஸ்டர்கிட்டேந்து எது வந்தாலும் பிரமாதமா இருக்கும்!"

"என்னது அது?"

"மாத்திரை, கண்ணு... பாத்தேயில்ல?"

"அப்படின்னா?"

“ஆஸிட் தெரியாது? எல்.எஸ்.டி..!”

ஓ... அதுதானா இது! அன்றைக்கு பம்பாயிலிருந்து வந்திருந்த சித்தார்த், ‘அ... மரிவானா எல்லாம் ஸில்லி ஸ்டஃப்! உபயோகிச்சா ஸ்பீட், இல்ல ப்ரௌன் ஷுகர் உபயோகிக்கணும்... அது ஆம்பிளைக்கு அழகு!’ என்று மார்தட்டினானே... அந்த மாத்திரை இதுதானா!

ப்ரேமுக்கு நினைவு வந்தது, பரத்துக்குள்ளும் மின்னியிருக்க வேண்டும்.

‘என்னய்யா, ட்ரை பண்ணிப் பாக்கலாமா? செமை சான்ஸ்’ என்கிற பார்வை ஒன்றை பரத் பார்க்க, ப்ரேமுக்குள் சின்னதாக சூடு பரவத் தொடங்கியது.

“வாங்கிக்கறோம்... என்ன விலை?”

“ஒண்ணு, ரெண்டு ரூபாதான்! வெளில குடுக்கறது ரெண்டரைன்னு... ஆனா, நீங்க சுனில் ஃப்ரெண்ட்ஸ்ன்றதால ரெண்டு ரூபா!”

“ஒரு அட்டையா ரெண்டு ரூபா?”

முத்து உதடு கோண சிரித்தான். “ஒரு மாத்திரை, கண்ணு!”

“ஒரு மாத்திரையா? ஜீஸஸ்!”

“இப்ப அவரை ஏன் கூப்பிடறே? ஒண்ணை சாப்பிட்டுப் பாரு... அப்பறம் புரியும்!”

“ஆனாலும்? ஒரு தோலா கஞ்சாவே...”

பேசியவனை முத்து இடைமறித்தான். ஓர் அட்டை எடுத்து அடியிலிருந்த மாத்திரைகளில் இரண்டைப் பிய்த்துக் கொடுத்தான்.

“இந்தா... பணம் வேணாம்! ஆளுக்கொண்ணு சாப்பிட்டுப் பாருங்க!”

அவன் வார்த்தைக்கு மதிப்புக் கொடுத்து மாத்திரையை வாயில் போட்டுக்கொண்டார்கள்.

“நாக்குக்கு அடியில வெச்சிக்கங்க... உடனே விழுங்கிடாதீங்க...”

அரைநிமிஷம் மௌனித்த ப்ரேம், "எங்களுக்கு க்ராஸ் வேணும், முத்து..." என்றான் மெதுவாக.

"தரேன், கண்ணு... கூடவே, இதுவும் எவ்ளோ வேணும்னு சொல்லிட்டா தேவல... புதுச்சரக்கு!"

பரத், ப்ரேமைப் பார்த்தான். அவன் வேண்டாம் என்கிற ரீதியில் தலையசைக்க, "இப்ப அவ்ளோ பணம் இல்ல... நாங்க கேட்டத மட்டும் குடுத்தீங்கன்னா போதும்..."

முத்து எழுந்து, கட்டிலுக்கு அடியிலிருந்த ஓர் அட்டைப் பெட்டியை இழுத்து கஞ்சாப் பொட்டலங்களை எடுத்துத் தர, பணத்தைக் கொடுத்துவிட்டுப் புறப்பட்டார்கள்.

"அப்ப, மாத்திரை வேணாம்?"

"வேணும்னா நாளைக்குத் திரும்ப வரோம்..."

விடைபெற்றுக்கொண்டு கீழே வந்தார்கள்.

ஸுஸூகியின் பாக்ஸில் பொட்டலங்களை பத்திரப்படுத்திவிட்டு, அங்கேயே எங்காவது அமர்ந்து ஜாயிண்ட் தயாரித்துப் புகைக்கலாமா என்று எண்ணியவர்கள், அந்த நினைப்பை மாற்றிக்கொண்டு பரத்தின் வீட்டுக்கே போய்விடலாமென்று தீர்மானித்தார்கள்.

அண்ணா சாலையில் செல்லும்போது, பரத்தின் காதருகில் குனிந்து ப்ரேம் கத்திக் கேட்டான், "உனக்கு எப்படி இருக்கு?"

"நத்திங்! உனக்கு?"

"ஒண்ணுமில்ல! போட்டுகிட்டு கால்மணி ஆகப்போவுது... க்ராஸ்னா, இதுக்குள்ள பிரமாதமா இருக்குமே!"

"அந்த சித்தார்த் பொய் சொல்லியிருக்கான், ப்ரேம்... நம்பளை மட்டம் தட்டணும்னு..."

"இந்த முத்துவும் சரக்கு விக்கணும்னு நம்பளை ஏமாந்த சோணகிரியா..."

வாக்கியத்தை முடிக்கும் முன்னரே, ப்ரேம் பேசுவதை நிறுத்தினான்.

திடுமென காதுக்குள் ஓர் இரைச்சல் கேட்க ஆரம்பித்தது. நெற்றிப்பொட்டில் ரத்தநாளத்தின் துடிப்பு...

என்னடா இது என்று எண்ணி முடிப்பதற்குள், இருதயம் மார்புக் கூட்டிலிருந்து வெளியே எகிறிக் குதித்துவிட யத்தனித்த மாதிரி நெஞ்சில் ஒரு படபடப்பு.

ட்ராஃபிக் சிக்னலில் வண்டி நின்றது.

பார்த்துக்கொண்டே இருக்கையில், சிவப்பு விளக்கிலிருந்து ரத்தம்போல ஏதோவொரு திரவம்கொட்ட ஆரம்பிக்க, அடிவயிற்றில் சிலீரென்று பயம் எழுந்தது.

ஜுரம் வந்துவிட்ட தினுசில் உடம்பில் கொதிப்பு.

“பரத்... நா... நா...” என்றபடி முன்னால் சாய்ந்தபோது, அடுத்து நின்ற கார் சப்தமாக பெருமூச்சுவிடத் தொடங்கியது.

கார் எங்கேயாவது மூச்சு விடுமா? இதென்ன பைத்தியக்காரத்தனம்!

தலைக்கு மேலே இது நாழிகை நீலமாக இருந்த வானம் கத்தரிப்பூ நிறமாக மாறினதும், ப்ரேமின் மிரட்சி அதிகமானது.

இந்தப் பக்கம்... அந்தப் பக்கம்... மேலே, கீழே... எங்கும், எங்கும் பாம்புகள்... கருந்தேள்கள்...

முதலை ஒன்று ஸ்கூட்டர் ஓட்டிக்கொண்டு போனது...

திடுமென தெரு பூராவும் ஜந்துக்கள்... பூரான்... வண்டு... வெட்டுக்கிளி... ஊறும் மண்புழுக்கள்...

“வண்டியக் கிளப்பு, பரத்... வண்டியக் கிளப்புய்யா...”

தன் குரல் அதலபாதாளத்திலிருந்து ஒலித்தபோது, கூடவே நாலுவிதமான மிருகங்களின் கோப உறுமல்களையும் ப்ரேமால் கேட்க முடிந்தது.

ஆ... ஆ... ஆ... ஆ...

“பரத்... ஹேய், பரத்...”

கையும் காலும் வியர்த்துப்போக, முன்னால் அமர்ந்திருந்த பரத்தின் தோளைப் பிடித்து உலுக்கிய நிமிஷத்தில், எதிரில் வந்த வண்டி காட்டெருமையாக மாறி, பயங்கரமாய் ஸுஸூகியில் மோதியது.

தூக்கி எறியப்பட்ட ப்ரேம், காட்டெருமை பரத்தின் தலையில் முட்டியதால் உண்டான காயத்திலிருந்து ரத்தம் கறுப்பாய் பொங்குவதைப் பார்த்து அதிர்ந்து, அந்த அதிர்ச்சியுடனேயே மயக்கமானான்.

எல்.எஸ்.டி.

மாத்திரை, ஆஸிட் என்று பலவிதமான செல்லப் பெயர்களால் அழைக்கப்படும் எல்.எஸ்.டி. லைஸர்ஜிக் ஆஸிட் டைஈதைலமைட் (Lysergic Acid Diethylamide) ஒருவிதக் காளானிலிருந்து தயாரிக்கப்படும் போதை மாத்திரையாகும். விழுங்கின இருபது நிமிஷத்திலிருந்து அரைமணிக்குள் நேராக மத்திய, ஆடோனாமஸ் நரம்புக் கூட்டத்தைப் பாதித்து, நிஜத்தை உடைத்து பங்கப்படுத்தும் ஆற்றல் இதற்கு இருப்பதால், இல்லாததை இருக்கிற மாதிரி கற்பனை பண்ண வைப்பதில் இது ராஜா.

ஐம்புலன்களும் ஒன்றாகி, யதார்த்தம் பாதிக்கப்படும்போது உண்டாகும் கற்பனைகள், ஆளாளுக்கு மாறுபடும். மாத்திரையைப் போட்டுக்கொண்டு இதன் வசத்தில் 6 – 8 மணிநேரம் இருக்கும் அனுபவத்தை 'ட்ரிப்' பயணம் என்பார்கள். இது ஆனந்தப் பயணமாயும் அமையலாம், அல்லது பயங்கர அனுபவமாகவும் இருக்கலாம்... இப்போது ப்ரேமுக்கு உண்டாகியிருப்பதுபோல.

எல்.எஸ்.டி. உலகெங்கும் ஆங்காங்கு மட்டமான சுகாதாரமில்லாத சூழ்நிலையில் மனிதாபிமானமற்ற வியாபாரிகளால் தயாரிக்கப்பட்டு, ஒன்றுமே

அறியாத இளைய தலைமுறையினரிடையே அறிமுகப்படுத்தப்படுகிறது. இதைக் கடத்த பல வழிகளைக் கையாளுகிறார்கள். அதில், ஈதரில் எல்.எஸ். டியைக் கரைத்து, அந்தக் கரைசலில் கர்ச்சீப்புகளை முக்கியெடுத்து, ஈதர் ஆவியானதும் உலர்த்தி, சாதாரணக் கைக்குட்டைகள்போல நாடு கடத்தி எடுத்துவந்து, சிறு துண்டுகளாக வெட்டி, மறுபடியும் ஈதரில் நனைத்து, சர்க்கரையில் அந்தக் கரைசலின் ஓரிரு சொட்டுகளைவிட்டு உபயோகிப்பது, மிகவும் பிரபலமாக வழக்கத்தில் இருக்கும் ஒருமுறை.

எல்.எஸ்.டியின் பயங்கர வீரியத்தை விவரிக்க ஒரு தரம் ஸ்காட்லாண்ட் யார்ட் போலீஸார் ஒரு பரிசோதனையை நடத்தினார்கள்.

ஒரு கிராமில் 1/50 பங்கு எல்.எஸ்.டியை ஓர் ஓவியருக்குக் கொடுத்துவிட்டு, கண்ணாடியில் தன் உருவத்தைப் பார்த்து அவரை வரையச் சொன்னார்கள்.

முதலில் சாந்தமாக வெகு முழுமையாக இருந்த படம், அரைமணி, ஒருமணி, இரண்டு மணி, நான்கு மணியில் துளித்துளியாய் உருமாறி, கடைசியில் உருவே இல்லாமல் சம்பந்தம் சம்பந்தமில்லாத ஒரு பயங்கர ரூபமாய் குலைந்துவிட்டது.

இந்த நிலைகளைத் தாண்டி, பரவச உணர்வு, கடவுளை நான் பார்த்தேன் பேசினேன் என்று சொல்பவர்களும் உண்டுதான். என்றாலும், எல்.எஸ்.டி. எடுப்பது சத்தியமாய் நெருப்புடன் விளையாடும் சமாச்சாரமே! இல்லாத கற்பனையைத் தருவதன் மூலம் தற்கொலை செய்துகொள்ளவும், மாடியிலிருந்து குதிக்கவும் இது பலரைத் தூண்டியிருக்கிறது என நிபுணர்கள் பலரின் ஆராய்ச்சி புள்ளிவிவரம் அழுத்தம் திருத்தமாய்க் கூறுகிறது.

ப்ளாஷ்பேக் (flashback), நினைவலைகளின் வீச்சு, அதிகக் கற்பனையின் ஞாபகம், எல்.எஸ்.டி. உபயோகித்தவர்களிடையே அதிகம். ஒரேயொருதரமே உபயோகித்திருந்தாலும், மாசக்கணக்கில், ஏன், சில கேஸ்களில் வருஷக்கணக்கிலும் அனுபவித்த பயங்கரத்தின் ஞாபகம் மீண்டும், மீண்டும் எழுந்து பலரை ஹிஸ்டரிக்கலாக, மனநோயாளியாக மாற்றியிருக்கிறது என்றால், அதை உங்களால் நம்ப முடிகிறதா?

———

10

“எதுக்குமே பதில் சொல்லாம இருந்தா என்ன அர்த்தம், ப்ரேம்?”

“.....”

“ப்ரேம்...”

மூடியிருந்த கண்களைத் திறந்தான். “என்னம்மா... என்ன சொல்லணும்னு சொல்றீங்க?”

“நடந்தது பூராவும்...”

“ஒண்ணுமே நடக்கலம்மா...”

“ஒண்ணும் நடக்காமத்தான் இப்ப ரெண்டு பேரும் ஹாஸ்பிடல்ல படுத்திருக்கீங்களாக்கும்?”

“சாதாரண அடிய பெரிசு பண்ணி நீங்கதான் ஹாஸ்பிடல்ல படுக்க வெச்சிருக்கீங்க... வீட்டுக்கு வர நா இப்பக்கூட ரெடி.”

“நீ ரெடியா இருக்கலாம்... ஏன்னா, உனக்கு அடி அத்தன அதிகமில்ல! ஆனா, பரத்துக்கு கையில மல்டிபிள் ஃப்ராக்சர்... நெத்தில ஒரு விரல் நீளத்துக்கு வெட்டுப்பட்டு தையல் போட்டிருக்காங்க... அது நினைப்புல இருக்கா?”

ப்ரேம் கண்களை மீண்டும் மூடிக்கொண்டான்.

தொண்டை இறுகியது. விழியோரங்களில் நீர் கசிந்தது.

“சொல்லு, ப்ரேம்... நேத்து என்ன நடந்தது?”

“ஒண்ணுமே இல்லம்மா... கொஞ்சம் என்னைத் தனியா விட்டுட்டுப் போங்க, ப்ளீஸ்...”

"ஸாரி, ப்ரேம்... விவரத்தத் தெரிஞ்சிக்காம நா போறதாயில்ல! நேத்து பூரா நீ எப்படி இருந்தே, தெரியுமா? அரைகுறை மயக்கத்துல... பிரமை பிடிச்ச மாதிரி... என்னவோ ஏதோன்னு நா பயந்த பயம், எனக்குத்தான் தெரியும்! தேங்க் காட், இப்ப தெளிஞ்சிட்டே! சொல்லு... நேத்து ஏன் மவுண்ட் ரோடு பக்கம் போனீங்க? பரிட்சை எழுத காலேஜ்ல இருக்கவேண்டிய பசங்களுக்கு, மவுண்ட் ரோடுல என்ன வேலை? சொல்லு, ப்ரேம்... ஐ மஸ்ட் நோ!"

"பரத் என்ன சொன்னான்?"

"அவன் எதுவுமே பேசல... ரொம்ப வலி ஜாஸ்தியா இருக்கறதால, ஸெடட்டிவ் குடுத்து தூங்க வெச்சிட்டாங்க."

ப்ரேம் சிரமப்பட்டு யோசித்தான்.

இப்போது நான் என்ன சொல்ல வேண்டும்? எந்த மாதிரி பதிலைச் சொன்னால், அம்மாவுக்குத் திருப்தியளிக்கும்?

"மவுண்ட்ரோட் மெயின் போஸ்ட் ஆபீஸூக்குப் போயிருந்தோம்மா..."

"எதுக்கு?"

"பரத்தோட அப்பாவுக்கு அர்ஜெண்ட்டா சில பேப்பர்ஸ் அனுப்ப வேண்டியிருந்தது..."

"யார் அனுப்பச் சொன்னா?"

"அவனோட அப்பாதான்... முத நாள் ட்ரங்க்கால் பண்ணி உடனே அனுப்புன்னு சொன்னாராம்..."

ரேவதி கண்களை இடுக்கிக்கொண்டு கோபமாய்க் கேட்டாள், "பிள்ளைக்குப் பரிட்சை இருக்கறது அவருக்கு ஞாபகம் இல்லியா?"

"வேலை சம்பந்தமா முக்கியமான பேப்பராம்மா..."

"அவ்வளவு முக்கியம்னா, வேற யாரையாவதுவிட்டு அனுப்பச் சொல்றது!"

“அவங்க வீட்டுல வேற யாருமே இல்லியேம்மா... வயசான தாத்தா பாட்டியத் தவிர...”

எல்லாவற்றுக்கும் ப்ரேம் முகத்தை வெகுளித்தனமாக வைத்துக்கொண்டு பதிலைத் தயாராகத் தர, ரேவதி மேற்கொண்டு என்ன கேட்பது என்று புரியாமல் படுக்கையில் விரல்களால் தாளம் போட்டாள்.

“அதுக்காக மவுண்ட் ரோடு போஸ்ட் ஆபீஸுக்குத்தான் போகணுமா?”

பொய் சரளமாக வந்தது. “எங்க காலேஜ்லேந்து அது கிட்டக்க... அதோட, அங்க போஸ்ட் பண்ணா நிச்சயமா அன்னி கட்டுலயே அது போயிடும்னு பரத் சொன்னாம்மா...”

“சரி, அவனுக்குத்தான் வேலை இருந்தது, போனான்... நீ எதுக்கு கூட, வால் மாதிரி?”

“.....”

“பரத்தோட பாட்டி தாத்தா வந்து ஆ, ஊன்னு கத்தறாங்க... எங்க பேரனைப் படிக்கவிடாம எல்லாப் பிள்ளைங்களும்கூட ஒட்டிக்கிட்டு கெடுக்குதுங்கனு புலம்பறாங்க! உன்னையும் அவங்க மறைமுகமா தாக்கினதும், எனக்கு ரொம்ப கஷ்டமாப் போச்சு...”

வெகு நெருக்கமாய் அமர்ந்து அம்மா பேசுவது, வண்டு ஒன்று காதில் நுழைந்து, விடாமல் துளைப்பது போன்ற அவஸ்தையை எழுப்ப, ப்ரேம் அதை அடக்கும் முயற்சியில் விரலைக் காதுக்குள் விட்டுக்கொண்டு, ஒருபக்கமாகத் திரும்பிப்படுத்தான்.

“பரிட்சை எழுதிட்டுத்தானே ஊர் சுத்தப்போனீங்க?”

“ம்...”

“அப்பா ஊர்ல இல்ல... டெல்லிக்குப் போயிருக்கார். உனக்கு அடி பலமா இல்லாததால, வீணா காபரா படுத்த வேணாம்னு நா அவருக்கு போன்கூடப் பண்ணல... வந்ததும், நீ இப்படிப் பொறுப்பில்லாம இருந்தது தெரிஞ்சா, ரொம்ப வருத்தப்படப் போறார்...”

"எவனோ எங்க மேல வந்து இடிச்சுக் காயப்படுத்தினா, அதுக்கு நாங்களா காரணம்? சும்மா பொறுப்பில்ல, பொறுப்பில்லேன்னா? ஐ டோண்ட் லைக் இட், மா!"

"தப்பை சொல்லிக் காட்டினா கோவம் வரக்கூடாது, ப்ரேம்! யெஸ், நிச்சயம் பொறுப்பில்லாத்தனம்தான்! செமஸ்டர் பரிட்சை நடக்கறது ஞாபகமில்லாம, ஊர் சுத்தறது ரொம்பப் பொறுப்பான காரியமா? அடிபட்டுப் படுத்ததுல இன்னிக்கு எக்ஸாம் எழுத முடியல... நாளைக்கு டாக்டர் என்ன சொல்லப் போறாரோ? உன் ஃப்ரெண்டுக்கு கை ஃப்ராக்சர்... எல்லா பரிட்சையுமே கோவிந்தா! ஐயோன்னு எனக்கு மனசு பதறுது... ஆனா, நீ? ஏதாவது சொன்னா கோவம் மட்டும் மூக்குல ஏறி உக்காந்துடுது... அதுக்கொண்ணும் குறைச்சலில்ல!"

அம்மா நிஜமான கோபத்துடன் பல்லைக் கடித்துக்கொண்டு பேசுவது புரிய, ப்ரேம் பார்வையைத் தழைத்தான்.

துவைத்துப்போட்ட துணி மாதிரி மனசு துவண்டு போயிருந்தது. தனியாக விட்டுவிட்டு அம்மா போய்விடக் கூடாதா என்றிருந்தது.

யாருமே வேண்டாம்...

ஒரே ஒரு ஜாயிண்ட் மட்டும் இருந்தால் போதும்.

ஐந்து நிமிஷ அவகாசம், தனிமை, ஒரு ஜாயிண்ட்டும் கிடைத்துவிட்டால், அப்புறம் யார் என்ன பேசினாலும் அது எந்த சங்கடத்தையும் உண்டு பண்ணாது. வண்டு ஒன்று குடையும் அவஸ்தை இருக்காது.

"ஆக்சிடெண்ட் எப்படி ஆச்சு, ப்ரேம்?"

"தெரியாது."

"பில்லியன்லயே உக்காந்திருந்துட்டு, தெரியாதுன்னா?"

"நா சரியா கவனிக்கலன்னு அர்த்தம்."

பின்னே?

வேன் ஒன்று திடுமென காட்டெருமையாக மாறிற்று... கொம்பைத் தழைத்துக்கொண்டு எதிரில் வந்து பயங்கரமாய்

முட்டிய கணத்தில் விபத்து உண்டானது என்று அம்மாவிடம் சொல்ல முடியுமா? இல்லை, சொன்னால்தான் புரிந்துகொள்வாளா?

தொடர்ந்து அம்மாவோடு பேசப் பிடிக்காமல், "எனக்குத் தூக்கம் வருது..." என்று முணுமுணுத்தவன், "ஏதாவது சாப்பிட்டுத் தூங்கு, ப்ரேம்..." என்று அம்மா கூறியதைக் காதில் வாங்காமல் சுவர்ப் பக்கமாய்த் திரும்பிப் படுத்து, கண்களை மூடிக்கொண்டான். உறங்கியும் போனான்.

ரொம்ப நாள்களுக்குப் பிறகு நன்றாகத் தூங்கினவன், மூன்று மணி சுமாருக்குக் கண் திறந்தபோது, எதிரில் அப்பு உட்கார்ந்திருந்தான்.

"எப்பயா வந்தே?"

"கால்மணி நேரம் இருக்கும்... என்ன ஆச்சுயா?"

ப்ரேம் விழிகளை உருட்டி, அம்மா எங்கே என்று கவனித்தான். வராந்தாவில் சிஸ்டருடன் பேசிக்கொண்டிருப்பது தெரிந்தது.

குரலைத் தழைத்துக்கொண்டான்.

"நல்லவேளையா நீ வந்தே, அப்பு... எனக்கு உடனே சுனிலப் பாக்கணும்... நேத்து பாரிஸ் கார்னருக்கு தோலா வாங்கப் போனப்ப, அங்க ஆளுக்கொரு மாத்திரை குடுத்துப் போட்டுக்கச் சொன்னான்... கொஞ்ச நேரத்துல என்னென்னவோ ஆயிடுச்சு! அதை விடு... முக்கியமான விஷயத்துக்கு வரேன்... ஸூஸூகியோட பாக்ஸ்ல ஆறு தோலா இருக்கு... யாராவது பாத்துட்டா வம்பு! ஸூஸூகி இப்ப ஸ்டேஷன்ல இருக்காம்... அம்மா சொன்னாங்க... நீ உடனே போயி சுனிலப் பாத்து விவரத்தச் சொல்லு... உடனே பாக்கறவங்களப் பாத்து ஹெல்ப் பண்ணச் சொல்லு..."

கடைசி வரியைக் கேட்டுக்கொண்டு வந்த ரேவதி, "உடனே என்ன ஹெல்ப், யாரைப் பண்ணச் சொல்லி கேட்டுக்கிட்டிருக்கே, ப்ரேம்?" என, ப்ரேம் தடுமாறி உடனே சமாளித்தான்.

“அப்பு தெரியுமில்லியாமா? லெக்சரர்கிட்ட விஷயம் இப்படின்னு உடனே போய்ச் சொல்லி, பிரின்சிகிட்ட பக்குவமா பேசி, ஹெல்ப் பண்ணச் சொல்லுன்னு கேட்டுக்கிட்டேன்...”

ரேவதி, அப்புவை எறிட்டாள். “உனக்கு இன்னிக்கு பரிட்சை இருந்துதில்ல?”

“இருந்துது, ஆன்ட்டி...”

“நீயாவது ஒழுங்கா எழுதியிருக்கியா?”

“எழுதியிருக்கேன், ஆன்ட்டி...”

ரேவதி நீளமாக மூச்சை வெளியிட்டாள். “மவுண்ட் ரோடு போஸ்ட் ஆபீஸுக்கு அத்தனை அர்ஜெண்ட்டா போகாட்டி என்ன? போயிட்டு இப்படி அடிபட்டுப் படுத்திட்டாங்க, பாரு!”

“பரத் எப்படி இருக்கான், நீ பாத்தியா, அப்பு?”

“இன்னும் இல்ல...”

ப்ரேம் எழுந்து உட்கார்ந்தான். “நானும் வரேன்... எந்த ரூம்லம்மா இருக்கான்?”

புறப்பட்டவனை ரேவதி தடுத்தாள். “காலைலேந்து ஒண்ணுமே சாப்பிடல... காபியும், ப்ரெட்டுமாவது சாப்பிட்டாதான் நீ போலாம்!”

அந்தப் பேச்சுக்குக் கட்டுப்பட்டு ப்ரேம் சாப்பிட்டான். அரை கப் காபியை அப்புவுக்குக் கொடுத்து அவனையும் சாப்பிட வைத்தான்.

பின்னர் இருவருமாக பரத் படுத்திருந்த அறைக்குச் சென்றனர். பரத் தனியாக இருந்தான். அடி பலம்தான்.

கிட்டத்தில் சென்று, அடிபடாத கையைப் பற்றிக்கொண்டு, “ஸாரியா...” என்றபோது, ப்ரேமின் கண்கள் கலங்கிப்போயின.

“என்ன ப்ரேம், இது?”

“எல்லாம் என்னாலதானேயா? அப்படிக் காட்டுத்தனமா உன்னை உலுக்கலேன்னா...”

“ஷ்... ஷ்... ஸில்லியா பேசாதே! அந்த வேன் ஓட்டினவன் மேலதான் தப்பு... நம்ப மேல எதுவுமே இல்ல. ரெட் லைட்ல வந்திருக்கான் பாஸ்டர்ட்! அத விடு... நேத்து எக்ஸ்பீரியன்ஸ் எப்படி? அற்புதம், இல்ல! இறக்கை முளைச்சு ஆகாசத்துல பறக்கற மாதிரி இருந்தது... மேலமேல சொர்க்கத்துக்கே போயி அந்தக் கடவுளைப் பாத்தேன்யா...”

ப்ரேம் எதுவும் பேசாமல் குழம்பி நிற்க, பரத் அப்புவைப் பார்த்துக் கெஞ்சினான். “எனக்கு அந்த மாத்திரை வேணும்யா... வாங்கிட்டு வரியா, ப்ளீஸ்? இப்போதைக்கு க்ராஸ் வேணும்... இருக்கா?”

“இருக்கு... கார்த்தால பரிட்சைக்குப் போறதுக்கு முன்னால ஒரு பொட்டலம் வாங்கி, அஞ்சு தயார் பண்ணேன்... ஒண்ணை நா பிடிச்சிட்டேன், பாக்கி நாலு... இந்தா...”

பரத் வலியை மறந்து எழுந்து உட்கார்ந்தான். பரபரத்தான்.

“கதவை சாத்தி தாப்பா போடுயா...”

“ஐயோ, வேணாம்... ப்ளீஸ், பரத்... இந்த ஹாஸ்பிடல்ல எந்த நிமிஷமும் டாக்டர், உங்க பாட்டி, எங்க அம்மா வரலாம்...”

“ஷிட்... ஐ டோண்ட் கேர்! எனக்கு இப்ப ஜாயிண்ட் பிடிக்கணும்... உனக்கு வேணாமா?”

“வேணும்தான்... ஆனா... எங்கம்மா ரெண்டு ரூம் தள்ளிதான் இருக்காங்க...”

“உனக்கு வேணாட்டி போ... நா பாத்ரூம்ல ஒரு ஜாயிண்ட்டைப் பிடிச்சிட்டு வரேன்... யாராவது கேட்டா, டாய்லெட் போயிருக்கேன்னு சொல்லுங்கயா...”

சரியாக ஆறு நிமிஷம் கழித்து பரத் மீண்டும் படுக்கையில் படுத்தபோது, அவன் நிதானப்பட்டிருந்தான். ப்ரேமை ஏறிட்டுப் புன்னகைத்தான்.

“உங்கம்மா வந்தா நா சமாளிச்சுக்கறேன்... போய் சுருக்க நாலு ‘தம்’ அடிச்சிட்டு வந்துடு... இட்ஸ் க்ரேட்!”

தயக்கம் விலகாமலேயே ப்ரேம் நகர, அப்பு எழுந்து நின்றான்.

“நா கிளம்பட்டுமா, பரத்? சுனிலப் பாத்து, ஸுஸூகியில வெச்சிருந்த ‘சமாச்சாரத்தை’ கவனிக்கச் சொல்லணுமாம்...”

“ஓ, காட்! அதை சுத்தமா மறந்தே போயிட்டேனே! ஓடு முதல்ல... அதப் பாரு... எவனாவது கவனிச்சிட்டான்னா கேஸாயிடும்யா...”

அன்று மாலை, அடி பலமாக இல்லாததாலும், முதல் நாள் காணப்பட்ட மயக்கநிலை தெளிந்துவிட்டதாலும், ப்ரேமை வீட்டுக்கு அழைத்துப்போக டாக்டர் அனுமதி தந்தார்.

எட்டு மணி சுமாருக்கு, அம்மாவின் வற்புறுத்தலால் கொஞ்சம் சாப்பிட்டுவிட்டுத் தன்னறைக்கு ப்ரேம் சென்றதும், ஹரியுடன் அவனைப் பார்க்க வந்தான் சுனில்.

அம்மா அருகில் நின்றவரையில் சாது மாதிரி, “என்னயா இது... பரிட்சை எழுத முடியாத இப்படி ஆயிடுச்சு! பரத்தும் ரொம்ப வேதனைப்படறான்... அவனைப் பாத்துட்டுதான் நான் இங்க வரேன்... சாயங்காலம் வரை எனக்கு விஷயமே தெரியாதுயா!” என்று பேசிக்கொண்டிருந்துவிட்டு, அவள் நகர்ந்ததும் குரலைக் கிசுகிசுப்பாக்கிக்கொண்டான்.

“ஸுஸூகியோட பாக்ஸையே காணாம்யா... ஆக்சிடெண்ட் சந்தடில எவனோ கழட்டிகிட்டு ஓடியிருக்கணும்! அதுவும் நல்லதுக்குதான்... இல்லேன்னா, போலீஸ் கண்ணுலபட்டிருந்தா, விஷயம் சீரியஸா ஆயிருக்கும்! வீணா அதை நினைச்சு இனிமே வொர்ரி பண்ணிக்காதீங்க... பரத்கிட்டயும் இதத்தான் சொல்லிட்டு வரேன்! இந்தா... முதல்ல இதை எங்கயாவது பத்திரமா வை... இது இல்லாம நீ கஷ்டப்படுவேன்னு தெரியும். பரத்கிட்டயும் பத்து குடுத்திட்டு வந்திருக்கேன்... நாளைக்குப் பாக்க வர்றப்ப திரும்ப கொண்டுவரேன்...”

அவன் நீட்டிய ஜாயிண்ட்களை அவசரமாய் வாங்கி அலமாரியில் ஒளித்து வைத்த ப்ரேம், நெகிழ்ந்து போனான்.

அவஸ்தை புரிந்து, பொட்டலம் வாங்கி, தயாரித்து, வீடு தேடி வந்து கொடுக்கும் அந்த அன்பை நினைத்து உருகியவன், சுனில் கையைப் பற்றி பலமுறை குரல் செம்ம, "தேங்க்ஸ்யா..." என்றான்.

மறுநாள் லேசாக இருந்த காய்ச்சலைக் காரணம் காட்டியும், அதற்கும் அடுத்த நாள் 'மயக்கமாக இருக்கிறது' என்று பொய் சொல்லியும் பரிட்சைக்குப் போகாமல் தப்பித்தான். இரண்டாம் நாள் அப்பா ஊரிலிருந்து திரும்பிய பிறகு, அவரிடம் சரியாக வாங்கிக்கட்டிக் கொண்டதும், எங்கும் சுற்ற முடியாதபடி வீட்டில் அதிகமாய் இருக்க நேர்ந்ததும் சேர்ந்துகொண்டு, பத்து நாள்கள் போவதற்குள் எக்கச்சக்கமாய் மனச்சோர்வுக்கு உள்ளாக்க,

பரத், அப்பு வராவிட்டாலும் பரவாயில்லை, சுதந்திரமாய் ஒரு வாரத்திற்குத் திரிவதும், நினைத்ததைச் செய்வதும் சாத்தியம் என்பதால், பெற்றவர் தடுத்தும் கேளாமல் எக்ஸ்கர்ஷன் குழுவுடன் பிடிவாதமாய் ப்ரேம் புறப்பட்டுப் போனான்.

மாத்திரைகள்,

பில்ஸ் (Pills) அல்லது மாத்திரைகளைப் பொதுவாக, தூண்டுவது, விரும்பக்கூடிய மனச்சோர்வை உண்டாக்குவது, அமைதிப்படுத்துவது (Stimulant, Dep-pressant, Tranguilizer) என்று மூன்று வகையாகப் பிரிக்கலாம்.

வைத்தியரால் ஒருவரது உடல், மனநோயைத் தீர்க்கும் பொருட்டு கொடுக்க நேர்வதைத் தவிர, எந்தச் சமயத்திலும் தேவையில்லாமல் இம்மருந்துகளை உபயோகிப்பது நாளடைவில் பாதகமான விளைவுகளையே தரும். மனமும், உடம்பும் இந்த மாத்திரைகள் உண்டாக்கும் பிரமைக்கு அடிமையாகிப்போவதில், தன்னிலை மறந்து, சுயக்கட்டுப்பாடு இழந்து, மனிதாபிமானத்தைத் துறந்து,

ஒருவித மிருக வெறியில் பல சமயங்களில் சம்பந்தப்பட்ட நபர்களை ஈடுபடுத்தி விடுவது உண்மை.

இரண்டு உதாரணங்களைப் பார்க்கலாம்.

இங்கிலாந்தில்... துளி எல்.எஸ்.டி. கலந்த சர்க்கரையைத் தவறுதலாக ஒரே ஒரு தரம் ஓர் ஐந்துவயசுப் பெண் விழுங்க, அது தந்த 'பயங்கரப் பயண'த்திலிருந்து அந்தச் சிறுமி மீள ஒன்பது மாசங்களும், அவளது பழைய புத்திசாலித்தனம் திரும்ப ஆறு மாசங்களும் ஆயின.

அடுத்து, நியூயார்க்கில் நடந்த ஒரு சம்பவம்.

பார்பரா, பதினெட்டு வயசுப் பெண். தெரிந்தவர் வீட்டில் பெரியவர்கள் வெளியே போக நேர்ந்தபோது, இவள் பேபி சிட்டிங் செய்யப் போனாள். அந்த வீட்டின் ஆறுமாசக் குழந்தையும் இவளும் தனியாக இருப்பார்கள் என்று தெரிந்து, ஷெராட், அவளது காதலன், அங்கு சென்றான். குழந்தையை உறங்க வைத்து மடிமீது கிடத்தியபடியே மாத்திரைகளைப் போட்டுக்கொண்டதோடு நிற்காமல், குடிக்க வேறு செய்திருக்கிறார்கள். கொஞ்ச நேரத்தில் கண்மண் தெரியாத போதை, வெறி. என்ன செய்கிறோமென்ற பிரக்ஞையில்லாமல், உரித்த கோழியை வறுப்பதற்காக 'அவன்' அடுப்புக்குள் வைப்பதற்குப் பதில் உறங்கும் குழந்தையை வைத்துவிட்டதில்...

இரண்டு மணிநேரம் கழித்து குழந்தையின் தாயார் வீடு திரும்பியபோது, அடுப்பில் கருகிய குழந்தை... ரெகார்டைப் போட்டுவிட்டு வேறு உலகத்தில் சஞ்சரித்தபடி இருக்கும் பார்பரா, ஷெராட் கூடத்தில்.

கதைக்குக் காரம் சேர்க்க எழுதப்பட்ட சமாச்சாரம் என்று யாரும் நினைத்துவிட வேண்டாம். 'மாத்திரை' ஒரு சாதுவை, நல்லவனைக்கூட மூர்க்கத்தனமாக மாற்றும் வல்லமை படைத்தது என்பதை எல்லோரும் உணர வேண்டும். இது மிக முக்கியம்.

மாத்திரை, கஞ்சா, ஹெராயின் ஆகிய வஸ்துக்கள், மத்திய அடோனாமஸ் நரம்பு மண்டலங்களைத் தாக்குவதில், உடனே இல்லாவிட்டாலும், காலப்போக்கில் பயங்கர விளைவுகளை ஒவ்வொருவரும் கட்டாயம் சந்தித்தே தீர்வார்கள். இன்றில்லாவிட்டாலும் நாளை அந்தக் கொடுக்குகளில் மாட்டிக்கொண்டு, மானம், மரியாதை, நிம்மதி, ஆரோக்கியம் எல்லாவற்றையும் துளித்துளியாக இழப்பதும், பலர் இன்னும் சரிந்து மனச்சோர்வு, மனநோய்க்கு ஆளாவதும் உறுதி.

——

11

விதான் சௌதா, கமர்ஷியல் ஸ்ட்ரீட், லால்பாக், ப்ரிகேட் ரோடு, கப்பன் பார்க், மகாத்மா காந்தி ரோடு...

இரண்டு நாள்கள் பெங்களூரை நண்பர்களுடன் சுற்றிப் பார்ப்பதற்குள், ப்ரேமுக்கு அலுக்க ஆரம்பித்துவிட்டது.

என்ன இருக்கிறது இந்த இடங்களிலெல்லாம், ஆஹா ஊஹூவென்று சொல்லிக்கொண்டு மேலும் கீழும் பார்ப்பதற்கு!

சில கட்டடங்கள், பல கடைகள், மரங்கள், பூக்கள், நாகரிகமாக உடையணிந்து உரக்கச் சிரிக்கும் பெண்கள்...

இவ்வளவுதானே!

ஒரு தரம் பார்த்த விஷயங்களையே திரும்பத்திரும்ப எத்தனை முறை காண்பது!

போர்... ரியல் போர்!

கால் வலிக்க ஊர் சுற்றுவதற்குப் பதிலாக ரூமிலேயே உட்கார்ந்து, எந்த நினைப்பும் இல்லாமல்8ர் என்ன சொல்வார்களோ என்ற உதைப்பு இல்லாமல், நிச்சலனமாய் க்ராஸ் பிடிப்பது இன்னும் சுகம் அல்லவா?

தீர்மானித்துவிட்டதும், மூன்றாம் நாள் காலை படையாய் இதர மாணவர்கள் மாவல்லி டிபன் ரூமுக்குப் புறப்பட்டபோது, "நா வரலையா..." என, இவனோடு ஒரே வகுப்பில் படிக்கும் சங்கர் வியப்புடன் புருவங்களை உயர்த்தினான்.

“எம்.டி. ஆருக்கு வரலியா? யூ நோ வாட் யூ ஆர் மிஸ்ஸிங்?”

ப்ரேம், “ப்ச்...” என்றான் அலட்சியத்துடன்.

“நிஜமாதான், ப்ரேம்... மாவல்லி டிபன் ரூமோட மசால் தோசை பிரசித்தம், தெரியுமா?”

“ம்.”

“தெரிஞ்சுமா வரலேங்கறே?”

“ம்.”

“அப்பறமா வருத்தப்படப்போறே!”

கல்லுளிமங்கன்போல சட்டமாக உட்கார்ந்துகொண்டு ஒற்றை வார்த்தையில் ப்ரேம் பதில் கூற, வராவிட்டால் போயேன் எனக்கென்ன என்று ஒருதரம் தோளைக் குலுக்கிவிட்டு சங்கர் நகர்ந்தான்.

பத்து நிமிஷங்கள் சென்றிருக்கும்...

அறையிலேயே க்ராஸைப் புகைக்கலாமா, அல்லது கொஞ்சம் காலாற நடந்து அருகிலிருக்கும் கப்பன் பார்க்குக்குச் சென்று உயர உயரமாய் வளர்ந்து ராட்சஸக் குடையாய்க் கவிழ்ந்திருக்கும் குல்மோஹர் மரம் ஒன்றின் அடிவாரத்தில் அமர்ந்து நிதானமாய் புகைக்கலாமா என்று யோசித்து, வெளியில் வேண்டாம், இப்போதைக்கு அறையில்கூட யாருமே இல்லையென்பதால் இங்கேயே இருக்கலாமென்ற முடிவுக்கு வந்துவிட்டு, ஜோல்னாப் பையை எடுத்தான்.

தற்சமயம் அந்த ஜோல்னாப் பைதான் ப்ரேமின் பொக்கிஷம்.

பின்னே!

எக்ஸ்கர்ஷனுக்குப் புறப்படும் பிள்ளை சாப்பாட்டுக்குக் கஷ்டப்படாமல் வாய்க்கு ருசியாக சாப்பிடட்டும், நாலு பேருடன் ஒன்றாகச் செல்லும்போது கையில் தாராளமாகப் பணம் வைத்திருக்கட்டுமென்று அன்போடு அம்மா பணம் கொடுத்ததும், அன்றே மண்ணடிக்குச் சென்று நாலு தோலா

வாங்கினான். போகும் இடங்களில் தனிமை, அவகாசம் கிடைக்கமோ கிடைக்காதோ... ஒரு நாளைக்குப் பதினைந்து என்றால், ஏழு நாள்களுக்கு நூற்றி ஐந்து ஆகிறது... ஆக, குறைந்தபட்சம் நூறாவது கையில் இருந்தால்தான் வசதி என்று முன்யோசனையுடன், டேபிள் விளக்கு மேல் துணி போட்டு மறைத்து கொஞ்சமாக வெளிச்சம் வரும்படி செய்து, விடியவிடிய கண்விழித்துத் தயாரித்த ஜாயிண்ட்டுகள் ஒட்டுமொத்தமாக அந்த ஜோல்னாப் பையில்தானே இருக்கின்றன!

ஆனால், எத்தனையோ புத்திசாலித்தனமாய் நடந்துகொண்டாலும், ஒரு நாளைக்குப் பதினைந்து என்று போட்ட கணக்கு தவறு என்பது, இங்கு வந்த பிறகுதான் ப்ரேமுக்குப் புரிந்தது.

"டோக் இருக்கா, ப்ரேம்? ஒண்ணு குடேன், ப்ளீஸ்..."

எப்படித்தான் அவனவனுக்கு கழுகாய் மூக்கில் வியர்க்குமோ! இவன் ஒன்றைப் புகைக்க எடுத்தால், கையை நீட்டிக்கொண்டு வரும் இரண்டு பேருக்காவது தானம் பண்ண வேண்டி வருகிறது.

எப்படித் தெரியும்?

இத்தனைக்கும் அடுத்தவரிடம் கலகலப்பாக வலியச் சென்று பேசும் ரகம் இவன் இல்லை... க்ராஸ் பிடிப்பதையும் இதுநாள்வரை பெருமையுடன் யாரிடமும் கூறிக்கொண்டதில்லை...

அப்புறம்?

தெரியவில்லை. ஆனால்...

காமர்ஸ், எகனாமிக்ஸ், மாத்ஸ், ஃபிசிக்ஸ் என்று அத்தனை பிரிவிலிருந்தும் முதலாண்டு படிக்கும் மாணவர்கள் சுமார் ஐம்பது பேர்கள் வந்திருக்கும் கூட்டத்தில், இப்படி ஜாயிண்ட்டுகளை இலவசமாக வினியோகிப்பதனாலேயே ஒரு வட்டத்தினரிடையே இவனுக்கு அலாதி மரியாதை, வரவேற்பு இருப்பது என்னவோ சந்தோஷம் அளிக்கும் சமாச்சாரம்தான்.

ஒரு ஜாயிண்ட்டை எடுத்துக்கொண்டு, இன்னும் பையில் எவ்வளவு இருக்கின்றன என்று எண்ணியவனுக்கு, தூக்கிவாரிப்போட்டது.

நாற்பத்தியேழு... நாற்பத்தியெட்டு... வெறும் நாற்பத்தியெட்டுதானா? இரண்டு நாளில், கையிலிருப்பதையும் சேர்த்து ஐம்பத்திரெண்டு அவுட்டா? இந்த ரீதியில் போனால், நாளை மறுநாள் சரக்கு வாங்கித் தயாரிக்க வேண்டி வருமே!

இங்கு பொட்டலம் கிடைக்குமா? எங்கு கிடைக்கும்?

யாரைக் கேட்பது?

கேட்டவர்களிடம் மாட்டேன் என்று சொல்லாமல் வள்ளலாக வாரி வழங்கிவிட்டு, இப்போது பரிதவிப்பது கோபத்தை எழுப்ப, ப்ரேம் வாயில் டோக்கை வைத்து அவசரமாய் இழுத்தான்.

புகை நுரையீரலை நிறைத்த கணத்தில், பொங்கிய மனசு சட்டென்று அடங்கியது.

பாவம்... இல்லாததாலும், கிடைக்காததாலும் தானே, நண்பர்கள் ஜாயிண்ட் கேட்டுக்கொண்டு வருகிறார்கள்... கொடுத்தால், சொத்தா தேய்ந்துவிடப் போகிறது! விசாரித்தால் க்ராஸ் எங்கு கிடைக்குமென்று தெரியாமலா போய்விடும்! பணம் நிறைய இருக்கிறது, அதற்குக் கவலையில்லை... வாங்கி வந்து இன்னும் கொஞ்சம் தயாரித்...

கதவு தட்டும் ஓசை கேட்டு ப்ரேம் நிமிர்ந்தான்.

கறுப்பாய், ஒல்லியாய், தலைமுடி அடர்த்தியாய்... இவனோடு வந்திருக்கும் பையன்களில் ஒருவன்தான்... ஆனாலும் பேர் தெரியவில்லை.

"ஹலோ!"

"ஹாய்!"

"ஐம் விஜய்..."

"ஐம் ப்ரேம்!"

"தெரியும்... நா மாத்ஸ் க்ரூப்... நீ எகனாமிக்ஸ் இல்ல?"

"ம்."

"எம்.டி. ஆருக்கு டிபன் சாப்பிடப் போகலியா?"

"யக்... காலைவேளைல எண்ணெய் சொதசொதக்க தோசையா? நாட் ஃபார் மீ! நீ போகல?"

"ம்ஹூம்... நீ சொன்ன அதே காரணம்தான்!"

"உள்ள வாயேன்..."

விஜய் வந்தான். படுக்கையில் வாரியிறைந்திருந்த லுங்கி, பனியன்களை ஒதுக்கிவிட்டு உட்கார்ந்தான்.

"இந்த ரூம்ல எவ்ளோ பேர்?"

"நாலு... உன் ரூம்ல?"

"நாலுதான். நாம படிக்கற க்ரூப்பாவே பிரிச்சு தங்கவெச்சிருக்காங்க... அதான் ரெண்டு நாளாகியும் நாம நெருக்கமா பழக முடியல! ஆமா, கையில என்ன, ஜாயிண்ட்டா?"

ஒரு கணம் தாமதித்து, "ம்..." என்ற ப்ரேம், இன்னும் கொஞ்சம் தயங்கி, "உனக்கு வேணுமா?" என, சின்னச் சிரிப்புடன் விஜய், வேண்டாமென்று தலையசைத்தான். "என்கிட்ட இருக்கு."

"ஓ!"

என்னைத் தவிர இன்னொருத்தனும் டோக் வைத்திருக்கிறானே!

விவரம் வெளியில் தெரிந்தால், தன்னைக் கொண்டாடும் நபர்களின் எண்ணிக்கை குறைந்துவிடலாம் என்ற பொறாமை லேசாக எழ, உடனே இது என்ன சிறுபிள்ளைத்தனமான எண்ணம் என்று எரிச்சலுடன் அந்த நினைப்பை அமுக்கப் பார்த்தான்.

"ஒரு வருஷமா பழக்கம்... ஒரு நாளைக்கு எட்டு, பத்து... ரெண்டு பொட்டலம் வாங்கித் தயார் பண்ணிடுவேன். நீ?"

"பொட்டலம் வாங்கி எனக்குக் கட்டுப்படியாறதில்ல... தோலாதான்! பதினைஞ்சு, சில சமயம் இருவது தேவைப்படறப்ப, வேறென்ன பண்றது! நாம எடுத்துக்கறதோட மத்தவங்களுக்குக் குடுக்கறதும் இருக்கில்ல..."

ப்ரேம் பெருமையுடன் சிரிக்க, விஜய்யும் அவனோடு சேர்ந்துகொண்டான்.

"என்னோட ஸ்கூல்ல படிச்ச ஃப்ரெண்ட் ஒருத்தன் இங்க என்ஜினியரிங் படிக்கறான்... அவனுக்கு போன் பண்ணேன். வாய்யான்னு சொன்னான். பாக்கக் கிளம்பினேன்... உன் ரூம் தாண்டறப்ப, உன்னைப் பாத்தேன். ஹலோ சொல்லலாமேன்னு நின்னேன்..."

பதில் கூறாமல் ப்ரேம் நிற்க, "நீயும் வரியா?" என்றான் விஜய் தடக்கென்று.

"எங்க?"

"என் ஃப்ரெண்டப் பாக்கத்தான்..."

"ஸாரியா... வெளில போற மூட்ல இப்ப நா இல்ல!"

விஜய் அடி உதட்டை ஒரு தரம் கடித்தான். கண்ணாடியைக் கழட்டி, கண்களைக் கசக்கிவிட்டு, மறுபடி அணிந்துகொண்டான்.

"ப்ரவுன் ஷுகர் உபயோகப்படுத்தியிருக்கியா, ப்ரேம்?"

"அ?"

"ஸ்மாக் (Smack)னா புரியுதா?"

"அப்படீன்னா?"

விஜய் ஆச்சர்யமாகப் பார்த்தான். "நிஜமாவேவா தெரியாது?"

"ம்ஹூம்..."

"எத்தனை நாளா நீ க்ராஸ் பிடிக்கறே?"

"ஆறு, ஏழு மாசமா..."

"அப்படியுமா ஸ்மாக்னா என்னன்னு தெரியாது?"

திரும்பத்திரும்ப அவன் இதையே கேட்பது சன்னமாகக் கோபத்தைத் தூண்ட, ப்ரேம் அழுத்தமாக, "நோ!" என்றான்.

"அப்ப... நீ கண்டிப்பா என்னோட வந்துதான் ஆகணும்."

"எதுக்கு?"

"ப்ரவுன் ஷுகர்னா என்னன்னு தெரிஞ்சுக்க வேணாமா? அதுக்காகத்தான்! அதை யூஸ் பண்ணிட்டா, அப்பறம் க்ராஸை விரலாலகூடத் தொடமாட்டேன்னு என் ஃப்ரெண்ட் சொல்றான்..."

சென்ற மாசத்தில் ஒரு நாள் பாரிஸ் கார்னரில் முத்து எல்.எஸ்.டி. மாத்திரையைக் கொடுத்து விழுங்க வைத்ததும், கன்னாபின்னாவென்று கற்பனை எழுந்ததும் நினைவுக்கு வர, ப்ரேம் உடனே தீவிரமாக மறுத்தான்.

"ம்ஹூம்... புதுசு எதுவும் எனக்கு வேணாம்யா... 'ஐ'ம் ஹாப்பி வித் க்ராஸ்! எல்.எஸ்.டி. சாப்பிட்டு நா பட்ட அவஸ்தை எனக்குத்தான் தெரியும்!"

"பேட் ட்ரிப் இருந்துதா?"

"ரொம்ப... படுபயங்கரமா! இன்னிக்கும் சில சமயம் கண்ணை மூடிக்கிட்டா, வேன் ஒண்ணு காட்டெருமையா மாறி துரத்துது... நோ, நாட் ஃபார் மி..."

"இது அப்படி இல்லியாம், ப்ரேம்... போன தரம் மெட்ராஸுக்கு வந்தப்பவே ராஜன் என்னை ட்ரை பண்ணச் சொன்னான்... நான்தான் பயத்துல மறுத்துட்டேன். ஆனா, அப்பறம் மத்தவங்க அந்த அனுபவத்தை அமக்களமா சொன்னப்ப, வருத்தப்பட்டேன். ஒரு தரம் முயற்சி பண்ணா என்னாயிடும்? இன்னிக்கு எப்படியும் உபயோகப்படுத்திப் பாக்கறதாதான் இருக்கேன்! இதுல பயங்கர ட்ரிப்பே கிடையாதாம்... படுபிரமாதமா இருக்குமாம்... உலகமே நமக்கு அடங்கிட்ட மாதிரி ஃபெண்டாஸ்டிக்கா இருக்குமாம்! வாய்யா..."

ப்ரேம் கைகளை உயர்த்தி சோம்பல் முறித்தான்.

விஜய்யின் வார்த்தைகள் மனசக்குள் வர்ணஜாலங்கள் வரைவதை உணர முடிய, எழுந்து நின்றான்.

"நிஜமாவே 'மோசமான ட்ரிப்' இருக்காதாமா?"

"பாஸிட்டிவ்யா!"

"ம்ம்..."

"சரி, வா... போலாம்."

ஆட்டோ ஒன்றைப் பிடித்துக்கொண்டு மல்லேஸ்வரத்திலிருந்த ராஜனின் வீட்டுக்குச் சென்றார்கள்.

"உன் ஃப்ரெண்ட் வீட்டுல பெரியவங்க இருக்கமாட்டாங்களா?"

"அவனும் இன்னொரு சினேகிதனுமா சேந்து ஒரு ஃப்ளாட்டை எடுத்துக்கிட்டிருக்காங்க... அப்பா சிங்கப்பூர்ல பிசினெஸ்மேன்... அதான் இவன் இங்க படு ஜாலியா இருக்கான்!"

அது என்னவோ வாஸ்தவம்தான்.

ராஜனின் வீட்டில் இண்டு இடுக்கில்கூட பணத்தின் பளபளப்பு தெரியவே செய்தது.

ஸ்டீரியோ, விசிஆர், கலர் டிவி... வாவ்! என்ஜினியரிங் படிக்கும் ஒரு மாணவனின் இருப்பிடமாகவா அது இருந்தது!

சுனிலின் அறை, அதன் தடபுடல்களை இது கடைவாய்ப் பல்லில் அடக்கிக் கொண்டுவிடும், நிச்சயம்.

கூடத்தின் நடுவில், நாற்காலிகளை ஒதுக்கிவிட்டு தரையில் உட்கார்ந்திருந்த நபர்களை, ராஜன் இவர்களுக்கு அறிமுகப்படுத்தினான்.

இவர்களும் அங்கேயே அமர்ந்தார்கள்.

ஒருத்தன் சிகரெட் டப்பாவில் காணப்படும் வெள்ளித்தாளைக் கையில் பிடித்திருந்தான். அதன்மேல் பழுப்பு சாம்பல் நிறத்தில் ஏதோ பொடி... ஓரிரு சிட்டிகை இருக்கும். மெழுகுவர்த்தி ஒன்றைக் கொளுத்தி வெள்ளித்தாளின் அடியில் அடுத்தவன் காட்ட, கண்மூடித் திறக்கும் நாழிகையில் தாளின் மேலிருந்த பொடி உருகி இங்குமங்கும் ஓட, அதிலிருந்து வெளியான புகையை கையில் ஸ்ட்ரா மாதிரியான சின்ன பேப்பர் குழாய் மூலம் பக்கத்தில் அமர்ந்திருந்தவன் துரத்தித் துரத்திப் புகைக்க...

எதுவும் புரியாமல், "என்னய்யா செய்றாங்க?" என்று ப்ரேம் கேள்வி கேட்டதும், ராஜன் உரக்க சிரித்தான். பின்னர் குரலைத் தணிக்காமலேயே, "இதுகூடவா தெரியல? தே ஆர் சேஸிங் ஹெராயின்! ஸ்மாக் இல்ல, ஸ்மாக்? அதைப் புகைக்கறாங்க!" என்று விளக்கம் கொடுத்தவன், கிட்டத்தில் வந்து ப்ரேமின் தோளில் கைவைத்துக் கேட்டான், "நீயும் பிடிச்சுப் பாக்கறியா?"

ஓபியம் – அபின்,

கசகசாச் செடியின் காயை, தக்க பருவத்தில் லேசாகக் கீறிவிட்டு, அதிலிருந்து வடியும் கறுப்புப் பிசினை அபின் என்பார்கள்.

கிழக்கிந்தியக் கம்பெனியார் முதன்முதலில் டீயும், அபினும் கல்கத்தாவைச் சுற்றி பயிரிட்டு, சீனாவுக்கு ஏற்றுமதி செய்ய ஆரம்பித்தபோது, இந்தப் பயிரை வியாபார அளவில் பயிரிடுவதற்கான முயற்சிக்கு சுக்லாம்பரதரம் கொட்டப்பட்டது.

குறிப்பிட்ட சில மருந்துகள் தயாரிக்க அபின் தேவைப்பட்டாலும், இன்றைக்கு உலகம் முழுவதையும் பரவலாக, வேகமாக, பயங்கரமாக ஆட்கொண்டுவரும் ஹெராயின் என்கிற போதை வஸ்துவுக்கு அபின்தான் பாட்டி என்பதை அறியும்போது, ஏன்தான் இந்தக் கசகசாச் செடியை ஆண்டவன் படைத்தானோ என்கிற ஆத்திரம், வேதனை எழுவது உண்மையே.

மனிதனை அதலபாதாளத்தில் தள்ளும் ஹெராயின் பற்றி விரிவாக அறியும் முன்னர், ஓபியத்தைக் கொஞ்சம் தெரிந்துகொண்டுவிடலாம்.

புத்தியை வெகு சுலபமாகத் தன்வசப்படுத்தும் சக்தி படைத்த அபினை வெந்நீரில் கரைத்து, எரிந்த கருவேலம்பட்டையுடன் கலந்து காயவைத்து உருண்டைகளாக உருட்டி, ஹூக்காவில் அடைத்துப் புகைப்பதும், இனிப்புகளில் கலந்து சாப்பிடுவதும், தாதுபுஷ்டி லேகியம்போலத் தயாரித்து விற்பதும்... ஓரளவுக்கு வட இந்தியாவில் காணப்படும் வழக்கம்தான் என்றாலும்...

இதிலிருந்து தயாரிக்கப்படும் 'மார்ஃபின்' (Morphin) என்பதைவிட, அது பிரசவிக்கும் ஹெராயின் என்கிற

வஸ்துவின் வீரியம் அபினைக் காட்டிலும் நூறு மடங்கு அதிகம் என்பதால், ஹெராயினை இன்றைய 'ஆலகால விஷம்' என்பது மிகமிகப் பொருத்தம்.

பணக்கார அமெரிக்காவில் தொடங்கி ஏழை இந்தியா வரை விவரமறிந்த எவரையும், 'ஐயோ, ஹெராயினா?' என்று கதிகலங்கடிக்கும் இந்த ஆலகால விஷத்தை ஆதியோடந்தமாய் வரும் அத்தியாயங்களில் அலசிப் பார்க்கலாம்.

——

12

அறைக்குள் நுழையும் முன்னர் விஜய் தன் தலைமுடியைக் கலைத்து, முகத்தில் ஒருவிதப் பரிதாப பாவனையைப் படரவிட, அருகில் நின்றிருந்த ப்ரேமும் தன் பங்குக்குத் தோளைத் தளர்த்தி, முகத்தைச் சோர்வாக்கிக்கொண்டான். அரை நிமிஷம் முன்னால் கொதிக்கும் வெந்நீரில் துண்டை நனைத்து ஒத்தடம் கொடுத்திருந்ததில் லேசாக ஜிவுஜிவுத்திருந்த முகம் ஜுரக் களையைத் தர, அப்படியே லெக்சரர் தர்மாமீட்டர் வைத்துப் பார்த்தாலும் ஜுரத்தைக் காட்டவென நல்ல சூடாகத் தண்ணீரைக் குடித்து, அந்த வெப்பம் இன்னும் வாய்க்குள் தங்கியிருப்பதை உணர முடிந்தவனாய், “எக்ஸ்க்யூஸ் மீ, சார்...” என்று அழைத்தான்.

முகம் பூராவும் சோப்பைத் தடவி, கல்யாணியை அபஸ்வரமாய் ஆலாபனை பண்ணியவாறே ஷேவிங்கில் முனைந்திருந்த அன்பரசு, அவர்களின் எகனாமிக்ஸ் லெக்சரர், அவர்களைக் கண்காணிக்கவென உடன் வந்திருப்பவர், திரும்பினார்.

“எஸ்?”

ஒரு பக்கம் புஸுபுஸுத்த சோப்பு நுரையும், இன்னொரு பக்கம் வழித்த முகமுமாய் அவர் நின்றிருந்த கோலம் சிரிக்கத் தூண்டியதை, கஷ்டப்பட்டு ப்ரேம் அடக்கிக்கொண்டான்.

“என்னப்பா... என்ன வேணும்?”

ப்ரேம் கிசுகிசுப்பாகப் பேசினான். “ராத்ரிலேந்து காய்ச்சலா இருக்கு, சார்...”

"இஸிட்? கிட்ட வா..."

கன்னத்தில் கையை வைத்துப் பார்த்து, "அப்படி ஒண்ணும் சுடலியே, ப்ரேம்?" என்று அன்பரசு கூறினவுடன், முகத்தில் சூடு மறைந்துவிட்ட தினுசில் வாயிலும் குறைந்துவிடுமோ என்கிற பயத்துடன் ப்ரேம் அவசரமாய்ப் பேசினான்.

"ராத்திரி பூரா ஒரே தலைவலி, சார்... ஒரு நிமிஷம்கூடத் தூங்க முடியல... மூட்டுக்கு மூட்டு வலி வேற... வேணா தர்மாமீட்டர் வெச்சுப் பாருங்க, சார்..."

"ம்ம்... ஒரு அஞ்சு நிமிஷம் உக்காரு... ஷேவிங்கை முடிச்சிட்டுப் பாக்கறேன்."

இவர்களுடைய அவசரம் புரியாமல் அவர் திரும்பிக்கொள்ள, ப்ரேம், விஜய்யை ஏறிட்டான். என்ன செய்யலாமென்று விழிகளாலேயே பரிதவிப்புடன் வினவினான்.

ஆசிரியருக்குக் கேட்காத தொனியில், "ரிலாக்ஸ்..." என்று முணுமுணுத்த விஜய், அங்கேயிருந்த நாற்காலி ஒன்றில் ப்ரேமை உட்காரச் சொல்லிவிட்டு தானும் அமர்ந்தான்.

கண்ணாடி வழியாக இவர்களைப் பார்த்த அன்பரசு, திரும்பாமலேயே கேட்டார், "கூட வந்திருக்கற பையன்... நீ மாத்ஸ் க்ரூப் இல்ல? உனக்கு என்ன வேணும்?"

"ஐம் ஆல்ஸோ நாட் ஃபீலிங் வெல், சார்..."

"உனக்கென்னாச்சு?"

"விடிகால நாலு மணிலேந்து லூஸ்மோஷன் போவுது... ஆறு தரம் ஆயாச்சு, சார்..."

"என்ன சாப்பிட்டே, கன்னாபின்னானிட்டு?"

"ஒண்ணுமேயில்ல, சார்... திடும்னு... என்ன காரணம்னே புரியாம..."

அன்பரசு துண்டால் முகத்தைத் துடைத்துக்கொண்டார்.

“உங்களையெல்லாம் எக்ஸ்கர்ஷனுக்குக் கூட்டிட்டு வர்றதே தப்புப்பா... நாலு நாள் அலையறதுக்கு முன்னால காய்ச்சல், வயத்துப்போக்குனு படுத்திடறீங்க! வளர்ற பையன்களாவா இருக்கீங்க? சுத்த நோஞ்சானுங்க! நாங்கள்லாம் படிக்கறப்ப அம்மா பழையதும் தயிரும் போடுவாங்க... சாப்பிட்டு ஒரு மைல் நடந்து காலேஜுக்குப் போவோம்... கேம்ஸ் விளையாடுவோம்... தெம்பா இருப்போம்! ஆனா, நீங்க? நாலடி நடக்க சோம்பறீங்க! அவனவனுக்கு மொபட் வாகனம் வேற! சதா சிகரெட்டப் பிடிச்சு காபியக் குடிச்சா, ஆரோக்கியம் எங்கேந்து வரும்?”

நீளமாய் அவர் பேசிக்கொண்டேபோக, ப்ரேம் நெளிந்தான். குடித்திருந்த வெந்நீரின் வெப்பம் வாயில் சுத்தமாய்க் குறைந்திருக்க, தெர்மாமீட்டரை வைத்துவிட்டால் என்ன பண்ணுவதென்று பரபரத்தான்.

அந்தத் தவிப்பை இனம்புரிந்துகொள்ளாமல் இன்னும் சில நிமிஷங்களுக்குப் பேசி, பின்னர் பையன்கள் வகையாய் மாட்டிக்கொண்டார்கள், சொல்லவேண்டிய அறிவுரைகளை நைஸாகக் கூறிவிட்டோம் என்கிற பெருமிதம் பொங்க அன்பரசு மேஜைமேல் வைத்திருந்த முதலுதவிப் பெட்டியை எடுத்தார்.

காய்ச்சல், தலைவலி, ஜலதோஷம், வயிற்றுப்போக்கு என்று ஏதேனும் வந்தால் கைவைத்தியமாகச் செய்யவேண்டி கல்லூரி டாக்டர் ஆலோசனைப்படி கொணர்ந்திருந்த மாத்திரைகளை எடுத்து, கண்ணாடியை அணிந்து அவை சரியான மாத்திரைகள்தானா என்று பார்த்துவிட்டு, ஆளுக்கு இரண்டு வீதம் கொடுத்தார்.

“இது உனக்கு, ப்ரேம்... சூடா காபி வரவழைச்சு அதோட ஒண்ணைப் போட்டுகிட்டு, இழுத்துப் போத்திக்கிட்டுப் படு... அரைமணில வேர்த்துடும்! வெதர்ல மாறுதல் இருக்கு இல்லியா? அதான் ஒத்துக்காம காய்ச்சல் வந்திருக்கு! உன் பேர் என்னப்பா?”

“விஜய், சார்...”

“எத்தனை தடவை போச்சுனு சொன்னே? ஆறு? இந்தா... ஒரு டம்ளர் மோரோட இந்த ரெண்டையுமே முழுங்கிடு... ஒருமணி நேரத்துல நிக்கலேன்னா சொல்லு, டாக்டர்கிட்ட போலாம்! நிறைய தண்ணி குடி... டீஹைட்ரேஷன் ஆயிட்டா வம்பு, என்ன?”

எல்லாவற்றுக்கும் சாதுக்களாய் தலையாட்டிவிட்டு அவர்கள் எழுந்து நிற்க, அன்பரசு தொடர்ந்தார்.

“பதினோரு மணி பஸ்ல மைசூருக்குப் போறோம், நினைப்பிருக்கில்ல? அதுக்குள்ள ரெண்டு பேருக்கும் நார்மலாயிடணும்... இன்னும் மூணு மணி நேரம் இருக்கு... போய் மாத்திரைய சாப்பிட்டு பேசாம படுங்க, போங்க...”

பதில் ஏதும் கூறாமல் ஒருவரையொருவர் ஏறிட்ட பின்னர், “தேங்க்யூ, சார்...” என்று மட்டும் கூறிவிட்டு வெளியில் வந்தனர்.

கொஞ்சம் நடந்த பிறகு, வாத்தியாருக்குக் கேட்காது என்பதை ஊர்ஜிதப்படுத்திக்கொண்டு, அங்கேயே வராந்தாவில் நின்று பேசினர்.

“என்னய்யா பண்றது? மைசூருக்குப் போறதைத் தவிர வேற வழி இல்லியா?”

“அ... அ... அவ்வளோ சுருக்க நாம தழைஞ்சு போயிட்டா எப்படி! கொஞ்சநேரம் கழிச்சு திரும்பப்போய் பேசலாம்... அவர் சொல்ற வழியிலயே போயி, நமக்கு வேணுங்கறதை சாதிச்சுக்கிட்டாதானே பெருமை! நேத்திலேந்து அத்தனை பிளான் பண்றதெல்லாம் வீணாப் போகவிட்டா எப்படி? நீ போய்ப் படு... நானும் என் ரூம்ல படுக்கறேன்... ஒருமணி நேரம் கழிச்சுப் பாக்கலாம்...”

சொன்ன மாதிரியே விஜய் சரியாக ஒன்பது மணி அளவில் ப்ரேமின் அறைக்கு வந்தான்.

“நீ முதல்ல போ... நா பின்னாடியே வரேன். சேந்து போக வேணாம்...” என, திட்டமிட்டபடி அரை டம்ளர் கொதிக்கும்

நீரைக் குடித்துவிட்டு, ஆசிரியரின் அறைக்கு வேகமாய் சென்று, முகத்தில் அதிகமாகச் சோர்வைப் படரவிட்டுக்கொண்டு ப்ரேம் நின்றான்.

மத்யமாவதியை ஒரு புரட்டு புரட்டிக்கொண்டிருந்த அன்பரசு நிமிர்ந்தார்.

“ஹவ் ஆர் யூ? முன்னையவிடத் தேவலியா?”

ப்ரேம் இல்லையென்று தலையசைத்தான். “தர்மாமீட்டர் வெச்சுப் பாருங்க, சார்... ப்ளீஸ்... தலைய ரொம்ப வலிக்குது...”

“மாத்திரை போட்டுகிட்டேயில்ல?”

நிதானமாகப் பேசிக்கொண்டு அவர் முதலுதவிப் பெட்டியிலிருந்து தர்மாமீட்டரை எடுத்ததை பிடுங்காத குறையாய் வாங்கி, சரியாகக்கூட உதறாமல் ப்ரேம் வாயில் வைத்துக்கொண்டான்.

ஒரு நிமிஷம் கழித்து வெளியில் எடுத்தபோது, பாதரசம் ‘நூற்றி ஒன்று புள்ளி நாலு’ என்றது.

“நூத்தி ஒண்ணு இருக்கே! சரியா உதறினியா? எங்க இன்னொருதரம் வெச்சுக்க...”

இவனை நம்பாமல் அதைத் தானே உதறி அவர் நீட்டியதும், நிச்சயமாய் இந்த முறை வாய்ச் சூடு முன்போல இருக்காது, என்ன செய்யலாமென்று ப்ரேம் திகைத்த நிமிஷத்தில், “சார்...” என்று அழைத்தபடி விஜய் அறைக்குள் நுழைந்தான்.

“என்னால தாங்க முடியல, சார்... இன்னும் நாலு தரம் போயிடுச்சு... வயத்த வலிக்குது... நிக்கக்கூட முடியல, சார்...”

வயிற்றில் எக்கச்சக்கத்துக்கு வலி இருப்பதுபோல நாற்காலியில் உட்கார்ந்து அவன் இரண்டாக மடிய, அன்பரசு ப்ரேமை மறந்து அவனிடம் விரைந்தார்.

“மாத்திரை போட்டுகிட்டேயில்ல?”

“ம்...”

“அப்படியுமா நிக்கல?”

“ம்... அம்... மா... ஆ...”

விஜய்யின் மாய்மாலம் ப்ரேமுக்குச் சிரிப்பைத் தந்தது. திரும்பி நின்று சமாளிக்கப் பார்த்தான்.

“ஹோட்டல் மானேஜரைக் கூப்பிட்டு எந்த டாக்டர்கிட்ட போலாம்னு கேக்கட்டுமாப்பா?”

“வே... வேணாம், சார்... எங்க சித்தப்பாவே இந்த ஊர்ல பெரிய டாக்டர்தான்... அங்க அனுப்பிட்டீங்கன்னா போதும்...”

“உன்னோட சித்தப்பாவா?”

“சொந்த சித்தப்பா இல்ல, சார்... ஒண்ணுவிட்ட சித்தப்பா... மல்லேஸ்வரத்துல க்ளினிக் வெச்சிருக்கார்...”

“ஓ! அங்க போயிடறேன்னு சொல்றியா? அதுவும் நல்லதுக்குதான்... சரி, வா... நானே டாக்சில கொண்டுவிட்டுட்டு வரேன்...”

“நீங்க எதுக்கு சார், வீணா கஷ்டப்படணும்? இன்னும் ஒருமணி நேரத்துல மைசூருக்கு வேற கிளம்பணும்... அ... ப்பா...ஆ... வலிக்குது, சார்... டாக்ஸி எடுத்துகிட்டு நானே போயிடறேன்...”

“தனியாவா?”

அன்பரசு யோசிக்க, ப்ரேம் சட்டென்று குறுக்கிட்டான். “நா வேணாகூட போகட்டுமா, சார்?”

“நீயா?”

யோசனை மாறாமல் அவர் நிற்க, விஜய் தலையை உயர்த்தி ப்ரேமைப் பார்த்தான்.

“உனக்கு ஜூரம் எப்படியிருக்கு?”

“நூத்தி ஒண்ணு...”

“ஹைய்யோ... அப்படீன்னா நீயும் மைசூருக்குப் போக முடியாதா?”

ப்ரேம் முகத்தைப் பரிதாபமாக வைத்துக்கொள்ள, விஜய் ஆசிரியரின் பக்கம் திரும்பினான்.

"நூத்தி ஒண்ணோட இவனை அழைச்சிட்டுப் போனா, நீங்கதான் கஷ்டப்படுவீங்க, சார்... பேசாம என்கூட கிளினிக்குக்கு அனுப்பிடுங்க... நாலு நாள்ல நீங்க திரும்பி வர்றப்ப, உடம்பை சரிபண்ணிட்டு ரெடியா இருக்கோம்..."

அன்பரசு இன்னும் கொஞ்சம் தீவிரமாக யோசனை பண்ணினார். நகத்தைக் கடித்தார். இப்படியும் அப்படியும் நடந்தார். மழுங்க மழித்த தாவாங்கட்டையைத் தடவிக்கொடுத்தார். நின்றார்.

"உங்க சித்தப்பா பேரு என்ன சொன்னே?"

"இன்னும் சொல்லலியே, சார்... அவர் பேர் ராஜன்... டாக்டர் ராஜன்."

"விலாசம் என்ன சொன்னே?"

"மல்லேஸ்வரத்துல, சார்..."

"நல்லா பாத்துப்பாங்களா?"

"பிரமாதமா கவனிச்சுப்பாங்க!"

"ம்ம்... அட்ரஸ்ஸை எழுதிக் குடுத்துட்டு புறப்படுங்க... இன்னிக்கு திங்கக்கிழமையா? சரியா வியாழன் அன்னிக்கு மத்தியானமா நா அங்க வந்து உங்களப் பாக்கறேன்..."

"எதுக்கு சார், வீண் சிரமம்? அன்னிக்கு ராத்திரி ரயில்லதானே நாம மெட்ராஸுக்குப் போப்போறோம்? நாங்க நேரா ஸ்டேஷனுக்கே வந்துடறோமே? என்ன, ப்ரேம்?"

அவன் பூம்பூம்மாடுபோல தலையசைக்க, ஏதோ நினைவுக்கு வந்த மாதிரி அன்பரசு ஓரடி வைத்து அருகில் வந்தார்.

"முகம் தெளிஞ்சிட்ட மாதிரி இருக்கு... காய்ச்சல் விட்டுடுச்சா? உனக்குக்கூட வயித்துவலி கொறைஞ்ச மாதிரி தோணுதேப்பா..."

ப்ரேம் நிமிர்ந்திருந்த உடம்பை சட்டென்று தளர்த்திக்கொள்ள, லேசான அசட்டுக்களையுடன் விஜய், "வலி இருக்கு, சார்...

வீணா உங்களை காபரா பண்ண வேணாம்னுதான் பேசாம இருக்கேன்... அ...ம்...மா..." என்றான்.

எப்படியோ அவரை நம்ப வைத்து, ராஜனின் விலாசத்தை எழுதிக் கொடுத்து, வியாழன் இரவு ரயில்வே ஸ்டேஷனில் சந்திப்பதாக வாக்குக் கொடுத்துவிட்டு, இரண்டு பேரும் பெட்டிகளுடன் ஹோட்டலைவிட்டு வெளியே வந்தபோது, இமாலயச் சாதனை ஒன்றைச் செய்துவிட்ட பெருமை வெளிப்படையாக அவர்கள் முகங்களில் வெளிச்சம் போட்டது.

ஆட்டோ பிடித்து நேராக மல்லேஸ்வரம் போனார்கள்.

வெளியில் வாசலில் என்று எங்கும் போகாமல், வீட்டிற்குள்ளேயே அடைந்து, கூட்டமாய் ப்ரௌன் ஷுகரை சிகரெட்டில் அடைத்துப் புகைத்தார்கள்... 'சேஸ்' செய்தார்கள்.

வெகு தாராளமாக ஆளுக்கு அரை கிராம் பாக்கெட்டை இலவசமாக ராஜன் வழங்க, காலையில் ஒருதரம், மாலையில் ஒருதரம் என்று அதைப் புகைத்து, கஞ்சாவைவிடப் பலமடங்கு வீரியம் மிகுந்த அந்த ப்ரௌன் ஷுகர் கொடுத்த போதையில் உலகமே தங்களுக்கு அடிமை என்ற பிரமையும், நானே வீராதிவீரன், சூராதிசூரன், நினைத்தால் வானத்தை மடித்து கக்கத்தில் வைத்துக்கொள்வேன் என்கிற பொய்யான வீம்பும் முழுசாய் ஆட்கொள்ள, மூன்று நாள்களைக் கழித்தவர்களை, நான்காம் நாள் வியாழன் காலை கிட்டத்தில் உட்கார வைத்துக்கொண்டு தீவிரமாய்ப் பேசினான் ராஜன்.

"உங்க ரெண்டு பேர்கிட்டயும் முக்கியமான விஷயம் ஒண்ணைச் சொல்லணும்யா..."

அன்றைய 'கோட்டா' அரை கிராம் ப்ரவுன் ஷுகரை அவன் எப்போது தருவான் என்று நாக்கைத் தொங்கப் போட்டுக்கொண்டிருந்த விஜய், "ம்..." என, ப்ரேம் முன்னால் சாய்ந்து உட்கார்ந்தான்.

"ப்ரவுன் ஷுகர் அனுபவம் எப்படி? பிரமாதம் இல்ல?"

"ரியலி கிரேட்யா!"

"மூணு நாளா நிம்மதியா இருந்தீங்க, இல்ல?"

"ஏதோ... உன் புண்ணியத்துல..."

"முத நாளே உங்களுக்குச் சொல்லணும்னு நினைச்சேன்... மறந்திட்டேன். இந்த ப்ரவுன் ஷுகரை உபயோகப்படுத்திட்டு திடும்னு நிறுத்தக்கூடாது... அப்படி நிறுத்தினா, உடம்பை என்னென்னமோ பண்ணும்யா!"

"அப்படீன்னா?"

"உடம்பை லேசா வலிக்கும்... மூக்குலேந்து ஜலம் வரும்... கொட்டாவி வந்துகிட்டே இருக்கும்..."

உன் உடம்பு ப்ரவுன் ஷுகரின் பிடிகளில் மாட்டிக்கொண்டு அடிமையாகி உன்னை வெகுவாகப் படுத்தும் என்று அவன் சொல்வதைப் புரிந்துகொள்ளாமல், ராஜன் ஏதோ ஜோக் அடித்துவிட்ட மாதிரி ப்ரேம் உரக்க சிரித்தான். பின், "உபயோகிக்காம இருந்தாத்தானே? நாங்கதான் தொடர்ந்து யூஸ் பண்ணப் போறோமே! என்ன, விஜய்?" என, விஜய் தப்பாமல், "அதானே!" என்றதும், ராஜன் எட்டி ப்ரேமின் தோளைத் தட்டிக்கொடுத்தான்.

"குட்... தட்ஸ் த ஸ்பிரிட்! இன்னிக்கு நீங்க ஊருக்குப் புறப்படப் போறீங்க, இல்ல? சாயங்காலமா என் 'தோஸ்த்'கிட்ட சொல்லி உங்களுக்குத் தேவையான ப்ரவுன் ஷுகரை வாங்கிக்கங்க... என்ன? இப்ப, உங்களுக்கு எத்தனை கிராம் வேணும்? எவ்வளவு பணம் வெச்சிருக்கீங்க?"

விஜய் தோளைக் குலுக்கினான். "ஒரு வாரத்துக்குத் தேவையானது எனக்குப் போதும்... ஸோ, நாலு கிராம்! உனக்கு, ப்ரேம்?"

ப்ரேம் அலட்சியமாய் சிரித்தான். "வாங்கறதுதான் வாங்கறோம்... கொஞ்சம் தாராளமாத்தான் இருக்கறது! எனக்குப் பத்து கிராம், ராஜன்!"

ராஜன் சன்னமாய் விசிலடித்தான். "அவ்ளோ பணம் வெச்சிருக்கியா?"

"அவ்ளோன்னா?"

"ப்ரவுன் ஷுகர் ஒரு கிராம் விலை நாப்பது ரூபா, தெரியுமா?"

தெரியாது என்கிற வியப்பு மற்ற இருவரின் முகத்தில் தோன்றியது.

"நீ தினம் ஃப்ரீயா குடுத்தியே, ராஜன்?"

"அது ஃப்ரெண்ட்ஷிப்புக்காகக் குடுத்தேன்யா!"

விஜய் உதட்டைப் பிதுக்கினான். "இவ்ளோ குடுத்து வாங்க நமக்குக் கட்டுப்படியாகாதுப்பா... க்ராஸ் போதும் எனக்கு."

எழுந்திருக்க முற்பட்டவனின் தோளை அழுத்தி ராஜன் உட்கார வைத்தான்.

"அது அத்தனை சுலபமில்ல, விஜய்... ப்ரவுன் ஷுகர் இல்லாட்டி நீ கஷ்டப்படுவே..."

"என்ன ராஜன், பயமுறுத்தறே?"

"சத்தியமா இல்லப்பா... உம்மேல இருக்கற அக்கறையில சொல்றேன்... வேணா, காலைல ப்ரவுன் ஷுகர் எடுக்காம இருந்துப் பாரு... உனக்கே தெரியும்!"

அவன் சொன்னதைச் சவாலாக ஏற்று விஜய் புகைக்காமல் இருக்க, மதியம் மூன்று மணிக்குள் உடம்பில் சின்னதாய் உபாதைகள்...

முதலில், வரிசையாய் நிறுத்த முடியாமல் ஒன்று இரண்டு என்று கொட்டாவிகள்.

சில நிமிஷங்களில் வயிற்றில் லேசாய் வலி... தொண்டையில் வறட்சி... மூக்கிலிருந்து கோடாய் வடியும் நீர்...

என்னது இது!

மேற்கொண்டு அரைமணி போவதற்குள் இன்னும் பரபரப்பும், தவிப்பும், அவஸ்தையும் அதிகமாக, "சொன்னேனில்ல? இந்தா...

இதைச் சட்டுனு பிடி...” என்று ப்ரவுன் ஷுகர் கொண்ட சிகரெட்டை மிகப்பரிவுடன் ராஜன் அவனிடம் நீட்டினான்.

ஒரு தம், ஒரே ஒரு இழுப்பு... இழுத்ததுமே, ஸ்விட்ச் போட்ட மாதிரி அத்தனை வேதனைகளும் குறைய...

இனி ப்ரவுன் ஷுகர் குடிப்பதுதான் வாழ்க்கையின் அர்த்தம், அது இல்லாவிட்டால் நிம்மதியாய் வாழமுடியாது என்ற தீர்மானத்திற்கு வந்தவர்களாய்... கையிலிருந்த பணம் முழுவதற்கும் ஆளுக்குப் பத்து கிராம் பவுடரை வாங்கிக்கொண்டு சென்னைக்குத் திரும்ப ப்ரேமும், விஜய்யும் அன்று ரயில் ஏறினபோது, ராஜன் மனிதாபிமானம் இல்லாமல், தன் சரக்கை விற்கும் நோக்கம் மட்டுமே முக்கியமாகிப்போன வியாபாரியாக, திட்டமிட்டுத் தங்களை ப்ரவுன் ஷுகருக்கு அடிமையாக்கிவிட்டதை அவர்களால் துளியும் புரிந்துகொள்ள முடியாமல் போனது.

ப்ரவுன் ஷுகர்,

இதனைப் பற்றிய விவரங்களை ஆதியோடந்தமாய் சொல்வதற்கு முன்னால், ஒரு குட்டி முன்னுரையாக, பாராளுமன்றத்தில் அமிதாப்பச்சன் எம்.பி. பேசி, பத்திரிகைகளில் வெளியான ஒரு குறிப்பைப் படியுங்கள்.

‘பம்பாய் பள்ளிக்கூட வாசல்களில் ஐஸ்க்ரீம், இனிப்பு விற்பவர்கள், அவற்றில் ப்ரவுன் ஷுகரைக் கலந்து, விவரமறியாத பன்னிரண்டு பதினாலு வயசுக் குழந்தைகளுக்கு இலவசமாக வினியோகிக்கிறார்கள். ப்ரவுன் ஷுகர் மூன்று அல்லது நாலுநாள் உபயோகத்தின் மூலமே ஒருவரை அடிமைப்படுத்தும் வல்லமை வாய்ந்தது என்பதால், நாலாம் நாளிலிருந்து அந்த நேரத்திற்கு உடம்பில் பயங்கரமாய் உபாதைகள் புகுந்துகொள்கின்றன. இதுநாள்வரை இலவசமாக ஐஸ்க்ரீம் தந்த நபர்கள்,

'இனி கிடைக்காது, வேண்டுமானால் இந்தப் பவுடரை வாங்கிக்கொள்' என்று நிர்தாட்சண்யமாகக் கூறிவிடுவதில், அவஸ்தை, வேதனை தாளாமல் அந்தப் பிஞ்சுக் குழந்தைகள் முப்பதும் நாற்பதும் கொடுத்து ப்ரவுன் ஷுகரை வாங்க ஆரம்பித்து, சீரழிந்து போகிறார்கள்!'

எப்படி! நிலைமையின் கொடூரம் புரிகிறதா?

அப்பாவிக் குழந்தைகளைப் பலியாக்கி, உருப்படாமல் அடிக்கும் பழக்கம் பம்பாயில் மட்டுமல்ல, மெல்லமெல்ல நாடு முழுவதும் இங்குமங்கும் முளைக்கத் தொடங்கிவிட்டதுமல்லாமல், தங்கள் அவசரத் தேவையைப் பூர்த்திசெய்ய 'திருட்டை' தங்களுக்குத் தெரிந்த ஒரே வழியாக அந்தக் குழந்தைகள் மேற்கொள்கிறார்களே...

இது குறித்து அரசாங்கம், அரசியல்வாதிகள், ஏன், நாம் ஒவ்வொருவரும், என்ன செய்யப் போகிறோம்?

——

13

கண்மண் தெரியாமல் எழுந்த ஆத்திரத்தில், கையில் அகப்பட்டதையெல்லாம் போட்டு உடைத்து நொறுக்கித் தள்ளினால் தேவலைபோல இருந்தது.

புத்தகங்களையும் துணிகளையும் விசிறியடித்து, இப்படியும் அப்படியும் நடந்த நாழிகையில், வழியில் கிடந்த மோடா காலைத் தடுக்க, பீறிட்ட எரிச்சலோடு ப்ரேம் அதை ஓங்கி உதைத்தான். அது குட்டிக்கரணம் ஒன்றைப் போட்டு மூலையோடு மூலையாய் தேமேயென்று இருந்த டென்னிஸ் ராக்கெட்டை இடித்த வேகத்தில், ராக்கெட் அருகிலிருந்த கிடார் மேல் விழ, இரண்டுமாய் சேர்ந்துகொண்டு சரிந்ததில் அரை நிமிஷத்துக்கு அறையை நானாவித சப்தங்கள் ஆக்ரமித்தன.

ஆத்திரம் அதிகமாக, ப்ரேம் காதுகளை மூடிக்கொண்டான்.

ஓஹோ என்று வாய்விட்டு அரற்றினான்.

கட்டிலில் உட்கார்ந்து தன்னைக் கொஞ்சம் ஆஸ்வாசப்படுத்திக்கொள்ள அவன் நினைத்த நிமிஷத்தில், அறைக்கதவு தட்டப்பட்டது.

“ப்ரேம்!”

அம்மா!

“ப்...ரேம்!”

“வரேன்...”

குரல் கொடுத்தவன், சட்டென்று குனிந்து, வாரியிறைத்த துணி, புஸ்தகங்களை அள்ளி அம்மாவின் பார்வையில்படாமல் கட்டிலுக்கு அடியில் தள்ளினான். கவிழ்ந்துகிடந்த மோடா, கிடார், டென்னிஸ் ராக்கெட்டை நிமிர்த்தி நேராக வைத்தான். தலைமுடியைக் கோதிக்கொண்டான். சிகரெட் பேப்பர், சாம்பல், நெருப்புப்பெட்டி ஏதாவது மேஜைமேல், தரையில் கிடக்கின்றனவா என்று வேகமாக ஒருமுறை பார்த்தான்.

"ப்ரேம்!"

மூச்சை ஒருதரம் நீளமாக இழுத்து, எச்சிலை விழுங்கியவன், கதவைத் திறந்தான்.

எதிரில் நின்ற ரேவதி கண்களை இடுக்கிக்கொண்டு பிள்ளையை அழுத்தமாகப் பார்த்தாள்.

"என்ன பண்ணிட்டிருக்கே, ப்ரேம்?"

"படிச்சிட்டிருக்கேம்மா..."

"அப்பாவும், நானும் பத்மநாபன் அங்கிள் வீட்டு பார்ட்டிலேந்து இப்பத்தான் திரும்பி வந்தோம்... என் அறைக்குள்ள நுழையறப்ப, பெரிசா என்னமோ சத்தம் கேட்டுது... என்னமோ ஏதோன்னு பயந்திட்டேன்... என்ன சத்தம் அது?"

"டேபிள்ல இருந்த புக் நழுவி, கிடார் மேல விழுந்திடுச்சும்மா... தட்ஸ் ஆல்."

ஒன்றுமே இல்லாததற்கு எதற்காகக் கலவரப்படுகிறாய் என்கிற தினுசில் ப்ரேம் புன்னகைக்க, ரேவதி கொஞ்சம் சமாதானமானாள்.

உள்ளே வந்து அறையை ஒரு பார்வை பார்த்தாள். வழக்கம்போல அத்தனை கந்தரகோலமாக இல்லாததும், மணி பதினொன்றரை ஆகியும் இன்னும் பிள்ளை கண்விழித்துப் படிப்பதும் சந்தோஷத்தைத் தர, ப்ரேமை ஏறிட்டுப் புன்னகைத்தாள்.

"இன்னிக்கு பார்ட்டிக்கு நீ ஏன் வரலேன்னு பத்மநாபன் அங்கிள் ரொம்ப கேட்டார், ப்ரேம்..."

"....."

"பரிட்சை வருது இல்லியா, அதனால வரலேன்னு சொன்னேன். போன செமஸ்டர் எக்ஸாமே எழுதல... இதுவாவது நல்லா எழுத வேணாமா, என்ன ப்ரேம்?"

"ம்."

"அப்பாகூட அடிக்கடி, 'ப்ரேம் முன்ன மாதிரி இல்ல, பொறுப்பு வந்திருக்கு, ராத்திரி ரொம்ப நேரம் வரைக்கும் கண்விழிச்சுப் படிக்கறான்'னு சொல்றார்..."

"ம்."

"நீ நல்லா படிச்சு, யூ.எஸ்ஸுக்குப் போயி எம்.பி.ஏ. பண்ணிட்டு, வேர்ல்ட் பாங்க் வேலைல சேரணும்... அதான் எங்க ஆசை! உனக்குத் தெரியுமில்ல?"

"ம்."

பிள்ளை எதற்கும் ஒற்றை வார்த்தையில் பதில் சொல்ல, ரேவதி ஓரடி அருகில் வந்து அவன் தோளில் கை வைத்தாள்.

"ஏம்பா, களைப்பா இருக்கா?"

"அதெல்லாம் ஒண்ணுமில்லம்மா..."

"வேணா படுத்துக்கயேன்... காலைல எழுந்து படிச்சுக்கலாம்..."

"ம்."

கால் நிமிஷம் எதுவும் பேசாமல் அப்படியே நின்றுவிட்டு, ஏதோ நினைவுக்கு வந்தவளாய் ரேவதி கேட்டாள், "கொஞ்ச நாளாவே காலேஜ்லேந்து நீ வீட்டுக்கு வர நேரமாறாப்பல இருக்கே... இன்னிக்குக்கூட ஏழரை மணிக்கு நாங்க கிளம்பற வரையிலும் நீ வரலியே?"

"அ? அது வந்து... நா..."

சில கணங்களுக்கு ப்ரேம் விழித்தான்.

புது நண்பனான விஜய்யோடு தினமும் அவனுக்கு 'வேண்டப்பட்ட' இடத்துக்குச் சென்று, யாருடைய குறுக்கீடுமின்றி

இஷ்டப்பட்ட விதத்தில் ப்ரவுன் ஷுகர் குடித்துவிட்டு வருவதை, சாமர்த்தியமாக எப்படிச் சமாளிக்கலாம்?

தடுமாறினவன், சட்டென்று நிதானப்படுத்திக்கொண்டு, அம்மா நம்பும் வகையில் வெகுளித்தனமாய் சிரித்தான்.

“பரத்தோட கைக்கட்டை இன்னும் பிரிக்கல, இல்லியாம்மா? அதனால காலேஜ்லேந்து தினம் அப்புவும், நானும் அவன் வீட்டுக்குப் போயி, பரத்துக்குத் தேவையான நோட்ஸ் எழுதிக் குடுத்துட்டு, கொஞ்சநேரம் க்ரூப் ஸ்டடி பண்ணிட்டு வரோம்... அதான்...”

அவன் பேசினதைக் கவனத்துடன் கேட்ட ரேவதி, “குட்!” என்றபோது, அவள் குரலில் பெருமிதம் வெளிப்படையாகத் தெரிந்தது. “கண்டவங்களோட சேந்து என் பேரன் கெட்டுப்போயிட்டான்னு அன்னிக்கு பரத்தோட பாட்டி கன்னாபின்னான்னு கத்தினாங்களே... இப்ப என்ன சொல்றாங்க? பேசறதுக்கு முன்னால, யாரைச் சொல்றோம், என்ன சொல்றோம்னு கொஞ்சம் நிதானிச்சா தேவலை... வயசானா ஆச்சா?”

“விடுங்கம்மா... ஏதோ தெரியாத்தனம்.”

ரொம்பப் பெரிய மனுஷன் மாதிரி ப்ரேம் பேச, ரேவதி தீவிரமாக மறுத்தாள்.

“என்ன தெரியாத்தனம், ப்ரேம்? அன்னிக்கு, டாக்டர், சிஸ்டர்ஸ் முன்னால அவங்க அப்படிக் கத்தினப்ப, எனக்கு எத்தன அவமானமா இருந்தது, தெரியுமா? தீர விசாரிக்காம எந்த முடிவுக்கும் வரக்கூடாதுப்பா... இப்ப பாரு, அவங்க பேரனுக்கு நீங்கதானே உதவியா இருக்கீங்க? தினம் போயி நோட்ஸ் எழுதிக்குடுத்து, க்ரூப் ஸ்டடி செஞ்சு... யார் பண்ணுவாங்க இப்படி?”

எதையோ சொல்லி சமாளிக்க வேண்டி சொன்னதை சீரியஸாக எடுத்துக்கொண்டு அம்மா மேலேமேலே பேசிக்கொண்டுபோவது சலிப்பைத் தர, ப்ரேம் இரண்டு கைகளையும் உயரத் தூக்கி சோம்பல் முறித்ததும், “சரி... நீ படுத்துத் தூங்கு... காலைல பேசிக்கலாம்...” என்றபடி ரேவதி கிளம்பினாள்.

திரும்பினவள் நின்றாள்.

"டேபிள் மேல வெச்ச சப்பாத்தி அப்படியே இருக்கே, நீ சாப்பிடலியா?"

"சாப்டேனே!"

"எவ்ளோ? ஒண்ணா?"

"....."

"ஆறு மாசமா நானும் கரடியா கத்தறேன், நீ சாப்பிடறது போதாது, உடம்பு ரொம்ப வீணாப்போயிடுச்சுனு... நீ காதுலியே வாங்கறதில்ல!"

"நா நல்லாதாம்மா சாப்பிடறேன்..."

"மண்ணாங்கட்டி! நீ சாப்பிடற அழகு எனக்குத் தெரியாதா? மாசத்துல பாதி நாள் அப்பாவும், நானும் பார்ட்டி, அது இதுன்னு போயிடறதுல, எதையும் கவனிக்கமாட்டேன்னு நினைக்காதே... மாரிசாமிகிட்ட தினம் நீ என்ன சாப்பிடறே, செய்யறேன்னு கேட்டுட்டுதான் இருக்கேன்!"

"....."

பதில் பேசாமல் தலையைக் குனிந்துகொண்டு ப்ரேம் நிற்க, ரேவதி மூக்கைச் சுருக்கிக்கொண்டு கேட்டாள், "வந்ததுமே கேக்கணும்னு நினைச்சேன்... அறைக்குள்ள என்னமோ நாத்தம் வர மாதிரி தோணுது, என்னதது?"

அம்மா திடுமென எங்கிருந்தோ எங்கோ தாவ, ப்ரேம் திடுக்கிட்டான்.

அம்மாவை இத்தனை பேசவிட்டது தப்பு என்றால், அறைக்குள் இவ்வளவு நேரம் நிற்க வைத்தது அதைவிடத் தப்பாயிற்றே...

வேண்டாத பேச்சு, துருவல், கேள்வி... எதற்கு இதெல்லாம்?

என்ன செய்யவேண்டும் என்பதைத் தீர்மானித்தவனாக, ப்ரேம் அம்மாவின் கையைப் பற்றிக்கொண்டான்.

“ஜன்னல் சாத்தியிருக்கறதுனால அப்படித் தோணுதும்மா, வேற ஒண்ணுமில்ல! அத விடுங்க... ஏன் சாப்பிடலேன்னு கேட்டீங்க... சாயங்காலம் பரத் வீட்டுல அவனோட பாட்டி பிடிகொழுக்கட்டை குடுத்து சாப்பிடச் சொன்னாங்க... அதனால பசியில்ல! இப்ப பசிக்குது... ஒரு டம்ளர் பால் தர்றீங்களா? குடிச்சிட்டு படுத்துக்கறேன்?”

சந்தோஷத்தோடு தலையசைத்து, ஐந்து நிமிஷங்களில் சூடான பாலையும் ஓர் ஆப்பிளையும் கொண்டு மேஜை மேல் வைத்து, ‘என்ன இருந்தாலும் ப்ரேம் அம்மா பேச்சைக் கேட்கும் பிள்ளைதான்’ என்கிற திருப்தியுடன், “குட்நைட்!” சொல்லி ரேவதி நகர, அப்பாடி என்கிற நிம்மதியுடன் கதவைத் தாளிட்டான்.

அம்மா அருமையாய் கொணர்ந்து வைத்த பாலை பேசினில் ஊற்றி, காலி டம்ளரை மேஜைமேல் வைத்தவன், ஜோல்னாப் பையிலிருந்து ப்ரவுன் ஷுகர் பொட்டலத்தை எடுத்து எவ்வளவு இருக்கிறதென்று பார்த்தான்.

இரண்டு சிட்டிகை இருந்தால் அதிகம்.

இப்போது இதைப் பிடித்துவிட்டால் காலையில் எழுந்ததும் திண்டாடுவோம் என்கிற நினைப்புடன் அதைப் பத்திரமாக மூடினவன், அதே பையில் வைத்திருந்த ‘ஸ்மாக் கிட்’டை (Smack kit) எடுத்தான். இப்போதெல்லாம் இந்த ‘கிட்’ இல்லாமல் இவன் எங்கும் கிளம்புவதில்லை. பத்து கிராம் ப்ரவுன் ஷுகரை இவர்களுக்கென வரவழைத்துக் கொடுத்தபோதே ராஜன் இதையும் கையில் தந்துவிட்டான்.

ஜாமெண்ட்ரி பாக்ஸைவிடச் சின்னதாக ஒரு பெட்டி, அதனுள் வெள்ளித்தாள்கள், சிகரெட் பேப்பர்கள், குட்டியாய் கத்தரிக்கோல், மெழுகுவர்த்தி, தீப்பெட்டி, இத்தியாதிகள்... நினைத்த மாத்திரத்தில் எங்கு வேண்டுமானாலும் ப்ரவுன் ஷுகரை ‘சேஸ்’ செய்ய வசதியாய்...

புகைப்பிடிக்க ஏதுவாய் வைத்திருந்த ஸ்ட்ராவை எடுத்து ப்ரேம் மெதுவாய் பிரித்தான். அதன் உள்பக்கம் ஒட்டிக்கொண்டிருந்த வெள்ளை ஹெராயின் பொடியை ப்ளேடால் கவனமாய் சுரண்டி,

சேர்ந்த பொடியை வெள்ளித்தாளில் வைத்து மெழுகுவர்த்தியை ஏற்றி உருகவைத்து, கிளம்பிய புகையை இன்னொரு புது ஸ்ட்ராவால் பிடித்தான்.

நாலு தரம் 'தம்' பிடித்துப் புகையை நெஞ்சில் நிரப்பிக்கொள்ள, இது நாழிகை ஆளை வதைத்தெடுத்த கோபம், தவிப்பு, எரிச்சல் எல்லாம் மெதுமெதுவாய் 'டாடா ப்ரேம்' என்று விடைபெற்றுக்கொண்டன.

மனசும், உடம்பும் நிதானப்பட்டுப் போனதும், 'கிட்'டை எடுத்து பத்திரப்படுத்திவிட்டு, புது காற்று உள்ளே வரவேண்டி மூடியிருந்த ஜன்னல்களைத் திறந்து வைத்தான். முன்னேற்பாடாக வாங்கி வைத்திருந்த சந்தன வத்திகளில் ஒன்றை எடுத்துக் கொளுத்தி டேபிள் மேலிருந்த ஆப்பிள்மேல் செருகிவிட்டு, விஸ்ராந்தியாய் படுக்கையில் காலை நீட்டிப் படுத்துக்கொண்டான்.

சற்றுமுன் காணப்பட்ட படபடப்பு சுத்தமாய் அடங்கிவிட்டாலும், நாளை மதியப் பொழுதுக்கு ப்ரவுன் ஷுகர் இல்லை என்ற விஷயம் நினைவில் உறுத்த, எழுந்து உட்கார்ந்தான்.

ராஜனிடம் வாங்கிய பத்து கிராம், முதல் பத்து நாள்கள் அரை கிராம் வீதமும், பின்னர் இன்னும் கொஞ்சம் போதை இருந்தால் நன்றாக இருக்குமே என்ற ஆசையில் அரையிலிருந்து ஒரு கிராமுக்குத் தாவினதில், மேற்கொண்டு ஐந்து நாள்கள் போவதற்குள் காலியாகிவிட்டது.

பின்னர், ப்ரவுன் ஷுகர் இல்லாவிட்டால் எழும் உபாதைகளைத் தாங்க முடியாது என்ற பயத்தில் ராஜன் கொடுத்த ராயபுரம் விலாசத்துக்கு விஜய்யோடு ஓடி, கையில் பணம் கம்மியாக இருந்ததால் நாலே நாலு கிராம் மட்டும் வாங்கி வந்து, பழையபடி அரை கிராமுக்குச் சென்று, அது சரிப்பட்டுவராமல் க்ராஸையும்கூட புகைத்து, அதுவும் உடம்பில் உண்டான வேதனையை அடக்க உதவாமல் போக, மீண்டும் ஒரு கிராம் புகைப்பதில்... சரக்கு நாளைக் காலையோடு சரி.

அப்புறம்?

ப்ரேம் எழுந்து, டிராயர், அலமாரியைக் குடைந்தான். பர்ஸில் எட்டு ரூபாய் சில்லறையும், ஒரு நோட்டுப் புஸ்தகத்தில் ஐந்து ரூபாய்த் தாளொன்றும் அகப்பட்டன.

இது எந்த மூலைக்கு!

நாற்பது ரூபாய் வள்ளிசாக இருந்தாலொழிய, ஒரு கிராம் பாக்கெட்டை அந்தப் படுபாவி கையில் தரமாட்டானே!

"கடனா? அந்தப் பேச்சே இங்க கூடாது, ப்ரதர்! என் கையில பணம், உன் கையில சரக்கு... இதான் நம்ம பிசினெஸ்!"

முட்டைக்கண்ணை வைத்துக்கொண்டு சனியன் பிடித்தவன் என்னமாய் வெட்டு ஒன்று துண்டு இரண்டு என்று முதல் நாளே பேசிவிட்டான்!

பணம்...

தினமும் குறைந்தபட்சம் நாற்பது ரூபாய்...

என்ன பண்ணலாம்?

பரிட்சை, புஸ்தகம் என்று சாக்கு சொல்லி அம்மாவிடம் எதுவும் வாங்க முடியாது... பணம்கட்ட இன்னும் ஒரு மாசம் இருக்கிறது.

அப்புறம்?

ப்ரவுன் ஷுகர் இல்லாமல் ஒரு வேளையைக்கூடக் கற்பனை பண்ண முடியாமல் பரபரக்க ஆரம்பித்தபோது, பார்வை எதேச்சையாய் மணிக்கட்டில் விழ... ப்ரேம் நிதானித்தான்.

ஸீகோ வாட்ச்...

ப்ளஸ்டூவை முடித்ததற்கு அப்பாவின் பரிசு.

"அமெரிக்காவுலயே நூத்தி அஞ்சு டாலர், ப்ரேம்... வெரி எக்ஸ்பென்சிவ்! கவனமா வெச்சுக்க!"

நான் இருக்கும்போது பணத்திற்கு என்ன கவலை என அந்த வாட்ச் அபயஹஸ்தம் காட்ட, நாளைக்கு 'வாட்ச் எங்கே?' என்று பெற்றோர் கேட்டால் என்ன செய்வது என்கிற அலட்டல் துளி எழாமல், தற்காலிகமாக பணப்பிரச்சினை தீர்ந்தது என்கிற நிம்மதியுடன் அன்று ப்ரேம் உறங்கப் போனான்.

மறுநாள் காலை, இருந்த ப்ரவுன் ஷுகரை பாத்ரூமில் 'சேஸ்' செய்து, சாது முகத்துடன் கல்லூரிக்குக் கிளம்பியவன், நேராகத் தனக்குத் தெரிந்தவர் யாரும் சாதாரணமாகப் புழங்காத திருவல்லிக்கேணிக்குச் சென்று, ஓர் அடகுக்கடையில் நுழைந்தான்.

படிகளில் ஏறி, பாக்கெட்டிலிருந்து ரிஸ்ட் வாட்சை எடுப்பதற்குள், உள்ளங்கை வியர்வையில் குளித்துப்போனது... விரல்களில் நடுக்கம் ஆரம்பித்தது. பேச முடியாமல் பயத்தில் நாக்கு மேலண்ணத்தில் ஒட்டிக்கொண்டது.

திண்டில் சாய்ந்து அமர்ந்திருந்த சேட்ஜிக்கு இந்த அவஸ்தை துல்லியமாகப் புரிந்திருக்கவேண்டும். அதை அதிகப்படுத்தும் உத்தேசத்தோடு, அவன் நீட்டிய வாட்சை அலட்சியமாக வாங்கிப் பார்த்துவிட்டு உதட்டைப் பிதுக்கினார்.

"என்ன பண்ணணும்ன்றே?"

"அ... அடகு வெக்கணும்..."

"கடிகாரம் எல்லாம் நா அடகு பிடிக்கறதில்ல... உனக்குனு, போனாப்போவுதுன்னு பிடிக்கறேன். எரநூறு ரூபா... ஒரே பேச்சு!"

ஆயிரத்து இருநூறு ரூபாய் கடிகாரத்துக்கு எழுநூறு, எண்ணூறாவது கிடைக்குமென்ற நினைப்போடு வந்திருந்த ப்ரேம் திடுக்கிட்டான்.

"என்ன சேட்ஜி, இவ்ளோ குறைக்கறீங்க?"

சேட் கடிகாரத்தை அவன் முன் போட்டார். "வேணாம்னா எடுத்துட்டுப் போ!"

"ப்ளீஸ், சேட்ஜி..."

"நமக்கு வேலை இருக்கு, தம்பி..."

"விக்கறதுன்னா என்ன வெலை?"

சேட்ஜி கண்ணாடியை இறக்கிக்கொண்டு ஏறிட்டார்.

"ஒரே வெல... முன்னூத்தி அம்பது ரூபா!"

"ரொம்ப குறைச்சல், சேட்ஜி..."

“வேணாம், எடுத்துட்டுப் போ!”

“சேட்ஜி...”

“போனாப்போவுது... உனக்காக நானூறு! சரின்னா, பணத்தைப் பிடி... இல்லாட்டி நட! அடுத்த கஸ்டமர் காத்திருக்கு!”

நானூறு ரூபாய் பத்து நாள்களுக்கு நிம்மதியாய் இருக்க வழி பண்ணுவது அந்த நிமிஷம் பெரிசாய்த் தோன்ற, மறுவார்த்தை பேசாமல் பணத்தைப் பெற்று, ப்ரேம் ராயபுரத்தைப் பார்க்கப் போனான். வாங்கினான்.

“உன்கிட்ட ப்ரவுன் ஷுகர் இருக்கா, ப்ரேம்? நாளைக்கு வாங்கித் தரேம்பா...” என்று விஜய் கேட்டு வந்தபோது, ரொம்பப் பரிதாபமாக முகத்தை வைத்துக்கொண்டு, “ஸாரியா... நானே வாங்கணும்...” என்று பொய் சொல்லி, இருப்பதைப் பகிர்ந்துகொள்ள மனம் வராமல் தனியாய் அமர்ந்து புகைத்தவன், கடைசி நாளன்று 'நாளை உபயோகத்துக்கு என்ன செய்வோம், பணத்துக்கு என்ன வழி?' என்கிற கேள்விகள் எழுந்தபோது, பொறியில் அகப்பட்ட மிருகம் எப்படித் தப்புவோம் என்கிற ஒரே வெறியுடன் அல்லாடுவதைப்போல உணவு, உறக்கம், சூழ்நிலை என்ற அத்தனை பிரக்ஞையும் சுத்தமாக இழந்து, 'பணம்... பணம்... அதற்கு என்ன வழி?' என்கிற நினைவு ஒன்றே பிரதானமாகிப் போனான்.

ஹெராயின் அல்லது ப்ரவுன் ஷுகர்,

சுத்தமான ஹெராயின் வெள்ளைப் பொடியாக இருக்கும். இது நம் நாட்டில் அவ்வளவாகக் கிடைப்பதில்லை. கலப்படம் செய்யப்பட்ட ஹெராயின், பார்க்க ஊதுவத்தியின் சாம்பல் மாதிரி, பழுப்பு ஸ்னோஸம் பவுடர் மாதிரி இருக்கும். இதைத்தான் ப்ரவுன் ஷுகர், பழுப்புச் சர்க்கரை என்கிறார்கள்.

1983 வரையில் கறுப்பு மார்க்கெட்டில் மட்டும் கிடைத்து வந்த இந்த ப்ரவுன் ஷுகர், இப்போது இந்தியாவின்

அத்தனை பெரிய நகரங்கள், டவுன்களிலும் தண்ணீர்ப்பட்ட பாடாய் சீரழிகிறது. கிராம் விலை நாற்பதிலிருந்து அறுபது வரை... சரக்குக்குத் தகுந்தபடி மாறும்.

ப்ரவுன் ஷுகரை நான்கு விதமாக உபயோகிக்கிறார்கள்.

மூக்குப்பொடிபோலப் போடுவது.

சிகரெட்டில் அடைத்துப் பிடிப்பது.

சேஸ் செய்வது.

தண்ணீரில் கலந்து 'ஐ.வி.' இன்ஜெக்ஷன் செய்துகொள்வது.

ப்ரவுன் ஷுகரிலுள்ள கலப்படம் காரணமாய், எடுத்துக்கொண்ட உடனேயே 'விஷத்தின்' தாக்குதலால் இறப்பவர் அனேகம். அதைத் தவிர...

"உபயோகிக்க ஆரம்பித்த நாலு நாள்களில் ஒருவரைத் தன்வயப்படுத்திவிடும் இந்தக் கொடிய விஷம், விரைவிலேயே இருமல், சளி, சளியில் ரத்தம், நுரையீரலில் ஓட்டைகள், டிபி. போன்றவற்றைத் தாராளமாய் அள்ளித்தருவதில், திடகாத்திரமான பிள்ளைகள்கூட ரொம்ப சீக்கிரமே நோயாளிகளாவதும், பல சந்தர்ப்பங்களில் நிலைமை கட்டுக்கடங்காமல்போய், சாவைத் தழுவுவதும் இப்போது அதிகரித்து வருகிறது!" என்றார் மனோதத்துவ நிபுணர் டாக்டர் தேவர்.

இது கஞ்சாவிலிருந்து எவ்வாறு மாறுபடுகிறது, இதை உபயோகிக்கும் நபர் எப்படி சுயநலம் மிகுந்தவராகிறார் என்பதைப்பற்றி அடுத்த அத்தியாயத்தில் விரிவாகப் பார்க்கலாம்.

——

14

‘ஐயோ, வலிக்கிறதே... என்னை விட்டுவிடேன்!’ என்று கட்டைவிரல் நகம் அழுவதைக் காதில் வாங்காமல், ஏதோ யோசித்தபடி தொடர்ந்து கடித்த ப்ரேம், தக்குனூண்டாகிப்போன நகம் பற்களுக்குக் கிடைக்காமல் போனதும் ஆத்திரத்துடன் சதையைக் கடித்தான். வலி எரிச்சலாக மாறி சுரீரென்று மண்டைக்கு ஏற, வாயிலிருந்து விரலை எடுத்து உதறினான். எச்சிலாகிப்போன விரலை பேண்ட்டில் தேய்த்தான். அப்படியும் எரிச்சல் அடங்காமலிருக்க, பாத்ரூமுக்குள் சென்று குழாயைத் திறந்து, குளிர்ந்த நீரில் விரலைக் காட்டினான்.

கொஞ்சம் எரிச்சல் தணிந்ததும், மீண்டும் படுக்கையில் வந்து அமர்ந்து யோசனையைத் தொடர்ந்தான்.

மணி இப்போது என்ன? பதினொன்றரை.

மூன்று மணி சேஸுக்கு ப்ரவுன் ஷுகர் இருக்கிறது... அப்புறம் படுக்கப்போகும் முன் பிடிப்பதற்கு சரக்கு இல்லை.

இன்று ஞாயிற்றுக்கிழமை, லேசில் சரக்குக் கிடைத்துவிடாது... இப்போதிலிருந்தே முயன்றால்தான் சாயங்காலத்துக்குள் வாங்குவது சாத்தியமாகும்.

நிலைமை புரிந்தும் அடித்துப்பிடித்துக்கொண்டு கிளம்பாமல் இடித்த புளி மாதிரி உட்கார்ந்திருப்பது தவிப்பை உண்டு பண்ண, பழையபடி விரலை வாயில் வைத்து நகத்தைக் கடித்தான்.

நிலைமை புரியாமல் உட்கார்ந்திருந்தால் சரி... ஆனால், நிலைமை நன்றாகப் புரிந்தும் அதுகுறித்து ஏதும் செய்ய இயலாமல் இருப்பதை, எங்கே சொல்லி முட்டிக்கொள்வது!

ஆத்திரம் அதிகமாக, தலைகாணியை எடுத்து ஓங்கி சுவரில் அடித்தான். அது சுவரில் மோதின கையோடு, ஓசையெழுப்பாமல் பசக்கென்று தரையில் விழுந்தது.

ச்சே...

வரவர சுதந்திரமாக இந்த வீட்டில் செயல்படுவதுகூட சாத்தியமில்லாமல் போய்விட்டது!

கதவை அறைந்து சாத்துவோம், புஸ்தகத்தை அதிர விசிறியடிப்போம் என்றுகூட முடியாமல், இரண்டாம் நிமிஷம், 'என்னப்பா சத்தம் அது?' என்ற கேள்வியுடன் அம்மாவோ, ஸந்தியாவோ வந்துவிடுகிறார்கள். ஏதாவது சொன்னால் நம்பிக்கைப்படாமல் நின்று வெறிக்கிறார்கள். 'உடம்புக்கு என்ன, ப்ரேம்? ஏன் எப்படியோ இருக்கே?' என்று கேட்டு ஆளைத் துளைக்கிறார்கள்.

போன மாசம், அதற்கு முந்தின மாசம் மாதிரி இல்லை இப்போது...

'படிக்கிறேன், அம்மா' என்று சாதுவாக முகத்தை வைத்துக்கொண்டு சொன்னால், அதை நம்பாத பாவனையுடன் அம்மா புருவங்களை உயர்த்தி, மேலும் கீழும் பார்க்கிறாள்.

சரி, ஏழெட்டு மாசமாக இருந்ததைவிட, இந்த ஒரு மாசத்தில் இளைப்பு ஜாஸ்திதான்... அறையில் கதவைச் சாத்திக்கொள்வதும் அதிகம்தான்...

அதற்காக? அதற்காக?

எதைச் சொன்னாலும் திடுமென்று ஏன் இந்த அவநம்பிக்கை?

இத்தனை மாசங்களாக நான் சொல்லாத பொய்களா?

அப்போது நம்பியவர்களுக்கு, இப்போது என்ன கேடு?

ஏதோ விளக்கம் கொடுக்கிறானே என்று ஏற்றுக்கொண்டு அந்தண்டை நகராமல், என்ன ஏது என்று நூறு கேள்விகள்...

இத்தனையும் போதாதென்று ஒரு வாரமாய் போகவர, "உன்கிட்ட ஏதோ மாத்தம் தெரியுது, ப்ரேம்... முன்ன மாதிரி நீ

நிச்சயமா இல்ல! வியாதி வந்தவனாட்டம் கூன் விழுந்த முதுகும், இடுங்கின கண்ணும், சோகை பிடிச்ச மூஞ்சியும்... என்னாச்சு? என்ன விஷயம், ப்ரேம்? ஸந்தியாவும் உனக்கு என்னவோ ப்ராப்ளம்னு சொல்லி வருத்தப்படறா... சொல்லுப்பா... வாட்ஸ் ராங்? அப்பா வரைக்கும் விஷயம் போக வேணாம்னே நா பாக்கறேன்... கமான், டெல் மி...” என்று வாய் ஓயாமல் அம்மா நச்சரிக்க ஆரம்பித்திருக்கிறாள்.

ஹெல்... ப்ளடி ஹெல்!

தொடர்ந்து ப்ரவுன் ஷுகர் வாங்க வேண்டுமே, ‘கோல்ட் டர்க்கி’ வராமல் என்னைக் காத்துக்கொள்ள வேண்டுமே என்கிற கவலையில் நானே ஆடிப்போயிருப்பது போதாதா? இந்தத் துளைப்பு வேறா?

‘கோல்ட் டர்க்கி’யைப் பற்றின நினைப்பு எழுந்ததுமே, ப்ரேமுக்கு உடம்பு ஒருமுறை உதறிப்போட்டது. உள்ளங்கால்களிலிருந்து ஒருவித நடுக்கம் உச்சந்தலைக்கு ஏறினதில், அடிவயிற்றில் பயம் முடிச்சுகளைப் போட்டு அந்த உதறலை அதிகமாக்கியது.

கோல்ட் டர்க்கி...

குளிர்ந்துபோன அல்லது விறைத்துப்போன வான்கோழி...

என்ன பயங்கரமான பேர் இது!

யார் வைத்ததோ?

யாராக இருந்தாலும், அனுபவித்துவிட்டுத்தான் இப்படிச் சொல்லியிருக்க வேண்டும்.

அதுதான் போன மாசம் ப்ரேம் கண்கூடாகப் பார்த்துவிட்டானே!

ட்ரான்சிஸ்டரை ஜோல்னாப் பையில் மறைத்து எடுத்துப்போய் சேட்டிடம் விற்று, ராயபுரத்துக்குச் சென்று ப்ரவுன் ஷுகரை வாங்கிக்கொண்டு, அப்பாடி இன்னும் ஐந்து நாள்களுக்குக் கவலையில்லை என்று வீட்டுக்கு வந்தால், பின்னோடு விஜய் வந்து நிற்கிறான்...

அறைக்குள் நுழைந்தவனின் முகத்தில் பரபரப்பு, சாம்பல் பூத்த வெளுப்பு...

வாய் ஓயாமல் எழும் கொட்டாவிகள்.

உடம்பு பூராவும் குண்டூசியாய் குத்திட்டு நிற்கும் மயிர்க்கால்கள்.

கண்ணிலிருந்தும், மூக்கிலிருந்தும் கோடாய் நீர்.

"ப்ளீஸ், ப்ரேம்... ப்ளீஸ்... ப்ளீஸ்... ஸ்மாக் இருந்தா குடேன்... ப்ளீஸ்... எனக்கு சரக்கு கிடைக்கல... மாமூல் எடத்துல திடீர்னு போலீஸ் ரெய்டுன்னு சொல்லிட்டாங்க! ப்ளீஸ், ப்ளீஸ்... தொண்டைல என்னமோ செய்யுதுய்யா... மூட்டுக்கு மூட்டு செமை வலிய்யா... என்னால தாங்க முடியல... ப்ளீஸ்... ப்ளீஸ்..."

இரண்டு கைகளையும் கூப்பிக்கொண்டு அவன் கெஞ்ச, ப்ரேம் திடுக்கிட்டான்.

நல்லவேளையாய் அப்பாவும், அம்மாவும் உறவினர் கல்யாணத்திற்காக திருப்பதிக்குப் போயிருந்தார்கள். ஃப்ரெஞ்சு வகுப்புக்குப் போன ஸந்தியா இன்னும் திரும்பவில்லை. இருந்தாலும்? திடுமென வந்துவிட்டால்? நண்பனின் செய்கை கோபத்தை எழுப்ப, அவசரமாய் ப்ரேம் கதவை மூடித் தாளிட்டான்.

நெற்றியைச் சுருக்கிக்கொண்டு, "என்ன விஜய், இது? யோசிக்காம கொள்ளாம இப்படி நடந்துக்கறே நீ?" என்றான் அதட்டலாக.

அந்தக் கோபமோ, அதட்டலோ விஜய்யின் காதில் விழுந்ததாகவே தெரியவில்லை.

தாளமாட்டாத அவஸ்தையுடன் பாத்ரூமுக்குப் போய்விட்டு வந்தவன், நிற்க முடியாததுபோல படுக்கையில் உட்கார்ந்துகொண்டான்.

அடுக்கடுக்காய் எழுந்த கொட்டாவிகளூடே, பெருகிய கண்ணீரைத் துடைக்காமல் பேசினான். "ப்ளீஸ்... ப்ளீஸ்...

கிவ் மீ எ சேஸ்... ஒருமுறை குடுப்பா... உன்னைக் கெஞ்சிக் கேக்கறேன்..."

"என்கிட்ட இல்ல, விஜய்..."

"பொய் சொல்லாதே... ராயபுரம் போயிருந்தப்ப, கடைசி ஸ்டாக்க உன் ஃப்ரெண்டுதான் வாங்கிட்டுப் போனான்னு சொன்னானே..."

"அவன் யாரைச் சொன்னானோ?"

விஜய்யின் முகம் இப்போது வலி தாங்காமல் அஷ்டகோணலாயிற்று.

மயிர்க்கூச்சல் அதிகமாக, "ஐயோ..." என்று அரற்றியபடி மீண்டும் டாய்லெட்டுக்குச் சென்று திரும்பியபோது, முகம் இன்னும் வெளுத்திருந்தது.

"ரெண்டு மணிநேரமா நா படற பாடு எனக்குத்தான் தெரியும், ப்ரேம்... பத்து இருவது தரம் லூஸ் மோஷன் போயிடுச்சு, தொண்டைய அடைக்குது, மூட்டுல ரம்பம் வெச்சு அறுக்கற மாதிரி இருக்கு... ப்ளீஸ்... ப்ளீஸ்... ஒரு தம்... ஒரே ஒரு சேஸ்... ப்ளீஸ்..."

மேற்கொண்டு பேச முடியாமல் அவன் மடிந்து அழ முற்பட்டதும், இவன் அழுகுரல் கேட்டு மாரிசாமி வந்துவிடப் போகிறானே என்ற கவலைதான் ப்ரேமுக்குள் பரவியது.

"கு...டு...யா... ப்ளீஸ்..."

"இல்லேன்னு சொல்றது காதுல விழல?"

"ப்ளீஸ், ப்ரேம்... இப்ப ஒரு கிராம் நீ குடுத்தா, நாளைக்கு நா உனக்கு ரெண்டு கிராமா திரும்பித் தரேன்... ப்ளீஸ்..."

"....."

"சத்தியமா... கடவுள் சத்தியமா... எங்கம்மா மேல சத்தியமா... ஸ்மாக் இல்லாட்டி இப்ப நா செத்திடுவேன்யா... குடுயா, ப்ளீஸ்..."

இப்போது முறுக்கிக்கொண்ட விஜய்யின் உடம்பு உதறி உதறிப்போட ஆரம்பிக்க, எழுந்து பாத்ரூமுக்குப் போக சக்தியில்லாமல் தரையில் உருண்டவன், அங்கேயே வெளிக்குப் போக... அது போதாதென்று வாந்தியும் பீறிட...

ப்ரேம் நடுநடுங்கிப் போனான்.

அன்று ராஜன் பெங்களூரில் 'ப்ரவுன் ஷுகரை உபயோகப்படுத்திட்டு சட்டுனு நிறுத்தினா, உடம்பு தாங்காது! கோல்ட் டர்க்கி வரும்' என்றானே, அந்த விறைத்த கோழி நிலை இதுதானா!

என்ன பயங்கரம்!

ஸந்தியா வருவதற்குள் நண்பனைச் சரியாக்க வேண்டுமென்றால் அதற்கு சேஸ் ஒன்றுதான் வழி என்பது புரிய, தன் மனப்போராட்டத்தை மூட்டை கட்டி வைத்துவிட்டு, பதுக்கி வைத்திருந்த சரக்கிலிருந்து அரை கிராம் எடுத்துக் கொளுத்தி விஜய்யைப் புகைப்பிடிக்க வைக்க... சடக்கென்று யாரோ 'ச்சூ மந்திரக்காளி' என்று சொல்லி மந்திரக்கோலை வீசின ரீதியில் இரண்டாம் நிமிஷம் விஜய் எழுந்து உட்கார்ந்தான். "தேங்க்ஸ்யா..." என்று ப்ரேமைப் பார்த்து முணுமுணுத்தான்.

இருவருமாக மீண்டும் 'சேஸ்' செய்து, அறையை சுத்தம் செய்து டெட்டால் போட்டுத் துடைத்து...

அன்று யார் முகத்தில் விழித்தார்களோ... அத்தனையும் முடியும்வரை நல்ல காலத்துக்கு ஈ காக்கைகூட ஏனென்று கேட்கவில்லை. ஆனால், அந்த அனுபவத்துக்குப் பிறகு 'கோல்ட் டர்க்கி'யை நினைத்த மாத்திரத்தில் ப்ரேமின் மனசும், உடம்பும் பதறிப்போவது மட்டும் நிஜம்.

என்ன கொடூரம் அது!

அந்த மாதிரி நிலை மட்டும் எனக்கு வந்துவிட்டால்...

ஐயோ, கடவுளே!

அது மகாபயங்கரம் அல்லவா!

தாளமாட்டாத வேதனை அல்லவா!

நோ... நோ... எனக்கு அந்த நிலை கண்டிப்பாக வராது... வர விடமாட்டேன்!

முன்கூட்டியே சரக்கு வாங்கி வைத்துக்கொண்டுவிட்டால், என்ன பயம்!

இந்த முடிவை எடுத்த பிறகு கையில் இரண்டு கிராம் இருக்கையிலேயே சரக்கு வாங்கும் பழக்கம் வர, கையிருப்பு அதிகம் இருந்த காரணத்தாலேயே தினமும் உபயோகிப்பது ஒரு கிராமிலிருந்து இரண்டு, இரண்டரைக்குத் தாவியது.

இருபது இருபத்தைந்து நாள்களாய் சரக்கு அதிகம் தேவைப்படுவதில், காசும் எக்கச்சக்கமாய் வேண்டியிருக்கிறது.

பணம்...

இது தோட்டத்தில் விளைந்தால் எத்தனை வசதியாக இருக்கும்!

ஒரு நாளைக்கு எண்பதிலிருந்து நூறு ரூபாய் அத்தியாவசியமாகத் தேவைப்படுவதில், வாட்ச், ட்ரான்சிஸ்டரைத் தொடர்ந்து, அடுத்தவரின் பொருளில் கூச்சநாச்சமில்லாமல் கை வைக்க ஆரம்பித்தான் ப்ரேம்.

முதலில், அப்பா உபயோகப்படுத்தாமல் அலமாரியில் வைத்திருந்த பார்க்கர் தங்கப் பேனா, ஸந்தியாவின் ஸோனி டேப் ரெக்கார்டர், பிறகு அப்பாவின் பர்ஸிலிருந்தும் அம்மாவின் அலமாரியிலிருந்தும் பணம், கடைசியாய் போன வாரம் எண்ணெய்க் குளியல் குளிக்கவென அம்மா ட்ரெஸ்ஸிங் டேபிள் மேல் கழற்றி வைத்துச் சென்ற நவரத்தின மோதிரம்...

அன்றாடம் அம்மா புழங்கும் மோதிரத்தை எடுத்ததுதான் தப்புக்கணக்காகிவிட்டது.

கழற்றி வைத்ததை அணியவென அம்மா தேட...

தொடர்ந்து வீட்டில் குட்டியாய் ஒரு பூகம்பமே வெடித்தது.

“கொஞ்ச நாளாவே பர்ஸுல பணம் குறையற மாதிரி எனக்குத் தோணிச்சு, ரேவதி...” என்று அப்பா தன் பங்குக்கு சந்தேகத்தைக் கிளப்பினதும், தீவிரமாய் எல்லோரும் உட்கார்ந்து விஷயத்தை அலசின நாழிகையில், டேப் ரெக்கார்டர், பேனா, இன்னும் சில பொருள்கள் காணாமல் போயிருப்பது புரிய...

பாவம்... மாரிசாமியின் போதாத காலம், வீட்டில் எல்லா இடத்திலும் வளைய வருபவன் என்ற முறையில், யோசிக்காமல் கொள்ளாமல் பழி அவன் மேல் சுமத்தப்பட்டது.

இத்தன வருஷமா எங்க உப்பைத் தின்ன நீயே இப்படிப் பண்ணுவேன்னு நினைக்கல, மாரிசாமி...

மாரிசாமி... நீயா! உனக்குப் பணத்தட்டுப்பாடு இருந்ததுன்னா, என்னண்டை சொல்லக்கூடாதாப்பா?

நல்ல பாம்புக்குப் பால் வார்த்தோம்னு இப்பத்தான் புரியுது! போலீஸ்ல சொல்லணும்... ஆனா, இத்தனை வருஷம் உன் கையால சாப்பிட்டதுக்காக அதைச் செய்யப்போறதில்ல... மரியாதையா நீயே வெளியில நட... இனி எங்க முகத்துல விழிக்காதே!

ரேவதியும் மாதவனும், ‘ஐயோ... நா இல்லீங்க... முருகன் சத்தியமா நா இல்லீங்க...’ என்று மாரிசாமி கதறியதைக் காதில் வாங்காமல் தலைக்குத் தலை ஏசி, அவனை அனுப்பி வைத்ததை ஒரு ஓரமாய் தேமேயென்று நின்று அத்தனையும் வாய் திறக்காமல் ப்ரேம் வேடிக்கை பார்த்தான்.

இது நடந்து ஒரு வாரம் ஆகிவிட்டது. மோதிரப் பணம் மூலம் கிடைத்த சரக்கு, நாளையோடு காலி.

அப்புறம்?

இனி வீட்டில் கை வைக்கக் கூடாது...

வைத்தால், மாரிசாமிகூட இல்லை... மாட்டிக்கொள்வது சர்வநிச்சயம்.

அப்புறம்?

யோசிக்க யோசிக்க எந்த வழியும் தோன்றாமல் போக, ப்ரேமின் பரிதவிப்பும், ஆத்திரமும் கூடித்தான் போயின.

ஊரில் இல்லாத நண்பனை மனசில் வைதுதீர்த்தான்.

சனியன் பிடித்த சுனில்... அவன் இருந்துத் தொலைத்தாலும் பரவாயில்லை, அவ்வப்போது நூறு இருநூறு கடனாகவாவது கொடுப்பான்.

அம்மாவுக்கு உடம்பு சரியில்லை என்று கோத்தகிரிக்குப் போனவன், 'என்கூடவே இரு, சுனில், உன்னைப் பிரிஞ்சு என்னால இருக்க முடியலை' என்று அம்மா அழுதாளென்று படிப்பை நிறுத்திவிட்டு, அப்பாவின் எஸ்டேட்டோடு போய்விட்டான்.

அப்புறம், பணம் கொடுக்க வேறு யார்?

விஜய்க்கும் தினமும் என்னைப் போலவே எண்பது, நூறு தேவைப்படுகிறது. அன்று அரைகிராம் கொடுத்ததற்கு, சொன்ன வார்த்தை தப்பாமல் மறுநாள் ஒரு கிராமாகக் கொடுத்துவிட்டான். இனி போய் கையை நீட்டினால், முகத்தில் அடிப்பான்.

வாட் அபௌட் பரத்?

அவன் எல்.எஸ்.டி. நான் ப்ரவுன் ஷுகரை உபயோகிக்க ஆரம்பித்த பிறகு முன்மாதிரி அத்தனை நெருக்கமில்லைதான். ஆனாலும்? அவன் நெருங்கி வரவே பார்க்கிறான், நான்தான் வந்தால் இலவசமாக ப்ரவுன் ஷுகர் கொடுக்கவேண்டி வருமோ என்று விலகுகிறேன். உண்மை இதுதானே!

பரத்துக்கும் எப்படியாவது ப்ரவுன் ஷுகரைப் பழக்கிவிட்டால்?

அவனுடைய அப்பா சுளைசுளையாய் பணம் அனுப்புகிறார்... அதோடு, வீடு பூராவும் வெளிநாட்டுச் சாமான்கள்... ஒரு சில மாசங்களாவது கவலையில்லாமல் இருக்க இதைவிடச் சிறந்த வழி என்ன?

இந்த ரீதியில் சிந்திக்க, சிந்திக்க, இப்போதைக்கு இது ஒன்றுதான் விமோசனம் என்பது புரிந்துபோக, அரைமணிக்கெல்லாம் ஒரு கிராம் ப்ரவுன் ஷுகர், மற்ற உபகரணங்களுடன் பரத்தின் வீட்டில் ப்ரேம் இருந்தான்.

மாட்டேன், வேண்டாம் என்றவனிடம் பக்குவமாய்ப் பேசி, ஆசையை உண்டு பண்ணி, அன்றைக்கு பரத்தை 'சேஸ்' செய்ய வைத்த பிறகு, அவனிடம் கைமாற்றாக இருநூறு ரூபாய் வாங்கிச் சென்று, தப்பு செய்கிறோம் என்கிற துளி குற்றமனப்பான்மை இல்லாமல், நினைத்ததைச் சாதிக்க முடிந்த குஷியோடும் புதுச்சரக்கோடும் இரவு அவன் வீடு திரும்பினபோது மணி எட்டு என்றது.

ப்ரவுன் ஷுகர்,

சென்ற ஒரு வருஷமாக நான் சந்தித்த 'போதை மருந்து உபயோகிப்பவர்களின்' (Drug Addicts) எண்ணிக்கை, எழுபதுக்கு மேலேயே... இவர்களில் முக்கால்வாசிப் பேர், பதினாலிலிருந்து இருபது வயதுக்குட்பட்டவர்கள் என்பது வேதனைக்குரிய சமாச்சாரம் என்றால், அத்தனை பேரும் ஒட்டு மொத்தமாக 'ப்ரவுன் ஷுகரும் இதர போதைமருந்துகளும் இத்தனை தீவிரமானவை என்பதையோ, கண்மூடித் திறக்கும் நாழிகையில் எங்களை அதன் கொடுக்குகளால் அழுந்தப் பிடித்துக்கொண்டுவிடும் என்பதையோ, நாங்கள் இவற்றை உபயோகிக்கத் தொடங்கும் முன்னால் நிஜமாய் உணரவேயில்லை' என்றது, இன்னும் அதிகமாக வேதனையை, வலியை உண்டாக்கும் விஷயம்.

ஒன்றுமே அறியாத அப்பாவிகளாக இந்தப் புதைசேற்றில் விழுந்துவிட்ட இவர்கள், தங்கள் பணத்தேவைக்காக பொய் சொல்ல, திருட, ஏன், மனிதாபிமானமே இல்லாமல்கூட நடந்துகொண்டதும் அல்லாமல், அது

குறித்து சிறிதும் குற்றமனப்பான்மை இல்லாமல் இருந்ததும், அனைவரிடமும் கன்னத்தில் அறையும் விதமாக வெளிப்படையாகக் காணப்பட, இதுபற்றி டாக்டர் தேவர், டாக்டர் ராமச்சந்திரனிடம் பேசினேன்.

இருவருமே, ப்ரவுன் ஷுகர் ஒருவனைத் தனக்கு அடிமைப்படுத்தும்போது, மனிதாபிமான குணத்தை இழக்க வைத்து, மிகமிக சுயநலவாதியாக மாற்றும் சக்தி படைத்ததைப்பற்றி விரிவாகக் கூறினார்கள். கூடவே, போதை மருந்தின் 'நண்டு குணத்தை' (crab tendency) பற்றியும் விளக்கினார்கள்.

"பத்து நண்டுகளை ஒரு பாத்திரத்தில் போட்டுவைத்துவிட்டுக் கவனியுங்கள்... தப்பித்தவறி எதாவது ஒன்று மேலே வர முயன்றாலும், மற்ற நண்டுகள் அதைப் பற்றி கீழே இழுத்துவிடும்... இதைத்தான் நண்டு குணம் என்போம். 'நான் கெட்டால் போதாது, நீயும் கெடு' என்கிற இந்தக் குணம், போதை மருந்துக்கு அடிமையானவர்களிடம் கண்டிப்பாகத் தலையெடுத்துவிடுவதால், அவர்கள் சுயநலவாதிகள் ஆவதோடு, மனிதாபிமானத்தையும் அறவே இழந்துவிடுவதும் உண்மை!"

ப்ரேமின் இன்றைய நடவடிக்கைக்கு, இந்த விளக்கம் என்னமாய் பொருந்துகிறது, பார்த்தீர்களா?

——

15

வீட்டுக்குப் போக மனசில்லாமல், மெரினா கடற்கரைக்குச் சென்று, நுரை ஊறும் மேட்டில், ஈர மணலில் கால் பதியப்பதிய கொஞ்ச தூரம் நடந்தவன், அசதியாய் இருக்க, கட்டுமரம் ஒன்றின் மறைவில் காலை நீட்டியபடி உட்கார்ந்தான்.

ச்சே, என்ன வாழ்க்கை என்று வெறுப்பாக இருந்தது.

கதவுகளே இல்லாத ஓர் இருண்ட அறைக்குள் யாரோ அடைத்துவிட்ட மாதிரி தோன்றியது.

எந்தப் பக்கமும் போக வழியில்லாமல், நாலு பக்கமும் கல்லுகல்லாய் சுவர்கள்...

எத்தனை முயன்றும் சின்ன துவாரம்கூடத் தென்படாத அவஸ்தை...

எங்காவது ஒரு வழி... ஏதாவது ஒரு வழி... சின்னதாய் ஒன்று... ஒன்றே ஒன்று தோன்றாதா?

ப்ரேம் விரக்தியுடன் தோளிலிருந்து வழிந்த ஜோல்னாப் பையை எடுத்து, 'ஸ்மாக் கிட்'டைப் பிரித்துப் பார்த்தான்.

துளி ப்ரவுன் ஷுகர் எங்காவது ஒட்டிக்கொண்டிருக்காதா?

வெள்ளித் தாளில், உறிஞ்சும் குழாயில்?

ம்ஹூம், இல்லை.

அடுத்த வேளை 'சேஸு'க்கு ப்ரவுன் ஷுகர் இல்லை என்பதுதான் பிரத்யட்சமான உண்மை.

அடுத்தவேளை என்றால், இன்னும் சுமார் இரண்டு மணிநேரத்தில் புகைக்க வேண்டி வரும்...

அந்த 'சேஸ்' இல்லையென்றால், நாலைந்து மணிநேரம் செல்வதற்குள் மெதுமெதுவாய் 'விறைத்த வான்கோழி' உடம்புக்குள் எட்டிப்பார்க்கத் தொடங்கும்.

முதலில் கொட்டாவி... தொடர்ந்து மயிர்க்கால்கள் குத்திட்டுக் கொள்ளும்... அப்புறம், வயிற்றில் கொரக்களி வாங்க ஆரம்பித்து, மூட்டுகளில் தாங்கமாட்டாத வலியில் முடியும். கூடவே, மூக்கில், கண்களிலிருந்து பெருகும் நீர்... வாந்தி... பேதி... நடக்க முடியாமல், நிற்க முடியாமல், உடம்பு உதறிப்போடும், முறுக்கிக்கொள்ளும்... தொண்டை உலர்ந்து, மூச்சு முட்டும்...

அப்புறம்...

நோ! ப்ரேம் தலையை உலுக்கினான்.

கை விரல்கள் பயத்தில் நடுங்க முற்பட்டு, இதயம் துடிப்பது காதுக்குள் இரைச்சலாகக் கேட்க, அவசரமாய் கற்பனையை நிறுத்தப் பார்த்து, பலனில்லாமல் எழுந்து நின்றான்.

நகத்தைக் கடித்தான். இப்படியும், அப்படியும் நடந்து தன்னை ஆஸ்வாசப் படுத்திக்கொள்ள முயன்று, படபடப்பு கொஞ்சம் அடங்கியதும் மீண்டும் உட்கார்ந்து, கட்டுமரத்தின் மேல் சாய்ந்துகொண்டான்.

அடுத்த வேளைக்கு சரக்கு இல்லை...

என்ன பண்ணப் போகிறேன்?

கேள்விக்கு பதில் கிடைக்காமல் போக, ப்ரேம் முழங்கால்களைக் குத்திட்டு, முகத்தைப் பதித்துக்கொண்டான்.

தவிப்பும் கையாலாகாத்தனமும் தாளாமல்போக, மெதுவாக விசும்ப முற்பட்டான்.

கண்களில் பெருகிய நீர் கன்னத்தில் கோடு போட்டு, மணலில் சொட்டியபோது, 'ஐயோ, நான் இப்படிக் கஷ்டப்படுகிறேனே'

என்கிற சுயபச்சாதாபம் மனசை முழுமையாக ஆக்ரமித்ததில், அழுகை பெரிசானது.

என்ன செய்யப் போகிறேன்?

எவ்வாறு பணத்தைக் கண்டுபிடித்து, சரக்கை வாங்கப் போகிறேன்?

அதுவும், இன்னும் இரண்டு மணிநேரத்தில்?

எத்தனை வழிகள் உண்டோ, அத்தனையையும் முயன்று பார்த்து, முடிந்தவரைக்கும் புரட்டியாகிவிட்டது.

வீட்டில் வேண்டிய அளவுக்குத் திருடி, இனி கை வைத்தால் மாட்டிக்கொள்வோம் என்ற நிலை எழுந்த பிறகு, பரத்துக்கு இந்தப் பழக்கத்தை உண்டாக்கி, அவனுடைய தேவையை சாதகமாக்கிக்கொண்டு பதினைந்து நாள்கள் (அவன் ஏசி, கேலி பண்ணுவதை லட்சியம் பண்ணாமல்) அவன்மேல் ஒட்டுண்ணியாக இருந்தாயிற்று.

இனியும் இது தொடராது என்ற கட்டம் வந்த பின்னர், பரத்துக்கும் பணத்தேவை உண்டாக, என்ன செய்வது என்று யோசித்தான்.

விஜய், மற்றும் மோகனரங்கன், ராஜு போன்ற இதர ப்ரவுன் ஷுகர் உபயோகிக்கிறவர்கள் செய்கிற தினுசில் கல்லூரிக்கு டாட்டா சொல்லிவிட்டு, தியேட்டர்களில் கறுப்பில் டிக்கெட் விற்கலாமா? இல்லை, இன்னும் ஒரு படி மேலே போய், மின்சார ரயில்களில் கூட்டம் பிதுங்கி வழியும்போது கூட்டாளிகளைச் சேர்த்துக்கொண்டு பிக்பாக்கெட் தொழிலில் இறங்கலாமா?

விஜய்யும் இன்னும் பல மாணவர்களும் இப்படிச் செய்து, அன்றாடம் ஐம்பது நூறு சம்பாதிக்கிறார்கள் என்ற விவரத்தை பரத்திடம் கூறி, 'நாமும் அப்படிச் செய்யலாமா?' என்று ப்ரேம் கேட்டதும், பரத் நமுட்டாய் சிரித்தான்.

"பிக்பாக்கெட்டா? தியேட்டர்ல டிக்கெட் விக்கறதா? யக்... நாட் ஃபார் மீ!" என்று முகம் சுளித்ததும், ப்ரேமுக்குக் கோபம் வந்தது.

“எதுக்காக இத்தனை கேவலமா பேசறே, பரத்?”

“கேவலம் இல்லாம? உசத்தின்னா நீயும் அவங்களோட சேந்துக்கறதுதானே?”

“சேந்துக்க எனக்கு இஷ்டம்தான்... ஆனா, ரெண்டு மூணு வாரமா உன் கூடவே இருந்துட்டதுல, விஜய்க்கு என்மேல கோவம்... ‘கிட்டே வராதேடா, பாஸ்டர்ட்!’னு திட்டறான்...”

பரத் கண்களை இடுக்கிக்கொண்டான். “ஸோ? நிஜமாவே அவனண்ட போய் உன் கூட்டாளியா என்னைச் சேத்துக்கன்னு கெஞ்சியிருக்கே?”

“ஆமா, கெஞ்சினேன்தான்... முந்தாநாள் நீ என்ன சொன்னே? எங்கப்பா அனுப்பற பணம் மட்டும் இல்லாம, என்கிட்ட இருந்த பல உசத்தி சாமான்கள் எல்லாம் உன்னால போயிடுச்சுன்னு கத்தலயா...?”

“கத்தினேன்... ஸோ வாட்? நூறும் இருநூறுமா வெக்கம் மானமில்லாம என்கிட்டேருந்து கெஞ்சிக் கூத்தாடி நீ வாங்கிக்கிட்டதாலதானே, இப்ப என் தேவைக்குப் பணமில்லாம நா தவிக்கறேன்!”

கோபத்துடன் பரத் குற்றம்சாட்ட, ப்ரேம் தலையைக் குனிந்துகொண்டான். தழைந்த குரலில், “ஆமா... பெரிய வள்ளல் இவன்... வாரிவிட்டுட்டான்... எத்தனை தடவை நா நூத்துக்கணக்குல க்ராஸ் வாங்கி இவனுக்குத் தந்திருக்கேன்...” என்று முணுமுணுக்க, பரத் இருந்த இடத்திலிருந்தே கத்தினான்.

“என்னய்யா மொணமொணன்றே? தைரியம் இருந்தா பளிச்சுனு பேசேன்...”

தைரியம் இருந்தது. ஆனாலும், அப்போது பரத்தின் தயவு வேண்டியிருக்க, ப்ரேம் கஷ்டப்பட்டு தன்னை அடக்கிக்கொண்டான்.

ஒரு நிமிஷம் அப்படியே அமர்ந்துவிட்டு, மெதுவாகப் பேசினான். “இப்படி நீயும், நானும் சண்டை போட்டுக்கறதால

ஆகப்போறது ஒண்ணுமில்ல... நாளைக்கு சரக்கு வாங்க பணத்துக்கு என்ன பண்ணப்போறோம்? அதுக்கு வழிய சொல்லு... எனக்குத் தெரிஞ்சதையெல்லாம் சொல்லிட்டேன்... எதுக்கும் ஒத்துக்கமாட்டேங்கறே... ஸோ, நீ சொல்லு, நா ஏத்துக்கறேன்..."

மாத்திரை ஒன்றை எடுத்து வாயில் போட்டுக்கொண்ட பரத், இன்னொன்றை அவனிடம் நீட்டினான்.

"வேணாம்யா... ப்ரவுன் ஷுகருக்கு வழி சொல்லு..."

"ம்ம்..." பரத் மோவாயைத் தடவிக்கொண்டு யோசித்தான்.

"பரிட்சைக்குப் பணம் கட்டணும்னு சொல்லி பணம் வாங்கி, அதுக்கும் சரக்கு வாங்கியாச்சு... புஸ்தகம், அது, இதுன்னு இனிமே கேட்டா, பாட்டி உதைப்பாங்க! ஏற்கனவே வீட்டுல சாமான்களக் காணாத மாதிரி தோணுதேன்னு நேத்து தாத்தாகிட்ட சொல்லிட்டிருந்தாங்க... ம்ம்... என்ன பண்ணலாம்?"

பேசினவன், மாத்திரை தன் வேலையை ஆரம்பித்துவிட, அந்த சுகத்தை அனுபவிக்க கண்களை மூடி சுவரில் சாய்ந்துகொண்டான்.

"பரத்... ஹேய்... வழி சொல்லுன்னா, என்னய்யா நீ?"

"ஷ்...ஷ்... டிஸ்டர்ப் பண்ணாதே... ஐயாவுக்கு இப்பதான் மூளை வேலை பண்ணுது..."

உதட்டில் விரலை வைத்து எச்சரித்த பரத், இரண்டு நிமிஷங்களில் கண்களில் போதை வெளிச்சம் போட விழித்தான்.

"என்ன வழி சொன்னாலும் செய்ய ரெடியா?"

"ரெடி..."

"நிஜம்மா?"

"நிஜம்ம்ம்மா..."

"சரி, நா கேக்கற கேள்விக்கு பதில் சொல்லு... இன்னிக்குப் பணம் கொண்டு வராததுக்கு என்ன காரணம் சொன்னே?"

"என் கஸின் முரளி வந்திருந்தான்... அவன் மாமனாருக்கு உடம்பு சரியில்லேன்னு ட்ரங்க்கால் வந்ததாம். மத்தியான ஃப்ளைட்டுல பெங்களூர் போறானாம். 'கடையப் பூட்டி ராத்திரி பையன் சாவியக் கொண்டுவந்து குடுப்பான், ப்ளீஸ், வாங்கி வெச்சுக்கங்க... நாலு நாள்ல வந்து வாங்கிக்கறேன்'னு சொன்னான். அம்மா அவனோட பேசிட்டிருந்ததால, ப்ளான் பண்ணபடி ஸ்பெஷல் கிளாஸ் ஃபீஸ்னு பணம் எதுவும் வாங்கிட்டுவர முடியல..."

"குட்! அப்ப உன் கஸின் நாலு நாள் இருக்கமாட்டான்..."

"ம்."

"கடை சாவி உங்க வீட்டுல?"

"ம்."

"வெரிகுட்! உன் கஸின் என்ன கடை வெச்சிருக்கான்?"

"என்னய்யா தெரியாத மாதிரி கேக்கறே? எத்தனை தரம் நீயும், நானும் போய் ஓசில அவன் கடைலேந்து வீடியோ டேப் எடுத்துட்டு வந்து, உங்க வீட்டு விசிஆர்ல பாத்திருக்கோம்?"

பரத் சிரித்தான்.

"இப்ப அந்த முரளி கடைதான் நமக்குக் கைகுடுக்கப்போவுது... காட் ப்ளெஸ் தட் சாப்!"

ப்ரேம் எதுவும் புரியாமல் திருதிருத்தான்.

"புரியலியா? புரியவெக்கறேன்... அந்த முரளி கடைல எத்தனை டேப் இருக்கு?"

"சுமாரா நானூறுக்கும் மேலயே..."

பரத் சன்னமாய் விசிலடித்தான்.

"அடேங்கப்பா! பாதியக் கிளப்பிட்டு வந்து, ஒரு டேப் அம்பது ரூபான்னு வித்தாக்கூட, பத்தாயிரம் ரூபா ஆறதேய்யா! வாவ்! எப்படி என் ஐடியா?"

அரைகுறையாய் விவரத்தைப் புரிந்துகொள்ள முடிய, ப்ரேம் அதிர்ந்தான்.

டேப்பாவது, எடுக்கவாவது, விற்பதாவது...

இது எப்படி சாத்தியம்?

சந்தேகத்தை வெளியிட்டதும், பரத் துடையில் தட்டிக்கொண்டு உரக்க சிரித்தான்.

“அதுக்குதான்யா ஐயாவோட மூளை வேணுங்கறது... உனக்குத் தோணிச்சா? அந்த விஜய், மத்த இடியட்ஸுக்குத் தோணிச்சா? இல்லியே! பிக்பாக்கெட்டாம், டிக்கெட் விக்கறதாம்! சிக்கன் ஃபீட்... யாருக்கு வேணும் அம்பதும் நூறும்! வள்ளிசா இப்படி சம்பாதிக்க வழி இருக்கறப்போ...”

ப்ரேம் எரிச்சலுடன் குறுக்கிட்டான். “எப்படி சாதிக்கப்போறே? முதல்ல அதச் சொல்லுயா...”

“கடை சாவி உங்க வீட்டுல எங்க வெப்பாங்கன்னு தெரியுமா?”

“தெரியும்...”

“அதைக் கொண்டுவந்து என் கைல குடுத்துடு!”

“குடுத்தா?”

“தினம் அம்பது டேப்பா, கடையத் திறந்து எடுத்து வந்துட்டு, நாலாம்நாள் உன் கஸின் வர்றதுக்குள்ள நினைச்சதை முடிச்சிடலாம்...”

ப்ரேம் பதட்டத்துடன், “அய்யய்யோ...” என்றான்.

“என்னய்ய அய்யோ? பணம் வேணும், ப்ரவுன் ஷுகர் வேணும்னு ஆசை இருந்தா மட்டும் போதுமா? 'தில்' வேணாமா?”

“யாராவது பாத்துட்டா வம்பு, பரத்...”

“யாரும் பாக்கமாட்டாங்க... நீ சாவியக் கொண்டுவந்து குடு... மீதிய நா பாத்துக்கறேன்!”

பரத்தும் ப்ரவுன் ஷுகரும் கொடுத்த தைரியத்தில் மறுநாள் காலை அம்மா குளிக்கப் போயிருந்தபோது ஓசைப்படாமல் சாவியை எடுத்த ப்ரேம், அதை நண்பனிடம் கொடுக்க, “நா

சொல்ற வரைக்கும் நீ என்னை வந்து பாக்காதே... வீணா சந்தேகம் வரும்...” என்றவன், சரியாக மூன்றாம் நாள் சாவியை அவனிடம் திருப்பித் தந்து, எடுத்த இடத்திலேயே வைக்கச் சொன்னான்.

ப்ரேமுக்குள் எக்கச்சக்க பரபரப்பு. “என்னயா... காரியம் சக்ஸஸா?”

“பின்னே!”

அலட்சியமாய் சிரித்த பரத், நிற்காமல் போய்விட்டான்.

மறுநாள் அவன் வீட்டுக்குப் போனால், மாடி அலமாரி பூராவும் டேப்புகள்...

நாலு நாலாக விசிஆரில் ஓட்டி, படங்களை அழித்து, தெரிந்த கடையில் வெத்து டேப் ஐம்பது ரூபாய் என்று நிதானமாய் பரத் விற்ற நாழிகையில், ஊரிலிருந்து முரளி திரும்பி வந்ததும், கடையில் திருட்டுப்போனதை அறிந்துகொண்டதும், சேதி அல்லோல கல்லோலப்பட்டதும், இங்கு நமக்குத் தேவையில்லாத விவரங்கள்.

ஆனால், பத்து நாள்கள்போல தினமும் ப்ரேமுக்கு நூறு ரூபாய் கொடுத்த பரத், அதற்கு மேல் பைசா தர மறுத்ததும், ப்ரேம் ‘என்னய்யா?’ என்றதற்கு, “பேசாதே, இதுவே உனக்கு ஜாஸ்தி... நீ சாவி கொண்டுவந்து குடுத்ததுக்காக போனாப்போவுதுன்னு ஆயிரம் ரூபா குடுத்திருக்கேன்... ஏதாவது அடாவடி பண்ணினா, நானே நேரா உங்க வீட்டுல வந்து ‘ப்ரேம்தான் அத்தனையும் எடுத்து என் வீட்டுல வெச்சிருக்கான்’னு சொல்லிடுவேன்!” என்று தயவுதாட்சண்யம் இல்லாமல் பேசினதும்... கட்டாயம் நமக்குத் தெரியவேண்டியவை.

அடுத்து வந்த நாலு நாள்களும் ப்ரேம் வெறி பிடித்தவன்போல பரத்தைச் சுற்றிச்சுற்றி வந்தான். மிரட்டினான், கெஞ்சினான், அழுதான்... எதற்கும் பரத் மசியாமல் இருந்ததோடு, கடைசியாய் இருநூறு ரூபாயை முகத்தில் எறிந்து ‘கெட் அவுட்’ என்று

உரக்கக் கத்த... 'ராஸ்கல், இனி உன் முகத்தில் விழித்தேனா பார்' என்று உறுமிவிட்டு ப்ரேம் வெளியில் வந்தான்.

அந்த இருநூறு இரண்டு நாள்களுக்குத் தாக்குப்பிடித்தது. இன்று இரண்டாம் நாள்...

அப்புறம் என்ன வழி?

ப்ரேம் நிமிர்ந்தான். கண்களைத் துடைத்துக்கொண்டான்.

புரியவில்லை...

பேசாமல் சரக்கு விற்பவனின் கால்களில் போய் விழுந்துவிடலாமா?

என் உடம்பை செருப்பாய் தைத்துப் போட்டுக்கொள், ஆனால் ஒரு கிராம் சரக்கு கொடுத்துவிடு என்று கெஞ்சலாமா?

வேறு வழி தோன்றாமல், நேரம் ஓடிக்கொண்டேயிருந்ததால், ப்ரேம் எழுந்து பஸ் பிடித்து ராயபுரம் போனான்.

இவனைக் கண்டதும், சரக்கு விற்கும் தண்டபாணி, "வா, ப்ரதர்..." என்றான் உற்சாகமாய்.

நல்ல மூடில் இருக்கிறானே, ஒருவேளை என் கெஞ்சலுக்கு சுலபமாய் மசிந்துவிடுவானோ?

நப்பாசையுடன் ப்ரேம் நெளிந்தான். "வந்து... வந்து..."

"என்ன, ப்ரதர், வந்து போயி? எத்தனை கிராம் வேணும்? அதச் சொல்லு..."

"வந்து... என்கிட்ட பணம் இல்ல, தண்டபாணி..."

"பணம் இல்லேன்னா, சரக்கும் இல்லேன்னு தெரியாதா உனக்கு?"

"தெரியும்... ஆனாலும்... ப்ளீஸ்... ப்ளீஸ்... இந்த ஒரு தடவை மட்டும்..."

"கடன் கிடையாது, ப்ரதர்!"

"ப்ளீஸ், தண்டபாணி... ப்ளீஸ்... எங்கல்லாமோ எப்படியெல்லாமோ முயற்சி பண்ணிட்டேன்... பணம் கிடைக்கலய்யா... இந்த ஒரு தடவை மட்டும்... ப்ளீஸ்..."

தண்டபாணி மூக்கை நோண்டிக்கொண்டு, பேசியவனை ஏறிட்டான்.

"பணம் கிடைக்கல?"

"ஆமா..."

"ஆனா சரக்கு வேணும்?"

"ஆமாமா... ப்ளீஸ்..."

"அப்ப ஒரு காரியம் பண்றியா?"

"என்ன வேணாலும் செய்றேன்... ப்ளீஸ்..."

"உன்னை நம்பலாமா?"

"எங்கம்மா மேல சத்தியமா நம்பலாம், தண்டபாணி..."

"ம்ம்... நேர்மையா நடந்துப்பியா?"

"இன்னிவரைக்கும் நா உன்னண்ட பொய் சொல்லியிருக்கேனா?"

"இல்ல... அதான் போனாப்போவது உதவலாம்னு தோணுது! பத்து கிராம் தரேன்... கிராம் முப்பது ரூபான்னு... அதான் என் அடக்க வெல... நீ நாப்பதுன்னு வித்து, லாபத்தை எடுத்துக்க! நம்பி குடுக்கறேன்... முன்பணம் வேணாம்... வித்திட்டு பணம் கொண்டு வா, திரும்ப சரக்கு தரேன்! ஏமாத்த நினைச்சே, தீர்த்துடுவேன்! என்ன சொல்றே?"

கிராமுக்குப் பத்து ரூபாய் என்று நாளுக்குப் பத்து கிராம் விற்றால், தின வருமானம் நூறு... அப்படியென்றால் அடக்க விலையில் மூன்றரை கிராம் வரைக்கும் என் உபயோகத்துக்கு வாங்குவது சாத்தியம்! சரியான நபர்களாகப் பிடித்தால், தினம் பத்து, ஏன் இருபது கிராம் விற்பதுகூட சுலபம்தான்...

மனக்கணக்கு நிறைவைத் தர, தண்டபாணியிடமிருந்து பத்து கிராம் ப்ரவுன் ஷுகரை வாங்கிக்கொண்ட ப்ரேம், தன்

நண்பர்களில் மாமூலாக ப்ரவுன் ஷுகர் உபயோகிப்பவர்களின் பெயர்களை நினைத்துப் பார்த்துக்கொண்டு அப்போதே அவர்களைச் சந்திக்க புறப்பட்டான்.

ராஜு, மோகனரங்கன்.

இந்த அத்தியாயத்தில் ஒரு மூலையில் பெயரளவில் தலைநீட்டும் இவர்கள், கற்பனைப் பாத்திரங்கள் அல்ல... இருவரையுமே நான் சந்தித்திருக்கிறேன். ராஜுவிற்கு வயசு பதினைந்து. ப்ரவுன் ஷுகர் பழக்கம் இரண்டு வருஷமாக உண்டு. ப்ளஸ்டூ படிக்கும் இவன் பள்ளிக்கு ஒழுங்காகப் போகாமல், சென்னை மின்சார ரயில்களில் ஒண்டியாக, பின்னர் கூட்டாளிகளுடன் சேர்ந்து பிக்பாக்கெட் அடித்த நாள்கள் ஏராளம். ஒருநாள் பிடிபட்டு, விஷயம் பெற்றவர்களுக்குத் தெரிய வந்து, இன்று வைத்தியரிடம் சிகிச்சை பெற்று வருகிறான்.

அடுத்தவன் மோகனரங்கன்... இவன் ப்ரவுன் ஷுகரின் உந்துதல் தாளாமல், தனியாய், குடும்ப நண்பரின் வீடியோ லைப்ரரிக் கடையை ஓரிரவு உடைத்துக்கொண்டு நூற்றி ஐம்பது டேப்போல திருடி விற்றவன். பெரிய இடம் என்பதால், விஷயம் வெளியில் வராமல் அமுக்கப்பட்டுவிட்டது. இதை இவனே என்னிடம் வார்த்தை வார்த்தையாய் கூறினான். அப்பாவுக்குப் பணம் என்றால் அப்படியிப்படி இல்லை... சத்தியமாக மூன்று தலைமுறைக்கு உட்கார்ந்து சாப்பிடக்கூடிய கேஸ்தான். ஆனாலும், “பெத்தவங்ககிட்ட பணம் இருந்தாலும் அதுக்கு நாமதான் வாரிசுன்னாலும், இந்தாப்பானு தூக்கியா குடுக்கறாங்க? என் கஷ்டம் எனக்கில்ல தெரியும்! அதான் கடைய உடைச்சு, திருடி, டேப்ப வித்தேன்!” கண்கள் இறுகப் பேசும் மோகனரங்கன், பெற்றவர்களின் நிர்ப்பந்தத்தின் காரணமாய் நாலாவது தடவையாக க்ளினிக்கில் சேர்ந்திருக்கிறான். தன் தப்பை

உணர்வானா? போதை மருந்துப் பழக்கத்தைத் துப்புரவாய் விட்டொழிப்பானா? தெரியவில்லை. காலம்தான் பதில் சொல்லும்.

——

16

ட்ரைவ் இன் ரெஸ்டாரெண்ட், மரத்தடி, காலை மணி பத்தரை.

இரண்டாகப் பிரிந்திருந்த கிளை மேல் சாய்ந்தபடி, சரக்குக் கேட்டுக்கொண்டு எவனாவது வருவானா என்ற எதிர்பார்ப்போடு ப்ரேம் காத்திருந்தான்.

அரைமணிக்கும் மேலாய் அங்கேயே நிற்பதில், கால்கள் வலிகண்டு போயிருந்தன.

புறங்கையில் கட்டெறும்பு ஒன்று ஏறி சுருக்கென்று கடிக்க, லேசான கோபத்துடன் அதன் மண்டையில் ஓங்கி அடித்து, கீழே தள்ளி, காலால் தேய்த்து நசுக்கினான். அடிபட்ட இடம் சுருசுருவென்று எரிந்தது. புறங்கையை வாயில் வைத்து சப்பினான். பின்னர், எச்சிலை பேண்ட்டில் துடைத்துக்கொண்டான்.

மிஞ்சிப்போனால் இன்னும் அரைமணி இங்கு இருக்கலாம்... அப்புறம் தெரிந்தவர்கள் யாராவது சாப்பிட வந்துவிடலாம் என்பதால், கிளம்பி அடுத்த இடத்துக்குப் போய்விட வேண்டும்.

இன்று என்ன கிழமை? செவ்வாயா?

அப்படியென்றால், காலை பத்திலிருந்து பதினொன்று ட்ரைவ் இன், பதினொன்றரையிலிருந்து இரண்டு வரை தாம்பரத்திலும், மீனம்பாக்கத்திலும் உள்ள கல்லூரி வாயில்கள்...

மாலையில், மெரினாவில் ஒரு குறிப்பிட்ட இடம்...

புதன்கிழமை காலையில் எம்.எம்.சி. பக்கம், மதியம் எக்மோர் பள்ளிகள்.

இப்படி தினம் சரக்கு விற்கும் இடம், நேரம், மாறுபடும்.

இந்தப் பழக்கம்கூட தண்டபாணி சொல்லிக் கொடுத்ததுதான்.

"ஒரே எடத்துல தினமும் போகாத, பிரதர்... போனா, மாட்டிக்கிடுவே! இதையெல்லாம் கவனிக்கறதுக்குன்னே வேண்டாத ஒரு கும்பல் இருக்கு... அதனால, கூடுமானவரை நேரத்த மாத்திக்கிட்டே இருக்கணும்."

"குறிப்பிட்ட சமயத்துல இன்ன எடத்துல இருப்போம்ன்றது தெரிஞ்சாதானே, சரக்கு வாங்க வரவங்களுக்கு சௌகர்யமா இருக்கும்? இப்ப, நீ இருப்பேன்னு எனக்குத் தெரியற மாதிரி?"

தண்டபாணி சிகரெட் ஒன்றைப் பற்ற வைத்துக்கொண்டு இன்னொன்றை ப்ரேமிடம் நீட்டிவிட்டு, 'இல்லை'யென்று தலையாட்டினான்.

"என் கேஸ் வேற, பிரதர்... நா 'ஹோல்சேல்' டீல் பண்றவன்... என் பின்னால ஒரு கூட்டமே இருக்கு... அங்கங்க மாமூல் குடுத்து, இந்த மாதிரி எடங்களையெல்லாம் எங்க கூட்டத்துப் பெரியவங்க செமையா 'கவர்' பண்ணிடுவாங்க! எங்க மேல எவனும் கை வைக்க மாட்டான்! தப்பித்தவறி யாரையாவது திருப்தி பண்ண கை வெச்சாலும், உடனே சொல்ல வேண்டிய எடத்துல சொல்லி, எங்கள வெளில கொண்டுவந்துடுவாங்க! எல்லாம் ஒரு 'ஐ வாஷ்'தான்! உனக்கு அப்படியில்ல, பாரு... அதான் ஜாக்கிரதையா இருன்னு சொல்றேன்..."

ப்ரேம் காய்ந்துவிட்ட உதடுகளை நாவால் ஈரப்படுத்திக்கொண்டு மெதுவாகக் கேட்டான், "இப்பதான் உங்க க்ரூப்ல நானும் சேந்திட்டேனே... எனக்கு ஏதாவதுன்னா நீங்க கவனிச்சுக்க மாட்டீங்களா?"

அப்பாவியாக இவன் இப்படிக் கேட்டதும், தண்டபாணி தலையைப் பின்னால் தள்ளிக்கொண்டு உரக்க சிரித்தான்.

“நீ? எங்க க்ரூப்? அடப்பாவி... அந்த அளவுக்கு உன் நெஞ்சுல ஆசையிருக்குதா! நடக்காது, பிரதர்... கனவுலயும் நடக்காது! அதுக்கெல்லாம் ஒரு பாரம்பரியம் வேணும்! பணம் இல்லேன்னு அழுதியே, போனாப்போவுதுன்னு சின்னதா உனக்கு ஒரு வழிகாட்டினேன்... ஏமாத்தாம இருக்கறவரைக்கும், ஏதோ நீ பிழைச்சுக்கலாம்... அவ்ளோதான்! மத்தபடி, விக்கறப்ப, இங்க அங்க சண்டை, அடிதடி, உள்ள தள்றது ஏதாச்சும் நடந்தா, உன்னை நீயேதான் கவனிச்சுக்கணும்... உனக்கும், எனக்கும் சம்பந்தம்னு சொல்லிட்டு ஈ காக்கா உன்னைத் தேடிக்கிட்டு வராது, ஆமா! அந்த ஆசையெல்லாம் வேணாம், சொல்லிட்டேன்!”

சிரித்துக்கொண்டே தொடங்கி, கண்கள் கீறாக இடுங்கிப்போக, ஒருவித அழுத்தத்துடன் தண்டபாணி பேச... ப்ரேம் உண்மையிலேயே பயந்து போனான்.

சென்னையில் மட்டும் தன்னைப்போல இரண்டாயிரம் சரக்கு விற்பவர்கள் (Pushers)... இவர்கள் அனைவரும், தங்கள் சுயதேவைக்காக மட்டுமே இதில் ஈடுபட்டிருக்கிறார்கள். போலீஸில் அகப்பட்டுக்கொண்டாலோ, அல்லது வேறு ஏதாவது விபரீதம் நிகழ்ந்தாலோ, காப்பாற்ற கை நீட்டிக்கொண்டு யாரும் சத்தியமாய் வரமாட்டார்கள் என்ற விவரங்களெல்லாம் நன்றாகப் புரிந்த பிறகு, ப்ரேம் சர்வ ஜாக்கிரதையானான்.

தண்டபாணி சொல்லிக் கொடுத்த தினுசில் ஒவ்வொரு நாளும் புது இடமாகச் சென்று சரக்கை விற்றான். ஏற்கனவே மாமூலாக அங்கு ஒருவன் சரக்கு விற்கிறான் என்பது தெரிந்தால், அந்த இடத்திற்கு முதலாமவன் வரும் நேரத்தில் போவதைத் தவிர்த்தான்.

இது மிக பயங்கரமான உலகம்... நட்பு, பிணைப்பு, ‘ஐயோ பாவம்’ என்கிற உறவுகளெல்லாம் இல்லாத நபர்கள் உலவும் பிரதேசம் என்பது தெளிவாக, எல்லைகள் புரிந்து நடந்துகொண்டான்.

ஆனால்...

இவனைப் போலவே மற்றவர்களும் ஒரே இடத்தில் தினமும் விற்க விரும்பாத காரணத்தாலும், சரக்கு புதுசுபுதுசாய் பலருக்குத் தேவைப்படத் தொடங்கிவிட்டதாலும், விற்பனையாளராக மாறிவிட்ட இந்த ஒன்றரை மாசமாய் வம்புதும்பு எதிலும் ப்ரேம் மாட்டிக்கொள்ளவில்லைதான்.

பார்க்க லட்சணமாக நல்ல குடும்பத்துப் பிள்ளையாக, நம்பக்கூடியவனாக அவன் இருந்ததும் ஒரு வரப்பிரசாதமாக அமைய, விவரம் தெரிந்தவர்கள் இவனை நம்பி சரக்கு வாங்கினார்கள்... தெரியாதவர்கள், இவன் குறித்து எந்தச் சந்தேகமும் எழாமல், 'யார் வீட்டுப் பிள்ளையோ! சாதுவாய் முழித்துக்கொண்டு நிற்கிறது' என்று இவனைப்பற்றி அதிகம் ஏதும் நினைக்காமல் போனார்கள்.

"என்ன, சார்... ஸ்வீட் ஒண்ணும் சாப்பிடலியா?"

வெள்ளைச் சீருடை அணிந்த சர்வர், இவனுடைய பழக்கவழக்கம் அறிந்த நபர் அருகில் வந்து கேட்டதும், ப்ரேம் மணிக்கட்டைத் திருப்பி நேரத்தைப் பார்த்தான்.

பதினொன்று அடிக்க பத்து நிமிஷங்கள்... கிளம்ப வேண்டியதுதான்.

அதற்கு முன் ஒரு ஸ்வீட் சாப்பிட்டால் என்ன?

மங்களூர் போளி ஒன்றைக் கொண்டுவரச் சொல்லிவிட்டுக் காத்திருந்தபோது, இன்றைக்கு இதுவரைக்கும் ஒரே ஒரு கிராம்தான் விற்க முடிந்திருக்கிறது என்ற நினைப்பு அவனை லேசாக சங்கடப்படுத்தியது.

நாலைந்து நாள்களாகவே பிசினெஸ் 'டல்'தான். ஆனாலும், இன்று ரொம்ப மோசமாக இருக்கும் போலிருக்கிறதே!

சாதாரணமாய் காலைவேளையில் வியாபாரம் உற்சாகமாகவே இருக்கும்... மாலையில்தான் மங்கும்.

இன்று தொடக்கமே மோசம்.

ஏனென்று அலசினபோது, சிலருக்குப் பரிட்சைகள் தொடங்கிவிட்ட முக்கியமான காரணமாகத் தெரிந்தது.

அரைகிராம் வாங்கி அவனவன் ஒரு 'தம்' அடித்துவிட்டு பரிட்சை ஹாலுக்குப் போய்விடுவதில், விளையாட்டுக்காக, ஒரு 'இது'க்காக ப்ரவுன் ஷுகர் பிடிக்கும் நபர்கள் குறைந்துவிட்டார்கள்.

இவனைப் போன்று, இது இல்லாவிட்டால் தாங்காது என்ற கேஸ்கள் மட்டும், விடேன் தொடேன் என்று வாங்குகிறார்கள். என்றாலும், அப்படி ஒன்றிரண்டு கிராம் என்று வாங்குபவர்களையும் இரண்டு நாள்களாகவே ஏனோ காணவில்லை.

என்ன ஆயிற்று?

யோசித்தவரைக்கும் புரியவில்லை.

போளி வந்துவிட்டது. சாப்பிட்டான்.

பணத்தைக் கொடுத்துவிட்டு நிமிர்ந்தவன், சற்றுத்தள்ளி எதிரில் வந்த ஆளைப் பார்த்து, வியப்பில் புருவங்களை உயர்த்தினான்.

அப்பு!

இவனைப் பார்த்துவிட்ட அப்பு, நாலே எட்டில் அருகில் வந்தான்.

"எப்படியிருக்கே, ப்ரேம்?"

"நல்லாத்தான்யா இருக்கேன்... பாத்தா தெரியல?"

"எத்தன நாளாச்சு உன்னப் பாத்து, ப்ரேம்! காலேஜுக்கு சுத்தமா வர்றதில்லியாயா?"

"ம்ஹூம்... ஒரு மாசத்துக்கும் மேலயே ஆச்சு, அங்க காலடி வெச்சு! நீ எப்படியிருக்கே?"

"என்னை விடு... ஏன்யா காலேஜுக்கு வர்றதேயில்ல? உன்னைப் பாக்க வீட்டுக்கு வரலாம்னு எத்தனை தடவை நினைச்சேன், தெரியுமா? ஆனா, முன்ன ஒரு தடவை நீ நிஜமாவே என் ஃப்ரெண்டுன்னா, வீட்டுப்பக்கம் வராதே, என்னைப் பத்தி யார் எது கேட்டாலும் எதையாவது உளராதே, பேசாம இருந்துடுன்னு சொன்னது ஞாபகத்துல இருந்ததால, அப்படிச் செய்யல..."

"குட்! நா வரட்டுமா?"

நகரப் பார்த்தவன் கையை அப்பு பிடித்துக்கொண்டான். "இரு, ப்ரேம்... எங்க போறே, இத்தன அவசரமா?"

"....."

"காலேஜுக்கு வராம இருக்கியே... இது உங்க வீட்டுக்குத் தெரிஞ்சா? வர்ற திங்கக்கிழமைலேந்து நமக்கு யூனிவர்சிட்டி எக்ஸாம் ஆரம்பம், தெரியுமா?"

"ப்ச்..."

"என்ன ப்ரேம், இது... உங்க வீட்டுல கேட்டா, என்ன சொல்லி சமாளிக்கப்போறே?"

ப்ரேம் எரிச்சலுடன் கையை உதறிக்கொண்டான்.

"அதப்பத்தி இப்ப கவலப்படுவானேன்? விஷயம் தெரிஞ்சு கேக்கட்டும், அப்ப பாத்துக்கலாம்! நா வரேன்யா..."

கிளம்பினவனின் கையை அப்பு மீண்டும் பற்றி நிறுத்தினான். "காபி சாப்பிட்டுப் போலாம், வா ப்ரேம்..."

"ம்ஹூம்..."

"ஸ்வீட் சாப்பிடலாமா?"

கேட்டவனை ப்ரேம் வியப்புடன் பார்த்தான். "பணம் வெச்சிருக்கியா?"

"ஏதோ கொஞ்சம்..."

"ஏதுய்யா?"

"போன வாரம் எங்க சித்தப்பா பொண்ணுக்குக் கல்யாணம் நடந்தது... வேட்டிக்குப் பதிலா இருவத்தியஞ்சு ரூபா வெச்சுக்குடுத்தா... அதுல பாக்கி இருக்கு! பொட்டலம் வாங்கலாம்னு இங்க வந்தேன்..."

"ஓ!" ப்ரேம் நகத்தைக் கடித்தபடி கேட்டான், "இன்னும் பொட்டலம் கேஸ்தானா நீ?"

"என்னய்யா பண்றது... ஒரு நாளைக்கு ரெண்டு ரூபா குடுத்து வாங்கறதே எனக்கு மகா கஷ்டமா இருக்கே! என்னை மாதிரி

லோயர் மிடில் கிளாஸுக்கு இதுவே ஜாஸ்தி! சரி, வா... ஸ்வீட் சாப்பிடலாம்... எனக்காக எத்தனை தரம் நீ செலவழிச்சிருக்கே! ப்ளீஸ், வாய்யா..."

அன்போடு அப்பு அழைத்ததை மறுக்க மனமில்லாமல், ப்ரேம் அவனோடு உள்ளே சென்றான்.

ரஸகுல்லாவுக்கு ஆர்டர் கொடுத்து, சாப்பிட்டு, பணம் கொடுக்க அப்பு சட்டைப் பையிலிருந்து ஒரு கவரை எடுக்க, அதற்குள் சில நூறு ரூபாய்த் தாள்களைப் பார்த்த ப்ரேம், சன்னமாய் விசிலடித்தான்.

"ஏதுய்யா இவ்ளோ பணம்?"

"நுங்கப்பாக்கத்து நகைக்கடைல எங்கம்மா மாசாமாசம் சீட்டு கட்றாயா... இந்த மாசம் அம்மாவால வர முடியல... 'வீட்ல ஸ்டடி ஹாலிடேஸ்னு சும்மாதானே இருக்கே, போய் கட்டிட்டு வாடா'ன்னு குடுத்தா..."

"எவ்ளோ?"

"எரநூறு ரூபா..."

தக்கென்று ப்ரேமின் நாவில் நீர் ஊறியது... உள்ளங்கை நமநமவென்றது.

கிராம் நாற்பது என்றால், இருநூறுக்கு ஐந்து கிராம்கள்...

நாலு நாளாக நாலைந்து கிராம்கூட விற்கமுடியாதபோது, இப்படியொரு சந்தர்ப்பத்தை விடலாமா?

ஒருவித பரபரப்பு உடம்பை ஆக்ரமிக்க, சுயநலம் ஒன்றே பிரதானமாகிப் போக, அப்புவின், அவன் குடும்பத்தின், சூழ்நிலையை மறந்தவனாய், இப்போது என்ன செய்யவேண்டுமென்று அவசரமாய் யோசித்தான்.

முழுசாய் ஒரு நிமிஷம் போவதற்குள், எப்படி அப்புவை அணுகவேண்டும் என்பது புரிந்துபோக, சட்டைப் பையிலிருந்து 'பழுப்பு சர்க்கரை' நிறைந்த சிகரெட் ஒன்றை எடுத்து தான் பற்ற வைத்துக்கொண்டு, இன்னொன்றை நண்பனிடம் நீட்டினான்.

“ப்ரவுன் ஷுகர் சிகரெட்டாயா?”

தயக்கத்துடன் அப்பு வினவியதும், ப்ரேம் ‘என்மேல் உனக்கு நம்பிக்கை இல்லையா?’ என்கிற பாவதை முகத்தில் படரவிட்டுக்கொண்டு நட்புடன் சிரித்தான்.

“எடுத்துக்கயா...”

“ப்ரவுன் ஷுகர்னா, எனக்கு வேணாம், ப்ரேம்...”

“நீ என் டியரஸ்ட் ஃப்ரெண்ட் இல்லியா? உனக்கு நா கெடுதல் பண்ணுவேனா?”

கண்களை ஏறிட்டு, அழுத்தம் திருத்தமாக ப்ரேம் பேச, அப்பு கையை நீட்டி சிகரெட்டை வாங்கினான். பற்றவைத்து வாயில் பொருத்தி மெதுவாகப் புகையை உள்ளுக்குள் இழுத்தான்.

சில நிமிஷங்களுக்கு எதுவுமே பேசாமல் நண்பனையே பார்த்தபடி உட்கார்ந்திருந்த ப்ரேம், அவன் கண்களில் ஒரு மாற்றமும், முகத்தில் ஒருவிதப் பரவசமும் வெளிப்படையாகத் தெரிந்ததும், எட்டி அவன் கையைப் பற்றிக் கொண்டான்.

“எப்படியா இருக்கு?”

நிதானமாக உள்ளுக்குள் இழுத்த புகையை வெளியிட்ட அப்பு, “க்ரேட்யா!” என்றான். பின்னர், “இது கிராஸ் இல்ல, ‘ஸ்மாக்’தானே?” என, ப்ரேம் ஆமாமென்று தலையசைத்தான்.

“இப்ப எதுவுமே பேசாதே, அப்பு... ஜஸ்ட் ரிலாக்ஸ்! இதுவரைக்கும் அனுபவிக்காத ஒரு அலாதி சுகத்த நீ அனுபவிப்பே... ஜஸ்ட் ரிலாக்ஸ்! எதப் பத்தியும் அலட்டிக்காம இரு... நா உன் சினேகிதன், நீ நிம்மதியா இருக்கணும்ன்றதுதான் என் ஆசை... ரிலாக்ஸ்யா...”

வண்டிவண்டியாய் கரிசனம் தேங்க, இதமான குரலில் ப்ரேம் பேச, அப்பு அந்த வார்த்தைகளின் கவர்ச்சியினால் கவரப்பட்டு கண்களை மூடிக்கொண்டான்.

ப்ரவுன் ஷுகர் உள்ளுக்குள் என்னென்னவோ மாயாஜாலங்களைத்தான் செய்தது.

“ஹவ் டூ யூ ஃபீல், அப்பு?”

“அதான் சொன்னேனே... இட்ஸ் க்ரேட்யா!”

“என்கிட்ட சரக்கு இருக்கு... தரவா? வீட்டுக்கு எடுத்துட்டுப் போய் ட்ரை பண்றியா?”

இப்போது அப்பு லேசாகத் திடுக்கிட்டான். “இது எக்கச்சக்க விலையாச்சே, ப்ரேம்... என்னால தாக்குப்பிடிக்க முடியுமா?”

“கையிலதான் பணம் வெச்சிருக்கியே, அப்பு!”

“யம்மாடி... அதை நகைக்கடைல கட்டணும்யா! கட்டலேன்னா அம்மா என்னை வெட்டிப்போட்டுடுவா!”

“தெரிஞ்சாத்தானே?”

“அ?”

“சீட்டுப்பணம் கட்டலேன்னு இப்போதைக்கு எப்படித் தெரியும், அப்பு?”

“ஆனாலும்... வேணாம்யா... ப்ளீஸ்... எனக்கு க்ராஸே போதும், என்னை விட்டுடு...”

ப்ரேம் குரலைக் கிசுகிசுப்பாக்கிக்கொண்டான். “க்ராஸைவிட இது இன்னும் ஜோரா இல்லியா, அப்பு?”

“இருக்குதான்... ஆனாலும், ஐ காண்ட் அஃப்போர்ட் திஸ்யா...”

கெஞ்சலாகப் பேசியவனோடு மன்றாடப் பொறுமையில்லாமல், ப்ரேம் தன் அடுத்த அஸ்திரத்தைப் பிரயோகித்தான்.

“அப்ப சரி, நீ வாங்க வேணாம்... கையில இருக்கற பணத்தை எனக்குக் கடனாக் குடு...”

“ஐயய்யோ... வேணாம், ப்ரேம்... ப்ளீஸ்... அத மட்டும் கேக்காதே...”

“ஏன்யா கேக்கக்கூடாது? அப்பறம் ஃப்ரெண்டுனு இருக்கறது எதுக்காக?”

“ப்ளீஸ், ப்ரேம்...”

“சமயத்துல உதவுவேன்னு நினைச்சு கேட்டேன்... பரவாயில்ல, தெரியாம உன்கிட்ட கேட்டுட்டேன், நீ போ...”

“என்னயா, ப்ரேம்... ஏய்...”

கையைப் பற்றி கெஞ்சினவனை உதறிவிட்டு ப்ரேம் எழுந்து நின்றான்.

“எங்கம்மாக்குத் தெரிஞ்சா கொலை பண்ணிடுவா, ப்ரேம்...”

“தெரிஞ்சாத்தானே? மனசிருந்தா வழியா இல்ல? நா எத்தனை தரம் உனக்குப் பத்து, இருவதுமா குடுத்திருக்கேன்... அதை நினைச்சுப் பாக்கணும், அப்பு...”

“நா மறக்கல, ப்ரேம்... ஆனாலும் இது...”

அவன் முடிக்கும் முன்னால் ப்ரேம் எரிச்சலுடன் குறுக்கிட்டான். “ஷிட்... ப்ளடி ஷிட்! யாருக்குய்யா வேணும் உன் எக்ஸ்க்யூசஸ்? குடுக்க மனசில்லேன்னு பளிச்சுனு சொல்லிட்டுப் போயேன்!”

அப்பு கண்களில் நீர் ததும்ப ப்ரேமை ஏறிட்டான். “என்னயா இப்படிப் பேசறே? ஆல்ரைட், எடுத்துக்கோ... ஆனா, எப்ப திருப்பித் தருவே?”

ப்ரேம் அழகாகப் புன்னகைத்தான். “இன்னும் ஒரு வாரத்துல...”

“கண்டிப்பா?”

“ப்ராமிஸ்யா!”

“என்கிட்ட பணம் இருந்தா நா திருப்பிக் கேக்கமாட்டேன்... ஆனா, இது... வந்து... எங்கம்மா...”

“கவலப்படாதேயா... அடுத்த செவ்வாக்கிழமை கண்டிப்பா குடுத்துடுவேன்!”

மெளனமாக அப்பு பணத்தை நீட்ட, ப்ரேம் அதைப் பெற்றுக்கொண்டான்.

“சரக்கு வேணாமா?”

“வேணாம்... பணமா திருப்பிக் குடுத்துடு...”

“டன், பாஸ்!” பணத்தைப் பாக்கெட்டில் வைத்துக்கொண்ட ப்ரேம், ஒரு சிகரெட் டப்பாவை எடுத்தான்.

“இதுல பத்து ப்ரவுன் ஷுகர் சிகரெட் இருக்கு... வெச்சுக்க... வித் மை காம்ப்ளிமெண்ட்ஸ்!”

சமய சஞ்சீவியாக உதவிய நண்பனின் அந்தப் பணம் அதோடு கோவிந்தா என்பதை உணரமுடிய, அந்த செய்கைக்கு பதில் உபகாரமாய் பத்து சிகரெட்டுகளைத் தந்த ப்ரேம், அதோடு கணக்கு தீர்ந்தது என்கிற குஷியுடன் அப்புவிடம் விடைபெற்று வெளியில் வந்தான்.

எத்தனை சுலபமாக எல்லோரையும் தன் வழிக்குக் கொண்டுவர முடிகிறது, தான் எத்தனை வாக்குசாதுர்யம் நிறைந்த சேல்ஸ்மேன் என்று மனசு தனக்குத்தானே அட்சதை போட்டுக்கொண்டாலும்... மறுநாளும் அதற்கு அடுத்த நாளும்கூட வியாபாரம் வெகு மந்தமாக இருக்க, தண்டபாணியிடம் இதுகுறித்துக் கவலையுடன் பேசினான்.

ஈர்க்குச்சி ஒன்றினால் பல்லைக் குடைந்தபடி அவன் பேச்சைக் கேட்ட தண்டபாணி, தொண்டையைச் செருமி, எச்சிலைத் துப்பினான்.

“இப்ப என்ன பண்ணணும்னு சொல்றே, பிரதர்?”

“ஒண்ணும் புரியல, தண்டபாணி... அதான் உங்ககிட்ட யோசனை கேக்கலாம்னு...”

“ம்ம்ம்? மொத்தத்துல, உனக்குத் தேவையான சரக்கு வாங்கப் பணம் புரளமாட்டேங்குது, இதானே உன் கவலை?”

“அதேதான்...”

“உன்னைப் பாத்தா பாவமா இருக்கு... அதனால, கிரேட் சீக்ரெட்டைச் சொல்லித்தரேன்... யாரண்டயும் மூச்சு விடக்கூடாது...”

“ம்ஹூம்...”

“பேசாம கலப்படம் பண்ணி வித்துடு!”

“என்னது, கலப்படமா?”

“ஆமா... ஒரு பொட்டலத்துலேருந்து பாதி சரக்கை வெளில எடுத்திட்டு...”

கலப்பட முறையையும், கலக்கக்கூடிய விஷயங்களையும் கற்றுக் கொடுத்தான்.

திறந்த வாய் மூடாமல் தண்டபாணியின் பேச்சைக் கேட்டவனுக்கு, கஷ்டமில்லாமல் இருக்க அந்த வார்த்தைகள் ஒரு பாதையைக் காட்டுவது புரிய... மறுபேச்சில்லால் அன்றே அதில் இறங்கினதுமல்லாமல், முதலில் டிஸ்டம்பர், எரிந்த ஊதுவத்தி சாம்பல் கலக்கத் தொடங்கினவன், ரொம்ப சீக்கிரமே, இருந்த துளி மனசாட்சியையும் இழந்தவனாய், எலிப் பாஷாணத்தைக் கலந்து, பள்ளி, கல்லூரி மாணவர்களிடையேயும் இதர வாடிக்கையாளர்களிடமும் விற்பதில் வந்து நின்றான்.

கலப்படம்,

ப்ரவுன் ஷுகரை உபயோகப்படுத்துபவர்களும் பொதுமக்களும் போதை மருந்துகளைப்பற்றி அறிந்துகொள்ளும்போது, ‘அந்த உலகில்’ வெகு சகஜமாக நடமாடும் கலப்பட வியாபாரத்தைப் பற்றியும் தெரிந்துகொள்வது மிகமிக முக்கியம் என்றே நினைக்கிறேன்.

பணம் பண்ணும் ஆசையோடும், சுயதேவைக்காகவும் விற்பனையில் இறங்கும் வியாபாரிகள், கொஞ்சம்கூடத் தயங்காமல் இந்தச் சரக்குகளில் எதையெல்லாம் கலக்குகிறார்கள் என்கிற உண்மை தெரிந்தால், யாரும் ‘ஐயோ, ஐயோ’ என்று பதைத்துதான் போவார்கள்.

ப்ரவுன் ஷுகரின் நிறத்தை ஒத்த ஊதுவத்தி சாம்பல்,

ஸ்னோசம் பவுடரைக் கலக்கும் காலம் மலையேறிவிட்டது.

இப்போது ரொம்பப் பரவலாகக் கலக்கப்படுவது, காயவைத்த ஊமத்தங்காய்ப் பொடி (Datura seed powder), ஸிங்க் (Zinc) தூள், எலிப்பாஷாணப் பொடி போன்ற தீவிர விஷத்தன்மை கொண்ட பொருள்கள்.

விவரத்தைக் கேள்விப்பட்டதும் பதைத்து, விதிர்த்து, கேள்விப்பட்டதை நம்பமாட்டாமல், அப்படிக் கலப்பட வியாபாரம் செய்த ரமேஷைச் சந்தித்து, "நிஜமா? இது நிஜமா? இப்படிக்கூடவா அரக்க குணத்தோடு செயல்படுவார்கள்? விஷத்தை விற்கலாமா?" என்று படபடப்பாகக் கேட்டபோது, அவன் அலட்சியமாய் சிரித்தான்.

பின்னர், உணர்ச்சிகளே இல்லாமல், முகம் இறுகிப்போகக் கேட்டான், "ஒரு ரூபாய்க்கு ஒரு பொட்டலம்னு கிடைக்கற சமாச்சாரம் இதெல்லாம்தான்... வாங்கிக் கலந்தா, சரிக்குச்சரி நமக்கு மிச்சம்... ஆதாயம்! அதோட, நா இத்தனை மாசமா எவன்கிட்டயோ வாங்கி உபயோகிச்சத, அவன் கலப்படம் பண்ணித்தானே எனக்கு வித்தான்? அது மட்டும் நியாயமா?"

———

17

ஞாயிற்றுக்கிழமை, கோடை விடுமுறை, சரக்கு தேவைப்படும் எவனும் பதினோரு மணிக்கு முன்பாக வீட்டைவிட்டுக் கிளம்பமாட்டான் என்பதால், எந்தவிதக் காரியத்தையும் செய்யப் பிடிக்காமல், தூக்கமா அல்லது போதையா என்று சொல்லமுடியாத மயக்கத்தோடு படுத்துக்கிடந்தவன், மணி பத்தரை என்றதும் எழுந்தான்.

இரண்டு நாள்களுக்கு முன் தண்டபாணியிடம் பத்து கிராம் வாங்கி வந்து, பாத்ரூமுக்குள் உட்கார்ந்து எலி மருந்தோடு கலந்து, இருபது கிராமாகப் பெருக்கி, அரைகிராம் பொட்டலங்களாகப் பிரித்து, மீண்டும் சீல் செய்து, அலமாரித் துணிகளுக்கடியில் பத்திரப்படுத்தி வைத்து, பத்துப்பத்தாக வெளியில் எடுத்துப் போய் விற்றது போக, மீதியிருந்த பத்து பொட்டலங்களை எடுத்து ஒரு கர்ச்சீப்பில் சுற்றினான்.

கலப்படமில்லாத ப்ரவுன் ஷுகரை உபயோகித்து தன் தேவைக்கென தயாரித்திருந்த சிகரெட்டுகளைப் பெட்டியோடு எடுத்தான்.

அடுத்து ‘ஸ்மாக்’ கிட்...

மூன்றையும் ஜோல்னாப் பையின் அடியில் படுக்க வைத்த பின்னர், மேஜைமேல் வாரியிறைத்திருந்த புஸ்தகங்களிலிருந்து தடிமனாய் ஏழெட்டைப் பொறுக்கி பையில் நுனி வரை அடுக்கினான்.

கோலாபுரி செருப்புகளை மாட்டிக்கொண்டு பையோடு வெளியில் வந்தவன், கூடத்தைக் கடக்கும்போது லேசாக அதிர்ந்தான்.

அப்பா!

நாலைந்து மாசங்களாய் கம்பெனியில் டைரக்டர் பதவி உயர்வு பெற்ற பின்பு, வீட்டில் மாதவன் தங்குவதே அபூர்வமாகத்தான் இருந்தது.

அப்படியே இருக்க நேர்ந்த சமயங்களிலும், ரோட்டரி மீட்டிங், க்ளப்பில் விருந்து, நண்பர்கள் வீட்டில் பார்ட்டி, இத்தியாதிகள்.

அதுவும், ஞாயிற்றுக்கிழமைகளில் காலை ஏழுக்கெல்லாம் க்ளப்புக்குச் சென்று நீச்சல்குளத்தில் ஒரு மணிநேரம்போல நீந்தி, அங்கேயே காலைச் சிற்றுண்டி உண்டு, நண்பர்களுடன் அரட்டை அடித்தபடி 'பியர்' சாப்பிடுவது மாதவனுக்குப் பிடித்தமான பொழுதுபோக்குகளில் ஒன்று என்பதால், அந்தப் பத்தரை மணித் தருவாயில் வரவேற்பறையில் உட்கார்ந்து முகம் சுருங்க ஏதோ யோசித்துக் கொண்டிருப்பவரைப் பார்க்க நேரிட்டபோது அதிர்ச்சியாகவே இருந்தது.

ஓசைப்படாமல் திரும்பி, பின்பக்க வழியாக வெளியில் சென்றுவிடத் தீர்மானித்து அவன் அவசரமாய் திரும்பிய நொடியில், மாதவன், “ப்ரேம்!” என்று அழைத்தார்.

அப்போதுதான் அப்பாவைப் பார்த்த தினுசில் முகத்தில் ஆச்சர்யத்தைப் படரவிட்டபடி ப்ரேம் சிரித்தான்.

“ஓ! குட்மார்னிங், ப்பா...”

மாதவன் பதிலுக்கு குட்மார்னிங் சொல்லாமல், அவனை அழுத்தமாகப் பார்த்தார். “இப்பத்தான் எழுந்துக்கறியா?”

“இல்லியேப்பா... அப்பவே எழுந்திட்டேனே!”

“எப்பவே?”

“காலையிலேப்பா...”

“எங்க கிளம்பிட்டே?”

அப்பா இப்படி நிற்கவைத்து கேள்வி கேட்பதற்குத் தயாராக வராதவன், யோசிக்காமல் பேசினான்... மாட்டிக்கொண்டான்.

“லைப்ரரிக்குப்பா...”

“எந்த லைப்ரரிக்கு, ப்ரேம்?”

“யூ.எஸ்.ஐ.எஸ். தான்...”

“இன்னிக்கு சண்டே, ப்ரேம்... நோ யூ.எஸ்.ஐ.எஸ்.!”

“ஸா... ஸாரிப்பா... ப்ரிட்டிஷ் கவுன்சில்னு சொல்றதுக்குப் பதிலா...”

சொல்ல வந்ததை முடிப்பதற்கு முன், பிரிட்டிஷ் கவுன்சிலும் ஞாயிறு விடுமுறைதான் என்பது நினைவுக்கு வர, பாதியிலேயே நிறுத்தினான்.

அப்பாவைப் பார்க்க தைரியமில்லாமல் உதட்டைக் கடித்துக்கொண்டு, தோட்டத்துப் பக்கம் பார்வையை வீசினான்.

“ப்ரேம்...”

“.....”

“ப்...ரே...ம்!”

“ம்?”

“என்னைப் பாரு... வாட்ஸ் ராங் வித் யூ, ப்ரேம்?”

“நத்திங்.”

“நத்திங்னா, நிமுந்து என்னைப் பாத்து பதில் சொல்லேன்... ஏன் பொம்பளை மாதிரி தலையக் குனிஞ்சுக்கறே?”

“.....”

கோபத்தோடு பேசின மாதவன், எழுந்து அவனருகில் வந்தார்.

“ஸாரி... பொம்பளை மாதிரின்னு சொல்லக்கூடாது... ஏன்னா, இந்த வீட்டுல இருக்கற ரெண்டு பொம்பளைங்களுமே,

எக்ஸப்ஷனல்லி ப்ரில்லியண்ட், இண்டலிஜெண்ட் ஃபீமேல்ஸ்! அதனால, உன்னைத் திட்டறதா நினைச்சு, அவங்களை நா இன்சல்ட் பண்றது தப்பு!"

எதற்கும் பதில் கூறாமல் ப்ரேம் நகத்தைக் கடித்தபடி தலையைக் குனிந்துகொண்டு நிற்க, மாதவனின் கோபம் அதிகமானது.

"பதில் சொல்லேன்... வாட்ஸ் ராங் வித் யூ?"

"ஒண்ணுமில்லப்பா..."

லேசாக விழிகளை உயர்த்தி சின்னக் குரலில் ப்ரேம் பதில் கூறினதும், மாதவன் அவன் தோளைப் பற்றி உலுக்கினார்.

"ஒண்ணுமில்லியா? அதான் இப்படி வியாதி பிடிச்சவன் மாதிரி இருக்கியா? குளிச்சு சுத்தமா இருக்கறதுகூட மறந்து ஒரு 'லுக்'... சட், டிஸ்கஸ்டிங்! என்னாச்சு ப்ரேம், உனக்கு? மாசக்கணக்கா க்ராப் வெட்டாத தலையும் பிச்சைக்கார வேஷமும்... மை காட்! என் பிள்ளைன்னு சொல்லிக்கவே வெக்கமாயிருக்கு, தெரியுமா?"

அவர் கத்துவதோ, நூறு கேள்வி கேட்பதோ உறைக்காமல், யாரோ யாரையோ சொல்கிறார்கள் என்ற வழக்கமான விட்டேத்தியான குணத்தோடு நின்றவனை, கடைசி வரி மட்டும் லேசாக உசுப்பிவிட... ப்ரேம் அப்பாவை அலட்சியமாய் ஏறிட்டான்.

"சொல்லிக்காதீங்க... அவ்வளவுதானே!"

"என்னது... என்னது!"

பிள்ளையிடமிருந்து இந்த பதிலை எதிர்பார்க்காத மாதவன் அடிபட்டுப்போனது வெளிப்படையாகத் தெரிந்தது.

"யூ ராஸ்கல்! எங்க, இன்னொரு தரம் சொல்லு?"

குரலை உயர்த்தி அவர் கத்தலாக அதட்ட, தோட்டத்திலோ, மாடியிலோ இருந்த ரேவதி அந்தக் கத்தல் காதில் விழ, என்னவோ ஏதோவென்று ஓடிவந்தாள்.

“என்னாச்சு, மாது... வாட்ஸ் ராங்? என்னாச்சு, சொல்லுங்க...”

“எனக்கு ஒண்ணுமில்ல, ரேவதி... உன் பிள்ளைகிட்டதான் கோளாறு பூராவும்! அவனையே என்ன விஷயம்னு கேளு...”

ரேவதி பிள்ளையை நெருங்கி, அவன் கையைப் பற்றிக்கொண்டாள்.

“என்ன, ப்ரேம்... அப்பாவுக்கு இத்தன கோவம் வர்ற மாதிரி என்னப்பா பண்ணே?”

“.....”

“நீங்களாவது சொல்லுங்களேன்...”

இதற்குள் தன்னை ஆஸ்வாசப்படுத்திக்கொண்ட மாதவன், சோபாவில் அமர்ந்து தலையைக் கைகளினால் தாங்கிக்கொண்டார்.

“என்ன, மாது?”

“நேத்து ராத்திரிகூட ‘ப்ரேம் சரியா இல்லீங்க, சம்திங் ராங் வித் ஹிம்’னு நீ வருத்தப்பட்டதால, காலைல க்ளப்புக்குப் போகாம, இவனோட பேசணும்னு இங்கயே இருக்கேன்... அது உனக்குத் தெரியும், இல்லியா? எட்டு மணிக்கு இவன் அறைக் கதவைத் தட்டினப்ப, பதிலே இல்ல... சரி, தூங்கறான், லீவுதானே, போகட்டும்னு விட்டுட்டேன்... இப்ப, பத்தரைக்கு ஐயா எழுந்து ஜாலியா வராரு... கேட்டா, விடிகாலைலயே எழுந்திட்டேன், லைப்ரரிக்குப் போறேன்னு பொய் சொல்றான்! அப்பான்ற உரிமைல ஏம்பா இப்படி இருக்கேன்னு கேக்கக் கூடாதா? குளிக்காம, க்ஷீனா இல்லாம, இப்படி ஹிப்பி மாதிரி இருக்கியே, உன்னைப் பிள்ளைன்னு சொல்லிக்க வெக்கமாயிருக்குனு வருத்தப்பட்டுக்கறேன்... இவன்... இவன்... ‘அப்படீன்னா பிள்ளைன்னு சொல்லிக்காதீங்க’ன்னு பதில் சொல்றான்! ராஸ்கல்! சின்னப் பையன், தெரியாத்தனம்னு எடம் குடுத்தது தப்பாயிடுச்சு... அதான் இந்தளவுக்குக் குட்டிச்சுவராப் போய் நிக்கறான்!”

மூச்சு வாங்கப் பேசினவர், பின்னால் சாய்ந்து கண்களை மூடிக்கொண்டார்.

எச்சிலைக் கூட்டி விழுங்கி படபடப்பை அடக்க முயன்றார்.

கத்தும் புருஷனையும், விறைப்பாக நிற்கும் மகனையும் மாறிமாறிப் பார்த்த ரேவதி, உதட்டில் விரலை வைத்து பிள்ளையிடம், ‘எதுவும் பேசாதே’ என்று எச்சரித்தாள். மாதவனை நெருங்கி அருகில் உட்கார்ந்துகொண்டாள்.

“தான் பண்றது, பேசறது தப்புனு புரிஞ்சா இப்படிச் செய்வானா, மாது? ஹி ஈஸ் இக்னரெண்ட்... ஏதோ உளர்றான்னு விடாம, வீணா ஏன் மனசு வருத்தப்படறீங்க? ம்? கொஞ்சம் படபடப்பை அடக்கிக்கங்க... ப்ரேம் அப்படி பதில் சொன்னது தப்புதான்... நா அவனைக் கண்டிக்கறேன்... அதுக்காக நீங்க இப்படி எக்சைட் ஆகாதீங்க, ப்ளீஸ்...”

மெதுவாகப் பேசின ரேவதி, ப்ரேம் பக்கம் திரும்பினாள்.

“அப்பா உன் நல்லதுக்குத்தான் பேசறார்னு உனக்கு ஏன் புரியல, ப்ரேம். அந்த மாதிரியா பதில் சொல்வாங்க? கமான், ஸே ஸாரி டு ஹிம்...”

ப்ரேம் சுவர்க் கடிகாரத்தைப் பார்த்தான். பதினோரு மணி அடிக்க ஐந்து நிமிஷம்.

குருமூர்த்தி பதினோரு மணிக்கு பார்க்கில் பார்க்கிறேன் என்ற சொல்லியிருக்கிறான்.

இரண்டு மூன்று கிராமுக்குக் குறையாமல் சரக்கு ஒரேயடியாய் வாங்கும் கிராக்கி... விட்டுவிட்டால் கஷ்டம்.

ப்ரேம் அவசரமாய், “ஸாரிப்பா...” என்றான்.

ரேவதி அருகில் வந்து அவனை அணைத்துக்கொண்டாள்.

“என் பிள்ளை சமத்துப் பிள்ளைன்னு எனக்குத் தெரியும்... இன்னொரு தரம் இப்படி அசட்டுத்தனமா நடந்துக்காதே, என்னப்பா?”

ப்ரேம் அந்தப் பிடியிலிருந்து தன்னை விடுவித்துக்கொண்டான்.

“நா வரேம்மா...”

மாதவன் முன்னால் சாய்ந்து அவனை மறித்தார். “எங்க கிளம்பிட்டேன்னு கேட்டதுக்கு இன்னும் சரியான பதில் சொல்லலியே?”

ஓ, ஹெல்!

ப்ரேமுக்குள் எரிச்சல் சுருசுருவென்றது.

ஆனாலும், இப்போது இவரைச் சமாதானம் செய்வது மிகமிக அவசியம் என்பது புரிய, நிதானித்தான்.

அப்பாவை ஏறிட்டுப் புன்னகைத்தான்.

“ஏதோ ஞாபகமா இருந்ததுல, தப்பாப் பேசிட்டேன்... ஸாரி! நா லைப்ரரிக்குப் போகல... குருமூர்த்திய ‘மீட்’ பண்ணப் போறேன்...”

“எந்த குருமூர்த்தி?”

“ஐ.ஐ.டி. ஸ்டுடண்ட்...”

“அவனை? நீ?”

“அமெரிக்கா போறதுக்கு அவன் ஜி.ஆர்.ஈ., ஜி.மேட் எல்லா எக்ஸாமும் எழுதியிருக்கான்... நீ வா, அந்த புக்ஸெல்லாம் தரேன்னு சொன்னான்... அதான்...”

அவனுடைய தோற்றத்திற்கும், பேச்சுக்கும் சம்பந்தமில்லாத மாதிரி தோன்ற, மாதவன் அடுத்த கேள்வியைக் கேட்டார்.

“பையில என்ன புக்ஸ்?”

“லைப்ரரி புக்ஸ்ப்பா...”

பையை அருகில் இழுத்து, மேலாக இருந்த புஸ்தகங்களை வெளியில் எடுக்க, சட்டென்று ப்ரேம் பயந்தான்.

மூன்றாவது புஸ்தகத்தை அவர் வெளியில் எடுத்து, அட்டையைப் பிரித்து என்ன புஸ்தகம் என்ற விவரத்தைப் பார்க்கையில், நல்லவேளையாக போன் ஒலித்தது.

புஸ்தகங்களை அவனிடம் நீட்டிய மாதவன் ரிஸீவரை எடுத்து, "ஓ, ஹலோ! ஓ, யெஸ்... கண்டிப்பா! நிச்சயமா! தேங்க்ஸ்..." என்று பேசிவிட்டுத் தொடர்பைத் துண்டித்தார்.

"ரெட்டி சாயங்கால ஃபங்ஷனைப்பத்தி ஞாபகப்படுத்தினார்... கண்டிப்பா வந்திடறோம்னு சொன்னேன்..." என்றவர், இவன் பக்கம் திரும்பி, "உக்காரு, ப்ரேம்... உன்கிட்ட கொஞ்சம் பேசணும்..." என... என்ன தொணதொணப்பு இது என்று ப்ரேம் இருப்புக்கொள்ளாமல், "ப்ச்..." என்றான்.

"குருமூர்த்திய பதினோரு மணிக்குப் பாக்கறதா சொல்லியிருக்கேம்ப்பா..."

"எங்க?"

'ட்ரைவ் இன் ரெஸ்டாரெண்ட்' என்று வாய் வரையிலும் வந்துவிட்ட வார்த்தையை உள்ளே தள்ளினான். "அவன் வீட்டுல... ஆழ்வார்ப்பேட்டைல..."

"இருக்கட்டும். பத்து நிமிஷம் கழிச்சுப்போனா ஒண்ணும் குடிமுழுகிடாது... உக்காரு!"

உட்கார்ந்தான்.

"கொஞ்ச நாளாவே உன்னை நினைச்சு அம்மாவும், நானும் ரொம்ப கவலைப்படறோம், ப்ரேம்... உன்கிட்ட ஏதோ தப்பு இருக்கு... ஆனா, அது என்னன்னு புரியல! நீயும் சொல்லமாட்டேங்கற... சதா கதவைச் சாத்திக்கிட்டு படிக்கறே, ஆனாலும் போன செமஸ்டர் எழுதாததுல மார்க்கோ, உன் ஸ்டாண்டர்டோ தெரியல! டெஸ்ட் ஒண்ணும் இல்லியான்னு அம்மா கேட்டப்ப, இல்லேன்னு சொல்லிட்டியாம்... என்ன காலேஜ் அது! துளி பொறுப்பில்லாம! ம்? நல்லா படிக்கணும், ப்ரேம்... படிப்புதான் நாளைக்கு அற்புதமான வாழ்க்கையக் குடுக்கும்... அதை நினைப்புல வெச்சுக்க! அம்மாவும் நானும், நீ எம்.பி.ஏ. படிக்கணும், கம்ப்யூட்டர் சயன்ஸுல எக்ஸ்பர்ட்னு பேர் வாங்கணும், பெரிய வேலை பாக்கணும்னு ஆசைப்படறோம்...

ஆனா, சில மாசமா உன்னைப் பாக்கறப்ப, இதெல்லாம் நடக்குமானு சந்தேகமா இருக்கு! உனக்குச் சரியான ஃப்ரெண்ட்ஸ் இல்ல, பழக்கவழக்கத்துல ஏதோ கோளாறுன்னு தோணுது... இன்ஃபாக்ட், நாளை நாளன்னிக்கு உன் காலேஜ் புரொஃபஸர் வீட்டுக்கே போய் அவர்கிட்ட பேசலாம்னு இருக்கேன்..."

அப்பா பேசப்பேச, கன்னத்தில் அறைந்துவிட்ட மாதிரி ப்ரேம் வேகமாய் எழுந்து நின்றான். படபடப்பாய் பேசினான்.

"எதுக்காகப்பா இத்தன அவநம்பிக்கை? நோ... ஐ டோண்ட் லைக் இட்..."

"அவநம்பிக்கைன்னு இல்ல, ப்ரேம்... நாங்க உன்னைப் பெத்தவங்க, இல்லியா? உனக்கு நல்லது கெட்டத எடுத்துச் சொல்றது எங்க கடமை இல்..."

ரேவதி முடிக்கும் முன்னர் ப்ரேம் எரிச்சலுடன், "ஷிட்... ப்ளடி ஷிட்!" என...

மாதவன் கத்தினார். "பாத்தியா ரேவதி, மரியாதை இல்லாம என்ன சீப்பா பேசறான்னு! என்னாச்சு இவனுக்கு? ஸந்தியாவப் பாத்தாவது புத்தி வரக்கூடாதா? அவளைச் சொல்லு... எக்ஸாம் பிரமாதமா எழுதிட்டு, என்.சி.சி. கேம்ப் போயிருக்கா... அவ சமத்து இவனுக்கு வருமா? அவளை நினைச்சுப் பெருமைப்படறேன்! ஆனா... இவன்... இவன்..."

கேட்டது போதுமென்று தீர்மானித்த ப்ரேம், நாலே எட்டில் வாசலுக்கு ஓடினான்.

கதவருகில் நின்று, திரும்பி, "ஷிட்... ப்ளடி ஷிட்! ஸந்தியாவே உங்க பொண்ணா இருக்கட்டும்... என்னைப் பிள்ளைன்னு சொல்லிக்கவே வேணாம்! 'ஐ'ம் ஹேப்பி ஆஸ் ஐ ஆம், லீவ் மீ அலோன்!" என்று கத்திவிட்டு, திகைத்து நின்றவர்களை லட்சியம் பண்ணாமல் படிகளில் இறங்கி ஓட்டமாக ஓடினான்.

தெருமுனையில் நின்று, ஒரு 'ஸ்மாக்' பற்ற வைத்து தன்னை நிதானப்படுத்திக்கொண்டவன், குருமூர்த்தியைச் சந்திக்கும்

முன்னர், இவனிடம் எப்போதாவது சரக்கு வாங்கும் ராஜுவை எதிர்பாராமல் சந்தித்தபோது, அவன் தன் பங்குக்கு இன்னொரு இடியால் ப்ரேமைத் தாக்கினான்.

“கமலி விஷயம் தெரியுமா உனக்கு?”

ப்ரேம் பதில் கூறாமல் எரிச்சலுடன் நிற்க...

“ஓவர்டோஸ் ஆகி, ஹாஸ்பிடல்ல சேத்திருக்காங்களேயா?”

ப்ரேம் புருவங்களை உயர்த்தினான். “எப்ப?”

“நேத்து சாயங்காலம் மயக்கமா இருந்தவளை, அவங்கப்பா சமயத்துல பாத்து ஹாஸ்பிடலுக்கு எடுத்திட்டுப் போனாங்களாம்... பிழைப்பாளா மாட்டாளான்னு இன்னிக்கு சாயங்காலம்தான் தெரியுமாம்... ஆமா, நீயா அவளுக்கு சரக்கு வித்தே?”

எங்கிருந்தோ அவன் எங்கேயோ தாவ, ப்ரேம் திடுக்கிட்டான்.

“அ? ஏன் கேக்கறே?”

“இல்ல... ஓவர்டோஸாகி இருக்காது, ப்ரேமோட கலப்பட சரக்காலதான் இப்படி ஆயிருக்கணும், அந்த ராஸ்கலை இப்படியே விடக்கூடாது, போலீஸ்ல சொல்லணும்னு நேத்து ஃப்ரெண்ட்ஸ் பேசிட்டிருந்தாங்க...”

ராஜு போய் வெகுநேரம் ஆகியும், ப்ரேமின் உடம்பு உதறிப்போடுவதை நிறுத்தவில்லை.

கமலி அவனிடம் வாடிக்கையாக வாங்குபவள்தான்... கலப்பட சரக்கு ஒன்றும் அவளுக்குப் புதுசு இல்லை. ஆனாலும், இத்தனை நாளாக எதுவும் ஆகாதது, திடுமென்று எப்படிப் பாதித்தது?

போலீஸ்! கைது! ஜெயில்!

அங்கு சரக்கு கிடைக்காமல், ‘கோல்ட் டர்க்கி’ சித்ரவதை!

கற்பனை வக்ரமாகப் போக, அத்துடன் அப்பா நாளைக்கு காலேஜ் புரொஃபஸரைத் தேடிப்போய் விசாரிக்கப் போவதாகச் சொன்னதும் சேர்ந்து மிரட்ட... தான், தன் சுகம், தன் போதை மட்டும் பிரதானமாகிப்போக...

அடுத்த ஒருமணிநேரத்தில் ப்ரேம் ஒரு முடிவுக்கு வந்தான்.

ராயபுரம் சென்று தண்டபாணியிடம், 'செமை கிராக்கி ஒன்று பிடிபட்டிருக்கிறது, இருபது கிராமாகக் கொடு' என்று நல்ல வார்த்தை பேசி, நம்ப வைத்து சரக்கை வாங்கிக்கொண்டு, அப்பா, அம்மா விருந்துக்குப் போகட்டுமென்று காத்திருந்து, இருட்டின பிறகு வீட்டுக்கு வந்தான்.

ஒரு ஏர்பேகில் கையில் கிடைத்த துணிகளை அடைத்தான். தலையணைக்கு அடியிலிருந்த சாவியை எடுத்து, பீரோவிலிருந்த பணத்தையும் அப்பாவின் கம்பளிப் போர்வையையும் எடுத்துக்கொண்டு, 'நான் போகிறேன், தேட வேண்டாம், லீவ் மீ அலோன், ப்ளீஸ்' என்று எழுதி பீட்டில்ஸ் போஸ்டருக்குப் பக்கத்தில் ஒட்டிவிட்டு...

வீட்டை விட்டு ஓடிப்போனான்.

கமலி,

இங்கு அறிமுகமாகும் கமலியின் கதை பரிதாபமானது. நல்ல குடும்பத்தைச் சேர்ந்த, சமர்த்துப் பெண்ணான அவளுக்கு, ப்ரவுன் ஷுகர் பரிச்சயமானது விதியின் கொடுமையால்தான்.

அத்தை பிள்ளை சுந்தர், அவளுடைய காதலன். மணக்க இருப்பவன். மெடிக்கல் கல்லூரியில் ஐந்தாவது வருஷம் படிக்கையில் அவன் ஹெராயினின் பிடிகளில் அகப்பட்டுக்கொள்ள, அவனை அந்த பயங்கரத்திலிருந்து மீட்கவென கங்கணம் கட்டிக்கொண்டு வந்தவள், அவனோடு இங்குமங்கும் கூடவே சென்றபோது, 'என்மேல் காதல் இருந்தால் ஒரு தரம், ஒரே ஒரு தரம் பிடி' என்று சுந்தர் கூறியதை, பலமுறை தவிர்த்தாலும், ஒருமுறை சம்மதித்ததில், அதற்குப் பலியாகி, மூன்றாம் நாள் தானே ப்ரவுன் ஷுகருக்கு அடிமையானவள்.

கமலியைப்பற்றி எழுதும்போது, பம்பாயில் நடந்த மாதவி என்ற பெண்ணின் உண்மைக் கதை ஞாபகத்துக்கு வருகிறது. பாய் ஃப்ரெண்டைக் காப்பாற்ற எண்ணி அவனோடு அலைந்ததில், தானே இந்த அதலபாதாளத்தில் விழுந்தவள். ப்ரவுன் ஷுகர் வாங்கக் காசில்லாமல் பலவீனமான நிமிஷத்தில் தன் உடம்பை விற்றுப் பணம் சம்பாதித்த பிறகு, எத்தனை கீழ்த்தரமாக நடந்துகொண்டுவிட்டோம் என்பது புரிய, இந்த அவலம் தொடராதிருக்க வேண்டி, அன்றே தற்கொலை செய்து தன் வாழ்க்கையை முடித்துக்கொண்டவள்.

ஸாரா கதையும் இதேதான். உடலைப் பலருக்கு விற்று இன்னும் அவள் வாழ்ந்துகொண்டிருக்கிறாள். போதையில் இருப்பதே தன் லட்சியமாக.

இன்னும்...

——

18

காரை ஓட்டிக்கொண்டே மாதவன், பக்கத்தில் மௌனமாக உட்கார்ந்திருந்த மனைவியிடம் பேசினார்.

"இன்னிக்கு பார்ட்டில நீ வழக்கம்போல இல்லேன்னு ரெட்டி சொன்னார், ரேவதி..."

"நீங்களும் 'டல்லா' இருக்கீங்கன்னு மிஸ்டர் ஆத்மா என்கிட்ட சொன்னார்..."

அரைநிமிஷம் எதுவும் பேசாமல் இருந்துவிட்டு, மாதவன் மெல்ல கூறினார், "எனக்கு மனசு சரியா இல்ல, ரேவதி..."

"எனக்கும்தான், மாது..."

"ப்ரேம் விஷயம்தானே?"

ரேவதி ஆமாமென்று தலையசைத்தாள்.

"இன்னிக்கு நா அவன்கிட்ட ரொம்பக் கடுமையா பேசிட்டேன்னு நினைக்கறியா?"

"....."

"நாலைஞ்சு மாசமா அப்பப்ப ப்ரேம்கிட்ட ஏதோ சேஞ்ச் இருக்குனு சொல்லிட்டிருந்தியே தவிரவும், நீயும் அவன்கிட்ட என்ன ஏதுன்னு தெளிவா பேசல... நா கேக்கட்டுமான்னு கேட்டா, அதுவும் வேணாம்னு தடுத்திட்டே! நா ஊர்ல இருக்கற நாள் வரவர அபூர்வமாயிட்டே வருது... சதா வேலை, வேலைன்னு சுத்தறதுல, குடும்பப் பொறுப்பைக் கவனிக்காம உன்கிட்ட

அதிகமா விட்டுடறேனோன்னு எனக்கே உறுத்தலா இருக்கு, ரேவதி... அதான், இன்னிக்குப் பொறுக்கமாட்டாம கத்திட்டேன்... 'ஐ'ம் ஸாரி."

கணவர் நிஜமாகவே வேதனைப்படுவது புரிய, ரேவதி அவருடைய இடக்கையை எடுத்து தன் கைகளுள் வைத்துக்கொண்டாள்.

"ஷ்...ஷ்... என்ன மாது, இது... எதுக்காக இத்தன வருத்தப்படறீங்க? அவன் உங்க பிள்ளை இல்லியா? அவனைக் கண்டிக்க உங்களுக்கு உரிமை இல்லியா?"

"இல்லேன்னுதானே அவன் நினைக்கறான், ரேவதி!"

பற்றியிருந்த அவரின் புறங்கை மேல் லேசாக ரேவதி தட்டிக்கொடுத்தாள்.

"ச்சே... சின்னப் பையன்... விவரம் புரியாம ஏதோ பேசினதை சீரியஸா எடுத்துக்கிட்டு... என்ன மாது, இது!"

"இல்ல, ரேவதி... அவன் விவரம் புரியாமப் பேசினதா எனக்குத் தோணல... வாசல்படிகிட்ட நின்னு கத்தினப்ப, அவன் முகம் எப்படி இறுகிப்போச்சு, கவனிச்சியா? கண்ணுல வெறுப்பு ததும்பிட்டிருந்த மாதிரிகூடத் தோணிச்சு! அவனை அப்படிப் பாத்தப்பவே, ஐ வாஸ் ஷாக்ட்!"

அந்த வார்த்தைகளில் உண்மை இருக்க, ரேவதி மௌனித்தாள்.

"என்னாச்சு, ரேவதி? அவன் மாறும்படியா என்ன தப்பு, எங்க நடந்திருக்கும்?"

"....."

"அவனுக்கு நாம என்ன குறை வெச்சோம், இப்படி நம்பகிட்ட ஒட்டாம விலகிப்போக?"

"சில சமயம் பாத்தா, வேண்டாத கற்பனை செஞ்சுகிட்டு நாம அனாவசியமா பயப்படறோமோன்னு தோணுது, மாது... ஏன் சொல்றேன்னா, இன்னிக்கு மிசஸ் ரெட்டி அழாதகுறையா தன் பொண்களப்பத்தி புலம்பிட்டிருந்தாங்க..."

“என்னன்னு?”

“மூத்த மக ராதிகா இல்ல, அவ...”

“ப்ரில்லியண்ட் கேர்ல்... ஆர்க்கிடெக்சர் கோர்ஸை ஃபர்ஸ்ட் கிளாஸ்ல பாஸ் பண்ணினவளாச்சே?”

“அதெல்லாம் சரிதான்... ஆனா, வேலைக்குப் போகத் தொடங்கிட்ட மூணு மாசமா, தனியாப் போகணும்னு பிடிவாதம் பண்றாளாம்...”

மாதவன் சட்டென்று இடப்பக்கம் திரும்பினார். “தனியான்னா? கல்யாணத்துக்கு முன்னாலியே வா?”

“ம்... ‘இப்போதைக்குக் கல்யாணம் வேணாம், கொஞ்ச வருஷம் நா தனியா சுதந்திரமா இருக்க விரும்பறேன், நல்ல சம்பளம் வருது, இதுல தனியா குடுத்தனம் பண்ண முடியும், ஐ வாண்ட் டு பீ இண்டிபெண்டண்ட்’னு பிடிவாதம் பண்றாளாம்...”

“நம்ப முடியலியே! அப்பறம்?”

“வர்ற ஒண்ணாம் தேதி தனியா போகப்போறாளாம்... பெசன்ட் நகர்ல ஃப்ளாட் பாத்துட்டாளாம்... மிசஸ் ரெட்டிக்கு துக்கம் தொண்டை வரைக்கும்... ஆனாலும் கடைசில, ‘குஞ்சுகளுக்கு றெக்கை முளைச்சிடுச்சு, ரேவதி, நாமதான் புரிஞ்சு அனுசரிச்சுகிட்டுப் போகணும், அப்பதான் மரியாதையக் காப்பாத்திக்கலாம்’னு விவேகமா பேசறாங்க.”

“நான்சென்ஸ்! கல்யாணமாகாத இருவத்திரெண்டு வயசுப் பொண்ணை, அவ விருப்பப்படி தனியா வாழச் சம்மதிக்கறது பெரிய விவேகமா?”

ரேவதி நெற்றி சுருங்க யோசித்தாள். தாமதித்து, நிதானமாய் பதில் கூறினாள். “காலம் மாறிடுச்சு, மாது... அதைப் புரிஞ்சுக்கணும். நாம சின்னப் பசங்களா இருந்தப்ப உபயோகப்படுத்தின அளவுகோல் வேற... இன்னிக்கும் அதை வெச்சே இந்த நாளைய பசங்களையும் அளக்கப் பாக்கற நம்ம கண்ணோட்டம் நியாயமில்லியோன்னு தோணுது...”

"ஸோ? நாளைக்கு ஸந்தியா இப்படித் தனியா போகணும்னு சொன்னாலும், சரின்னு சொல்லுவியா?"

"தெரியல... ஆனா, இதான் சரி, இது தப்புனு நாம வளந்த விதத்த வெச்சு இன்னிக்குக் கட்டம்கட்டிப் பேசறது சரியில்ல... ஒருவேளை, பெத்தவங்களும், பசங்களும் மனசுவிட்டுப் பேசினா பல பிரச்சினைங்க தீருமோ?"

மாதவன் சூள்கொட்டினார்.

"எங்க! நீயும் சில மாசமா உன் பிள்ளைய அணுகப் பாக்கறே... நானும் முயற்சி பண்ணேன்... ஆனாலும்? கல்லுளிமங்கனாட்டம் அவன் நிக்கறதப் பாத்தா கோவம் வருதே தவிரவும், நிதானமா பேசணும்னு எங்க தோணுது! அவனும் அவன் வேஷமும்... மை காட்! ரியலி டிஸ்கஸ்டிங்! என்னாச்சு, ரேவதி... உன்னால கூடவா அவனப் புரிஞ்சுக்க முடியல?"

வீடு வந்துவிட, பேசாமல் இறங்கினாள் ரேவதி.

வராந்தா விளக்கைத் தவிர வீடு அந்தகாரத்தில் மூழ்கியிருந்தது.

கையிலிருந்து சாவியினால் வாசல்படிக் கதவைத் திறந்துகொண்டு இருவரும் உள்ளே வந்தனர்.

ஸந்தியா இல்லை... அதனால் அவள் அறையில் விளக்கு இல்லை.

ஆனால், ப்ரேம்?

மணி என்ன?

மனசு சரியில்லாததால், தலைவலி என்ற பொய்க் காரணத்தைச் சொல்லி சீக்கிரமாகக் கிளம்பி வந்திருந்ததால், மணி ஆகவில்லை. பத்துதான்.

அதற்குள் ப்ரேம் படுக்க மாட்டானே!

விளக்கைப் போட்டுக்கொண்டு ரொம்ப நேரத்துக்குப் பாட்டு கேட்பது வழக்கமாயிற்றே!

ப்ரேம் சாப்பிட்டானா என்று தெரிந்துகொள்ள, சாப்பாட்டு மேஜையிடம் ரேவதி சென்றாள்.

சமையல்கார அம்மாள் மேஜைமேல் வைத்து மூடியிருந்த பதார்த்தங்கள் அப்படியே இருக்கிற மாதிரிதான் தோன்றின.

காலையில் போனவன், எப்போது வந்தான்?

சமையல்கார அம்மாளைக் கேட்கலாமென்ற நினைப்போடு சமையல் கட்டுக்குள் சென்று விளக்கை ஏற்றினவள், அத்தனை வெளிச்சத்துக்கும் அசைந்து கொடுக்காமல் தூங்கும் வயசான பெண்மணியை எழுப்ப மனசில்லாமல், விளக்கை அணைத்துவிட்டு கூடத்துக்கு வந்தாள்.

மாரிசாமியை நிறுத்தின பிறகு வேலைக்கு வந்தவர் இந்தப் பெண்மணி. ரொம்ப கறார்... ஒன்பது மணிக்கு மேல் ஒரு நிமிஷம் காத்திருக்கமாட்டார். தான் சாப்பிட்டு, மற்றவர்களுக்கு மேஜைமேல் வைத்து மூடிவிட்டு, அக்கடாவென்று படுத்துவிடுவார்.

மாரிசாமி இருந்தால், இப்படி இல்லை... பதார்த்தங்கள் அப்படியே டேபிள் மேல் கிடக்காது. ராத்திரி எத்தனை மணியானாலும் விழித்துக்கொண்டு இவளிடம் வந்து, 'தம்பி சரியா சாப்பிடலீங்க', 'தம்பி லேட்டா வந்தாருங்க' என்று கரிசனத்தோடு விவரம் கூறுவான்.

ப்ரேமின் அறைக்குச் சென்று அவன் எப்படியிருக்கிறான் என்று பார்க்கலாமா?

யோசித்தவள், வேண்டாமென்று தீர்மானித்து, தங்கள் அறையை நோக்கிச் சென்றாள்.

பைஜாமாவுக்கு மாறிவிட்ட மாதவன், இவளைக் கண்டதும், "தூங்கறானா?" என்று விசாரித்தார்.

"லைட்ட அணைச்சிட்டுப் படுத்திட்டான்... தொந்தரவு பண்ண வேணாமேன்னு கதவைத் தட்டல."

"தூங்கட்டும், விடு... ராத்திரி எப்ப வந்தானாம்?"

"தெரியல... சமையக்காரம்மா நல்லா தூங்கறாங்க... ஆனா, டேபிள்ல வெச்ச சாப்பாடு அப்படியேதான் இருக்கு."

"இன்னுமா கோவமா இருக்கான்?"

பதில் பேசாமல் படுக்கையில் அமர்ந்த ரேவதியின் முகத்தில் கவலை கோடு போட, மாதவன் அவளருகில் உட்கார்ந்து தோளை அணைத்தார்.

"எனக்கு ஒண்ணுமே புரியல, மாது..."

"ஐ நோ..."

"இது அவன் வயசுக் கோளாறா, இல்ல நம்மகிட்ட ஏதாவது தப்பா? குழப்பமா இருக்கு..."

"மொத்தத்துல, இந்தக் காலத்துப் பசங்களையே புரிஞ்சுக்க முடியல, ரேவதி..."

"அதுக்காக? விட்டுட முடியுமா?"

"முடியாதுதான்... நா ஒத்துக்கறேன். எதுவாயிருந்தாலும், நீ சொன்ன மாதிரி அனாவசியமா நாமளே நம்பளக் குழப்பிக்க வேணாம்... நாளைக்கு அவன் புரொஃபஸரைப் பாத்து..."

அவரை முடிக்கவிடாமல் ரேவதி குறுக்கிட்டாள். "அதச் சொன்னதும்தான் ப்ரேமுக்குக் கோவம் வந்துடுச்சு... தன்மேல நம்பிக்கை இல்லேன்னு..."

"ஸோ? என்ன சொல்ல வர? நாளைக்கு அவரப் பாக்கச் சொல்றியா, வேணாமா?"

ரேவதி தோளைக் குலுக்கி நீளமாய் பெருமூச்சு விட்டாள்.

இனம்புரியாத கலக்கம் ஒன்று மெதுமெதுவாய் அடிவயிற்றைப் பிடிக்க, கணவரின் தோளில் சாய்ந்து கண்களை மூடிக்கொண்டாள்.

மறுநாள் காலை எட்டு மணி வரையிலும் பிள்ளை எழுந்திருப்பான் என்று பார்த்துவிட்டு, பின்னர், "ப்ரேம்..." என்று மெல்ல அழைத்து கதவைத் தட்டினதற்கு பதில் இல்லாமல் போக, சரி, இன்னும் கால்மணி போகட்டுமென்று பொறுத்தாள்.

ஜெர்மனியிலிருந்து வந்திருக்கும் கம்பெனி சம்பந்தப்பட்டவர்களை வரவேற்கவென ஏழரைக்கெல்லாம்

மாதவன் புறப்பட்டபோது, அவரும் கவலையுடன், 'ப்ரேம் எழுந்ததும் எப்படி இருக்கான்னு எனக்க போன் பண்ணிச் சொல்லு' என்று கூறிவிட்டுச் சென்றிருந்ததால், எட்டேகாலுக்கு, "ப்ரேம்..." என்று உரக்க அழைத்த ரேவதி கதவைத் தட்டினாள்.

ம்ஹூம்.

என்ன பண்ணுகிறான்?

அத்தனை ஆழ்ந்த தூக்கமா?

ப்ரேம் கதவைத் தாளிட்டுக்கொண்டு உள்ளே இருப்பது வழக்கமாதலால், கதவைத் திறந்து பார்க்க வேண்டுமென்று தோன்றாததால், ரேவதி பத்து நிமிஷம் கழித்து மீண்டும் குரல் கொடுத்தாள்.

இப்போது கைப்பிடியை அழுத்தி அவள் தட்ட, கதவு எதிர்பாராமல் திறந்து கொண்டது.

உள்ளே ப்ரேம் இல்லை.

கலைந்த படுக்கை, திறந்திருந்த அலமாரி, அலங்கோலமாய் வாரியிறைந்த சாமான்கள்...

பாத்ரூமில் இருப்பானோ என்கிற சந்தேகத்துக்கு இடமேயில்லாமல், குளியலறைக் கதவு திறந்து கிடக்க...

முதல்முறையாக ரேவதியினுள் பயம் பூத்தது.

எங்கு போனான்?

காலையில் ஆறுக்கெல்லாம் நான் எழுந்துவிட்டேனே... எனக்கும் முன்பாகவேயா எழுந்து போனான்?

வீட்டில் விரும்பியபோது நுழையவென அவர்கள் அனைவருக்குமே தனித்தனி சாவி உண்டு... வடநாட்டு ஃப்ளாட்டில் இருந்தபோது உண்டான பழக்கம்.

அதனால், நினைத்தபோது யாரையும் தொந்தரவு பண்ணாமல் போவதும் வருவதும் சாத்தியம்தான்.

ஆனாலும்?

எங்கு போனான்? அத்தனை காலை வேளையில்?

புரியவில்லை.

வெளியில் வந்தவள், சமையல்கார அம்மாளை அழைத்தாள்.

“தம்பி காலைல வெளில போனதப் பாத்தீங்களா?”

அவர் உதட்டைப் பிதுக்கினார்.

“ராத்திரி எப்ப வந்தான்?”

“ஏழு மணி இருக்கும்... வந்தாரு... உடனே பையத் தூக்கிட்டுப் போயிட்டாரு...”

‘பை’ என்று அவர் ‘ஏர்பேக்கை’ குறிப்பிட்டதைப் புரிந்துகொள்ளாமல், ஜோல்னாப் பையைத்தான் கூறுகிறார் என்று நினைத்த ரேவதி, விஷயத்தை அத்துடன் விட்டாள்.

பன்னிரண்டு மணித் தருவாயில், முதல் நாள் இரவும், காலையிலும் ஒன்றுமே சாப்பிடாமல் போன பிள்ளை இன்னும் வராதது வேதனையை எழுப்ப, கணவரைத் தொலைபேசியில் அழைத்தாள்.

“நாம எழுந்துக்கறதுக்கு முன்னாலியே வெளில போன ப்ரேம், இன்னும் வரல, மாது...”

“எப்ப போனான்? எங்க போயிருப்பான்?”

“தெரியல... சமையக்காரம்மாவை, தோட்டக்காரனை கேட்டவரைக்கும்யாரும் பாக்கலேன்னு சொல்றாங்க... ‘ஐ’ம் வொரீட்...”

“அவன் ஃப்ரெண்ட் யாருக்காவது போன் பண்ணிப் பாத்தியா?”

“பரத் நம்பர் பண்ணேன்... யாருமே எடுக்கல.... ஊருக்கு எங்கயாவது போயிட்டாங்களோ என்னமோ!”

“ம்ம்... அவன் ரூமுக்குள்ள போயி, சினேகிதங்க டெலிபோன் நம்பர், அட்ரஸ் ஏதாவது எழுதி வெச்சிருக்கானான்னு பாரு...

இருந்தா, ட்ரை பண்ணு... நேத்து ஒரு பேர் சொன்னானே... என்ன? ஆ, எஸ்... குருமூர்த்தி! அவனைப் பிடிக்க முடியுமான்னு பாரேன்..."

ரேவதி அறைக்குள் வந்து மேஜைமேல், ட்ராயர்களில் தேடியபோது, இரண்டு பொட்டலம் கஞ்சா, ஒரு பொட்டலம் ப்ரவுன் ஷுகரும், எக்கச்சக்கமாய் வெள்ளித் தாள்கள், ஸ்ட்ராக்களோடு, நாலு பொட்டலங்கள் எலிப் பாஷாண மருந்தும் கிடைக்க, என்ன இது என்று அவள் குழம்பிப்போனாள்.

ஒன்றும் புரியாமல், படிக்கும் பிள்ளை அறையில் என்ன இதெல்லாம் என்கிற கலவரத்தோடு நாற்காலியில் உட்கார்ந்து, எதிரில் தெரிந்த சுவரை வெறித்தபோது, அந்த வெள்ளைத் துண்டு பேப்பரைப் பார்த்தாள்.

இரண்டு பீட்டில் போஸ்டர்களுக்கு நடுவிலிருந்த குட்டி இடைவெளியில் அந்தத் துண்டு பேப்பர் ஒட்டப்பட்டிருந்தது.

நான் போகிறேன், தேட வேண்டாம், லீவ் மீ அலோன், ப்ளீஸ்...

முதல் தடவை படித்தபோது ரேவதியினுள் அந்த வரி சின்ன முத்திரையைக்கூடப் பதிக்கவில்லை.

ஆனால், இரண்டாம் தடவை படித்தபோது, இதயத்தை யாரோ நறுக்கென்று கிள்ளிவிட்ட மாதிரி அது எகிறிக் குதித்தது.

இது... ப்ரேமின் கையெழுத்துதானே?

ப்ரேமா எழுதியிருக்கிறான்?

கடவுளே!

அவசரமாய் எழுந்து கிட்டத்தில் சென்ற அந்தப் பேப்பரைப் பிய்த்தெடுத்துப் பார்த்தாள்.

நான் போகிறேன், தேடவேண்டாம், லீவ் மீ அலோன், ப்ளீஸ்...

முதல்நாள் கண்கள் இறுக, பெற்றவர்களைப் பார்த்துக் கத்தின அதே வார்த்தைகள்... லீவ் மீ அலோன்...

உடம்பும், மனசும் உதறிப்போட ரேவதி போனிடம் ஓடினாள்.

நம்பர்களைச் சுழற்ற முடியாமல் விரல்கள் நடுங்கின.

'ஹலோ' என்ற கணவரிடம் சேதியைக் கூற இயலாமல் தொண்டையை அடைத்தது.

கண்களில் நீர் பெருகியது.

"ப்ரேம்... ப்ரேம்..."

"என்ன, ரேவதி? என்னாச்சும்மா?"

அந்தப் பக்கத்தில் மாதவனும் பதைத்தார்.

"ப்ரேம் வீட்டை... விட்டே... போ... போயிட்டான்..."

அதிர்ந்து, கேட்டதை நம்பமுடியாமல் பரிதவித்து, "நா உடனே வரேன்..." என்று கூறி தொடர்பை மாதவன் துண்டித்த பிறகும், கண்களிலிருந்து பெருகிய நீரைத் துடைக்கத் தெரியாமல் அவர் வந்து சேரும்வரை ரேவதி அப்படியே ஸ்தம்பித்து உட்கார்ந்திருந்தாள்.

அடிக்ஷன்,

போதைப் பொருள்களின் வீரியத்தையும், மற்ற விவரங்களையும் சேகரிக்கும் ஆராய்ச்சியாளர்கள், "இப்படி அடிமையானவர்களில், ஒற்றைப் பிள்ளையும், இரண்டு அல்லது மூன்று பெண்களுக்குப் பிறகு பிறக்கும் பிள்ளையுமே அதிகம் காணப்படுகிறார்கள்" என்கிறார்கள். 'அம்மாக்களால் செல்லப்பிள்ளையாக வளர்க்கப்படுவது இதற்குக் காரணமாக இருக்கலாம் என்பது அவர்களின் ஊகம்.'

இப்படி 'ப்ரவுன் ஷூகருக்கு' அடிமையாகிப் போனவர்களை இனம் கண்டுகொள்ள, ஆராய்ச்சியாளர்கள் சில அறிகுறிகளையும் சொல்கிறார்கள். அவை...

சம்பந்தப்பட்ட நபரின் உணவு, உறக்க பழக்கங்களில் மாற்றம்.

பசி இல்லாமல் இருப்பது.

திடுமென, இதுநாள் பழகிவந்த நண்பர்கள், உடை உடுக்கும் முறையில் மாற்றம்.

இனிப்புகளில் கூடுதலான ஆசை.

ஒரு கணம் கலகலப்பாக இருப்பவர், சட்டென்று மௌனிப்பது (Becomes Moody).

கண்களில் லேசாகத் தொய்வு... வாய் கொஞ்சம் திறந்தே இருக்கும்.

லேசாகத் திக்குவதோ, குரல் பிசிறடிப்பதோ இருக்கக்கூடும்.

அடுத்த வேளைக்குச் சரக்கு இல்லை என்கிறபோதும், போதை தேவைப்படும்போதும், இருப்புக்கொள்ளாமை, படபடப்பு இருக்கும். பலர் மூர்க்கமாகக்கூட நடந்துகொள்ளலாம்.

எடை தபதபவென்று குறையும்.

உடம்பை அரித்துக்கொள்வது சகஜமான பழக்கம்.

அடிக்கடி தனியறையில் தன்னைத் தனிமைப்படுத்திக்கொள்வது.

வீட்டில் பணம், பொருட்கள் காணாமல்போவது.

——

19

பத்தாவது எண் வீட்டின் முன் வண்டியை நிறுத்தி, உடனே இறங்க தைரியமில்லாமல் அப்படியே ஒரு நிமிஷம் உட்கார்ந்திருந்தபோது, அடிவயிற்றில் பயம் பூரானாக ஊர்வதைப் புரிந்துகொள்ள முடிந்தது.

லெக்சரர் ஹுசேன், வீட்டில் இருப்பாரா? ப்ரேம் பற்றி இவராவது முழுமையாக ஏதாவது தகவல் கூறுவாரா?

ப்ரேம் வீட்டைவிட்டுப் போய்விட்டான் என்று மனைவி அழுகையினூடே கூறியதும், கேட்டதை நம்பமாட்டாமல், 'நான் போகிறேன், பிள்ளைக்கு உடம்பு சரியில்லை' என்று வாயில் வந்த பொய்யை கம்பெனி சம்பந்தப்பட்டவர்களிடம் கூறி மன்னிப்பு கேட்டுக்கொண்டு வீட்டுக்கு வந்தவர், பிள்ளை எழுதி வைத்துவிட்டுச் சென்றிருந்த குறிப்பையும், பிரமை பிடித்து உட்கார்ந்திருந்த மனைவியையும் பார்த்து அரண்டுதான் போனார்.

நான் போகிறேன், தேடவேண்டாம், லீவ் மீ அலோன், ப்ளீஸ்.

ப்ரேம் வீட்டைவிட்டுப் போய்விட்டானா?

ஏன்?

எங்களிடம் அவனுக்கு என்ன கோபம்?

அவனுக்கு நாங்கள் என்ன குறை வைத்தோம்?

பெற்றவர்களோடு வாழப் பிடிக்காமல் வீட்டை விட்டே ஓடிப்போகும் அளவுக்கு நாங்கள் செய்த குற்றம் என்ன?

முதல் நாள் அவனை மறித்து கேள்விகள் கேட்டதும், அவன் ஏடாகூடமாய் பதில் பேசியதற்காகக் கோபமுற்றுக் கத்தினதும், 'உன்னை என் பிள்ளை என்று சொல்லிக்கொள்ளவே வெட்கமாக இருக்கிறது' என்று கண்டித்ததும் ஞாபகத்தில் எட்டிப்பார்க்க, மாதவன் அதிர்ந்தார்.

அதற்காகவா?

'ஏன் ப்ரேம், இப்படி இருக்கிறாய்?' என்று பெற்றவன் உரிமையுடன் கொஞ்சம் அதட்டினதற்காகவா?

பணம், காசு செலவழித்து, உடம்பால் உழைத்து, இவர்களை ஆளாக்க வேண்டும்... ஆனால், என்ன என்று கேட்டுவிட்டால் தப்பாகிவிடும். அப்படித்தானே?

அத்தனை ரோஷமா?

சரி, அத்தனை மானரோஷம் பார்க்கிறவனாய் இருந்தால், ஒரு சொல் கேட்க இடமில்லாமல் ஒழுங்காக இருக்க வேண்டியதுதானே? நன்றாகப் படித்து வகுப்பில் முதலாவதாக வந்து, விளையாட்டில், இதர துறைகளில், நடத்தையில், ஸந்தியாவைப்போல சிறப்பாக இருந்து காட்ட வேண்டியதுதானே? அப்படி இருந்துவிட்டால், 'என்ன இது, ப்ரேம்?' என்று நான் ஏன் கேட்கப் போகிறேன்!

தான் செய்யவேண்டிய கடமைகளைப்பற்றி துளியும் பிரக்ஞை இல்லை, ஆனால் என் போக்கை மட்டும் தப்பு என்று எதிர்த்தால், அது எப்படி நியாயமாகும்?

நானும் எதற்காகக் கண்டித்தேன்? நாளைக்கு இவன் நன்றாக இருக்க வேண்டும், இவன் எதிர்காலம் அமோகமாக அமைய வேண்டும் என்கிற அக்கறையால்தானே!

அதைப் புரிந்துகொள்ளாமல், 'நான்தான் உப்புப் போட்டுக்கொண்டு சாப்பிடுகிறேன்' என்கிற தினுசில், என்ன நடத்தை இது!

படபடப்பு குறையாமல் தனக்குத்தானே சிந்தித்தபோது, திகைப்பு மறைந்து கோபம் தலைதூக்க, "டாமிட்!" என்று திட்டிய மாதவன் உரக்கக் கத்தினார்.

"உன் பேச்சைக் கேட்டுக்கிட்டு, போனாப்போவுது, சின்னப் பையன்னு விட்டுப்பிடிக்கப் பாத்தது தப்புக்கணக்காயிடுச்சே, ரேவதி! நாலைஞ்சு மாசம் முன்னாலியே காதைப் பிடிச்சுத் திருகி, 'என்னடா ராஸ்கல், ஒழுங்கா இருக்கப் போறியா, இல்லியா?'னு கேட்டிருந்தா, அன்னிக்கே பயம் வந்து ஒழுங்கா இருந்திருப்பான்! காலம் மாறிடுச்சு, நாம புரிஞ்சு அனுசரிச்சுப் போகணும்னு தழைஞ்சுபோனதுல, ஏகத்துக்கு உடம்புல திமிர் ஏறிப்போச்சு... அதான் ஒரு வார்த்தை தட்டிக்கேட்டதும், 'நா போறேன்'னு கிளம்பிட்டான்! நா போறேனாம், என்னைத் தேட வேண்டாமாம்... பெரிய மனுஷன் இவன் பாரு, சரி போன்னு விட்டுடறதுக்கு! எங்க போவான்? அடுத்த வேளை சோத்துக்கு என்ன பண்ணுவான்? ம்? பிச்சை எடுப்பானா? என்னாச்சு ரேவதி, இந்த ராஸ்கலுக்கு? இப்படிப் பேச, நடந்துக்க யார் கத்துக்குடுத்தாங்க? பதினெட்டு வயசு இன்னும் பூர்த்தியாகல... அதுக்குள்ளயே, எல்லாம் தெரிஞ்சவனாட்டம் ஏன் இப்படி ஆட்டம் போடறான்? 'ஐ'ம் ஷாக்ட்! நிஜமா சொல்றேன்... என்னடாது இதுன்னு ஒண்ணுமே புரியல! இவன் நம்பளுக்கு ஷாக் குடுக்கறதுக்காக இப்படி விளையாடறானா, இல்ல உண்மையாவே வீட்டவிட்டுப் போயிட்டானா? ம்? சொல்லேன், ரேவதி... வாட் ஈஸ் ஆல் திஸ்?"

கத்தலாகத் தொடங்கி, கூற வந்ததைச் சொல்லி முடிக்கும் முன்னர், நிலைமையின் பயங்கரம் நெஞ்சைத் தாக்கியதில், மாதவனின் குரல் தழுதழுத்துப் போனது.

கண்ணோரங்களில் நீர் பூத்து, விரல்கள் சன்னமாய் நடுங்க முற்பட்டன.

நிற்க முடியாதவர்போலப் படுக்கையில் உட்கார்ந்து, தலையை இரண்டு கைகளாலும் தாங்கிப் பிடித்துக்கொண்டார்.

எதற்கும் பதில் சொல்லத் தெரியாமல் முகம் வெளிற ரேவதி அமர்ந்திருக்க, சில நிமிஷங்களில் மெதுவாக எழுந்து மனைவியின் அருகில் வந்து, அவள் தோளில் கை வைத்த மாதவன், "ஐம் ஸாரி..." என்றார். தொடர்ந்து, "கண்ணைத் தொடைச்சிக்க, ரேவதி... மேல என்ன பண்ணணும்னு யோசிக்கலாம்... ப்ளீஸ்..." என்றார் கிசுகிசுப்பாக.

யோசித்தார்கள்.

யோசித்தவரையில், குழப்பம் அதிகமானதே தவிர, ப்ரேமின் நடத்தைக்கு அழுத்தமாக எந்தவொரு காரணமும் புரியாமல்தான் போனது.

இப்போது என்ன செய்ய வேண்டும்?

தேடலாமா? இல்லை, கோபம் அடங்கினதும் தன்னால் இரவுக்குள் வீட்டுக்கு வந்துவிடுவான் என்ற சும்மா இருக்கலாமா?

தேடுவது என்றால், எங்கு போய்த் தேடுவது?

காலேஜில்? நண்பர்கள் வீட்டில்?

காலேஜ் கிடையாது... கோடை விடுமுறை.

நண்பர்கள் என்றால், யார், யார்? அப்பு, பரத்... அப்புறம்?

ப்ரேமின் நண்பர்கள் வேறு யார்?

பரத்தின் வீட்டு டெலிபோன் நம்பர் தெரியும்... போன் செய்து பார்க்கலாம். ஆனால், காலையில் செய்தபோதே யாரும் எடுக்கவில்லை. ஊரில் இல்லையா, அல்லது போன் ரிப்பேரா?

பரத்தின் வீடு எங்கே இருக்கிறது?

நுங்கம்பாக்கம் என்று தெரியும்... ஆனால், சரியான விலாசம்? ம்ஹூம், தெரியாது.

அப்பு?

அவன் வீடும் மைலாப்பூரில் என்று தெரியும்... ஆனால், விலாசம்? ம்ஹூம், தெரியாது.

பிறகு?

எங்கு போய்ப் பார்ப்பது, யாரிடம் விசாரிப்பது?

முதல்முறையாக, பிள்ளையின் நண்பர்களைப் பற்றின விவரத்தைக்கூட தாங்கள் தெரிந்துகொள்ள முடியவில்லை என்கிற உண்மை புரிந்தபோது, குற்றவுணர்வில் ரேவதி மெதுவாக விசும்ப முற்பட்டாள்.

“ஷ்ஷ்... ரேவதி... கமான்... கேதர் யுவர்செல்ஃப்... அழறதால ஒண்ணும் ஆகப்போறதில்ல... செய்யவேண்டியது என்னன்னு யோசனை பண்றதுதான் புத்திசாலித்தனம்!”

“இல்ல, மாது... ப்ரேம் ஒரு வருஷமா காலேஜுக்குப் போறான்... ஆனா, அவனோட நெருங்கின ஃப்ரெண்ட்ஸ் யாரு, அவங்க விவரம் என்னன்னுகூட நமக்குத் தெரியலைங்கறத நினைக்கறப்ப...”

“தப்புதான்... ஒத்துக்கறேன்... வாட்ஸ் நெக்ஸ்ட்? அதச் சொல்லு...”

“ஸந்தியாவுக்கு ஏதாவது விவரம் தெரிஞ்சிருக்குமா? அவளுக்கு போன் போட்டுக் கேக்கலாமா?”

“கேக்கலாம்... ஆனா, அவளோட தொடர்புகொள்றது ரொம்ப கஷ்டம், ரேவதி! மதுரைக்குப் பக்கத்து கிராமத்துக்கு இல்ல கேம்ப் போயிருக்காங்க... ம்ம்? ஒண்ணு வேணா பண்ணட்டுமா? எங்க மதுரை டீலர் ராஜமாணிக்கத்துக்கு போன் பண்ணி, ‘கேம்புக்குப் போய் ஸந்தியாவைக் கூட்டிக்கிட்டு வந்து என்கூடப் பேசச் சொல்லுங்க’ன்னு சொல்லட்டுமா?”

“என்ன விஷயம்னு அவரோ, இல்ல ஸந்தியாவோ கேட்டா?”

“பர்சனல் மேட்டர்னு சொல்றேன்... ஸந்தியாகிட்ட ‘முக்கியமான விஷயம் பேசணும், உடனே புறப்பட்டு வா’ன்னு சொல்றேன்... ஓகே?”

“இன்னும் நாலு நாள்ல ஊருக்கு வந்துடப்போற பொண்ணை கலவரப்படுத்தணுமா, மாது?”

"அப்ப, சொல்லவே வேணாமா? ஸந்தியாகிட்ட ப்ரேம் பத்தி விசாரிக்கவே வேணாமா? வரட்டும் பாத்துக்கலாம்னு விட்டேத்தியா இருந்துடலாமா?"

கோபத்துடன் மாதவன் வினவ, ரேவதி தலைகுனிந்து மௌனித்தாள்.

பிறகு, ப்ரேம் எங்கே இருக்கிறான், அவன் ஏன் வீட்டைவிட்டுப் போனான் என்ற விவரமெல்லாம் தெரியவேண்டுமென்றால், ஸந்தியாவின் உதவி அவசியம் என்பதைப் புரிந்துகொள்ள முடிய, ராஜமாணிக்கத்தைக் கூப்பிடச் சம்மதித்தாள்.

அவரிடம் ஸந்தியாவை அழைத்து வந்து தங்களோடு பேசச் சொல்லி சொன்ன மாதவன், எப்படியும் இதற்கு இரண்டு மணிநேரம் ஆகலாம் என்பதால், ரேவதியை போனுக்காகக் காத்திருக்கச் சொல்லிவிட்டு, ப்ரேமின் கல்லூரிக்குச் சென்று அவன் லெக்சரர், அப்பு வேறு நண்பர்களின் விலாசங்களைக் கேட்டுவரலாம் என்று புறப்பட்டார்.

நல்லவேளையாய் கல்லூரியில் ஆபீஸ் திறந்திருந்தது.

"இப்ப முடியாதுங்க... நாளைக்கு வாங்க..." என்ற எழுத்தரிடம் சுளையாய் ஐம்பது ரூபாய்த் தாளை மாதவன் நீட்ட, எகனாமிக்ஸ் டிபார்ட்மெண்ட் புரொஃபஸர் தமிழரசு, லெக்சரர்கள் ஆதிகேசவன், ஹுசேன், ப்ரேமின் நண்பர்களான பரத், அப்புசாமியின் விலாசங்கள் அடுத்த அரைமணியில் கிடைத்தன.

முதலில் தமிழரசு.

ராயப்பேட்டையில் இருந்த பலமாடிக் குடியிருப்பில், மூன்றாவது மாடிக்கு லிஃப்ட் இல்லாமல் மூச்சிரைக்க ஏறினால், நவ்தால் பூட்டு அழகு காட்டியது.

பக்கத்து ஃப்ளாட்டில் விசாரிக்க, தமிழரசு குடும்பத்தோடு பம்பாய் போயிருப்பது தெரியவந்தது.

அடுத்து, ஆதிகேசவன்.

“ப்ரேமோட அப்பாவா? எந்த ப்ரேம்? பரத், அப்புவோட இருப்பானா? ஓ, அவனா! வாங்க, சார்... வந்து உக்காருங்க... எட்டு வாரமா நா காலேஜுக்கே போகலியே... உங்களுக்கு ப்ரேம் சொல்லலியா? மஞ்சக்காமாலை... ரிலாப்ஸ் ஆகி...”

அவருக்கு எப்படி வியாதி வந்தது, எப்படியெப்படி படுத்தியது, என்னென்ன மருந்துகள் சாப்பிட்டார் என்றெல்லாம் நீளமாக, ஒருவிதப் பெருமையோடு கூறி முடித்த பின்னர், அப்போதுதான் நினைவுக்கு வந்த மாதிரி ஆதிகேசவன், “நா பாட்டுக்குப் பேசிக்கிட்டே இருக்கேனே, நீங்க எதுக்கு வந்திருக்கீங்க... அதச் சொல்லுங்க...” என்றதும், இவரிடம் பேசிப் பலனில்லை என்று நினைத்த மாதவன், “ஒண்ணுமில்ல, சார்... உடம்பு எப்படியிருக்குனு கேட்டுட்டுப் போகத்தான் வந்தேன்... நா வரேன்...” என்று விடைபெற்றார்.

இப்போது கடைசியாக திருவல்லிக்கேணியிலிருந்த ஹுசேனின் வீட்டைத் தேடிக்கொண்டு வந்திருக்கிறார்.

இங்காவது ப்ரேமைப் பற்றின விவரம் ஏதாவது தெரிந்துகொள்வது சாத்தியமாகுமா?

இது நாழிகை, பூரானாக ஊர்ந்த பயம் சட்டென்று வண்டாக மாறி வயிற்றைக் குடையத் தொடங்க, மாதவன் வேகமாக இறங்கி வீட்டுக்குள் போனார்.

ஹுசேன் இருந்தார்.

“என் பேர் மாதவன்... உங்க காலேஜ்ல ஃபர்ஸ்ட் இயர் படிக்கற ப்ரேம் என் பிள்ளைதான்...” என்று அவர் தொடங்கியதுமே, ஹுசேனின் முகபாவம் மாறிப்போனது.

“ஓ!”

அவர் குரலில் இருந்த கடுமை மாதவனைத் தாக்கியது.

“தொந்தரவு பண்றதுக்கு மன்னிக்கணும்... என் பிள்ளை எப்படிப் படிக்கறான், எக்ஸாம் எப்படி எழுதியிருக்கான்னு தெரிஞ்சுக்கலாம்னு...”

அவர் முடிக்கும் முன் ஹுசேன் குறுக்கிட்டார், "இந்த அக்கறை வர இத்தனை மாசமாச்சா, மிஸ்டர் மாதவன்?"

"அ?"

"வந்து எங்களைப் பாருங்கன்னு எத்தனை தரம் சொல்லியனுப்பிச்சோம்? லெட்டர் போட்டோம்?"

"அ?"

மாதவனின் விழிப்பு, ஹுசேனுக்கு நிலைமையை உணர்த்தியிருக்க வேண்டும்.

"ஐம் ஸாரி..." என்றபோது குரல் இளகியிருந்தது. "போன முறை ஆக்சிடெண்ட் ஆகிப் படுத்திட்டதுல ப்ரேம் பரிட்சை எழுதல... இந்தத் தடவை அட்டெண்டென்ஸ் இல்லாததால எழுத முடியல... அந்த விவரம் உங்களுக்குத் தெரியுமா?"

"எ... என்ன?"

"ஆமா... உங்க பிள்ளை எனக்குத் தெரிஞ்சு காலேஜுக்கு ஒழுங்காவே வரலை! மிஸ்டர் ஆதிகேசவன் ஜாண்டிஸ்ல படுத்திட்டதால, கடைசி ரெண்டு மாசம் நான்தான் கிளாஸ் எடுத்தேன்... பசங்களை விசாரிச்சவரைக்கும் யாருக்கும் எதுவும் விபரமா சொல்லத் தெரியல... மத்தவங்ககூட அவன் பழகினாத்தானே? வேற ஒரு உலகத்துல இல்ல சஞ்சாரிச்சுகிட்டு இருந்தான்!"

"....."

"வந்தவரைக்கும் கிளாஸ் பர்ஃபாமென்ஸை வெச்சுகிட்டுப் பாத்தாலும், ப்ரேம் ஸ்டாண்டர்ட் ரொம்ப மோசம்! ஒழுங்கா கிளாஸுக்கு வந்தாத்தானே, என்ன சொல்லித்தரோம்னு விளங்கும்! எங்களை வந்து பாருங்கன்னு ரெண்டாவது டெர்ம் தொடக்கத்துலயே உங்களுக்கு டிபார்ட்மெண்ட்லேந்து லெட்டர் போட்டோம்... நீங்க வந்து பாக்கவேயில்ல! ப்ரேம்கிட்ட கேட்டப்ப, 'அவரு ஊர்லயே இல்ல, பிசி'ன்னு சொல்லிட்டான். சொல்றேன்னு தப்பா எடுத்துக்காதீங்க... வேலை முக்கியம்தான், ஆனாலும், அப்பப்ப பிள்ளை படிக்கறானா இல்லியானு தெரிஞ்சுக்கறதை

விடவா வேலை முக்கியம்? உங்களுக்கு முடியலேன்னா, உங்க மனைவிய அனுப்பி, என்ன ஏதுன்னு கேட்டுக்கிட்டிருக்கலாமே! பேரண்ட்ஸ் சரியான சமயத்துல ஆக்ஷன் எடுக்கலேன்னா, பையனுக்கு அநியாயமா ஒரு வருஷம் போயிடும், அதோட வாழ்க்கையும் பாழாயிடும்! இதை நினைப்புல வெச்சுக்கணும்...”

பேசிக்கொண்டே போனவர், நிறுத்தினார்... தயங்கினார்... குரலைத் தழைத்தார்.

“இத்தனை தூரம் வந்து ‘என் பிள்ளை எப்படிப் படிக்கறான்?’னு நீங்க கேட்டதால சொல்றேன்... ப்ரேமோட பழக்கவழக்கங்கள் சரியில்லேன்னும், டிரக்ஸ் உபயோகப்படுத்தறான்னும் எல்லாரும் பேசிக்கறாங்க... இதை உங்ககிட்ட சொல்லவே மனசு சங்கடப்படுது... ஆனா, நானும் மூணு குழந்தைகளுக்குத் தகப்பன்... அந்தப் பொறுப்புணர்ச்சியோட சொல்றேன். விஷயத்தை விசாரிச்சு, அது உண்மைன்னா, உடனே ப்ரேம் மீள நீங்க உதவணும். குறை சொல்றதா நினைக்காதீங்க... பசங்கள நேர்வழில அழைச்சிட்டுப் போறதும், அப்படிப் போறாங்களான்னு கவனிக்கறதும், பெத்தவங்களான நம்ம கடமை...”

ஹுசேனுக்கு நன்றி கூறி காரில் வந்து உட்கார முடியாதபடி மாதவனின் உடம்பு ஏகத்துக்கு உதறிப்போட்டது.

ப்ரேம் ட்ரக்ஸ் உபயோகிக்கிறானா?

போதை மருந்துகளின் அடிமையா?

என்ன கொடுமை இது!

அத்தனை சின்னப் பையன், ட்ரக் அடிக்டா?

எப்படி வந்தது அந்தப் பழக்கம்?

யார் மூலம் அவனுள் நுழைந்தது?

எப்படியோ வீட்டுக்கு வந்து, கேள்விப்பட்டதை ரேவதியிடம் மறைக்காமல் சொன்னபோது, அந்த சேதியின் பளு தாளாமல் அவள் இரண்டாக மடிந்து, இப்போதைக்கு என்னால் முடிந்தது இது ஒன்றுதான் என்கிற மாதிரி, வாய் பொத்தி அழுதாள்.

ஆறு மணி சுமாருக்கு மதுரையிலிருந்து ஸந்தியா பேசினாள்.

என்னவோ ஏதோவென்று பதறியவளிடம் எதுவும் கூறாமல், "முதல் ரயிலைப் பிடிச்சு உடனே வா... கேம்ப் அதிகாரிங்க கேட்டா, அம்மாவுக்கு உடம்பு சரியில்லேன்னு சொல்லிட்டுப் புறப்படு..." என்று கூறி தொடர்பைத் துண்டித்த பிறகு, கணவனும், மனைவியுமாய் பரத் வீட்டுக்குப் போனார்கள்.

வாசலில் பனியன் நிக்கரோடு நின்ற வேலையாள், பூட்டிய கதவைத் திறக்காமலேயே, "அவங்க யாரும் இல்லீங்க..."

"எங்க போயிருக்காங்க?"

"ஊருக்கு."

"எந்த ஊருக்கு, எப்பப் போனாங்க, எப்ப வருவாங்க?"

"தெரியாதுங்க."

"பரத் கூடவா?"

"....."

"சொல்லேம்பா..."

வேலையாளின் மௌனம் சந்தேகத்தைக் கிளப்ப, மாதவன் பர்ஸிலிருந்து பத்து ரூபாய் நோட்டை எடுத்துக் கொடுத்தார்.

"சொல்லு..."

"நா சொன்னேன்னு சொல்லாதீங்க... சின்னய்யாவுக்கு உடம்பு சரியில்ல... போன் போட்டு அவங்க அப்பாவ சீமைலேந்து பெரியவரு வரவழைச்சாரு! சின்னய்யாவ ஆஸ்பத்திரில சேத்திட்டு, பெரியவங்க ரெண்டு பேரையும் திருச்சில தங்கச்சி வீட்டுக்கு அனுப்பிட்டு, நாலு நாள் முன்னாலதான் அய்யா திரும்ப சீமைக்குப் போனாரு!"

"பரத் உடம்புக்கு என்ன?"

மீண்டும் தயக்கம்.

"சொல்லுப்பா..."

"என்னென்னமோ மாத்திரைங்கள சாப்பிட்டு புத்தி பேதலிச்சுப்போச்சுனு பேசிக்கிட்டாங்க... எனக்கு பூரா சேதியும் தெரியாதுங்க..."

சித்தப்பிரமை? பரத்துக்கு? கடவுளே!

கன்னத்தில் ஓங்கி அறைந்துவிட்ட மாதிரி ரேவதியும், மாதவனும் திடுக்கிட்டார்கள். பரிதவித்தார்கள்.

பின்னர், பீறிடட்டுமா என்று கேட்ட அழுகையைக் கஷ்டப்பட்டு அடக்கியபடி, ஆனது ஆகட்டும், உண்மையைத் தெரிந்துகொண்டே ஆகவேண்டுமென்ற உந்துதலில் அப்புவின் வீட்டைத் தேடிப் போனார்கள்.

இறுகின முகமும் சிவந்த கண்களுமாய் வாசல்படியில் ஏறி, "அப்பு வீடு இதானே?" என்று கேட்டவர்களை அந்த நேரத்தில் சற்றும் எதிர்பார்க்காவிட்டாலும், அவர்கள் ஏன் இங்கு வந்திருக்கிறார்கள் என்பதை கணத்தில் ஊகிக்க முடிய, அப்புவின் கால்கள் அந்தப் பயத்தில் சட்டென்று துவண்டு, உதடுகள் வறண்டு போயின.

அப்போதும் இப்போதும்,

1970-ம் வருஷம் அமெரிக்காவிற்குச் சென்றபோது, அந்த நாட்டையே உலுக்கும் விதத்தில் இரண்டு சம்பவங்கள்... பதினாலு, பதினாறு வயசுப் பிள்ளைகள் போதைமருந்துக்கு அடிமையாகி, அதிலிருந்து மீள விரும்பி, தவித்து, முயன்று, முடியாமல், இறுதியில் திருந்தமுடியாது, தாங்கள் வாழ்வதில் அர்த்தமில்லை என்கிற அசட்டு எண்ணத்துடன் தற்கொலை செய்துகொண்ட சம்பவங்கள், பத்து நாள்கள் இடைவெளியில் நடந்தன.

"போதைமருந்தை உபயோகிக்கத் தொடங்கியிருக்கும் இளைஞர்களே! இது தீவிரமாகும் முன் உடனே அந்தக் கொடிய பழக்கத்தை விட்டொழியுங்கள். நமக்கு மருந்தை விற்கும் நபர் அதை உபயோகிப்பதே இல்லை. நம்மைத் தூண்டில் மீன்களாக்கி, செல்வத்தைச் சேர்த்து, சந்தோஷமாக அவர் வாழ... பெற்றோர், உற்றார், ஏன்

நம்மையும் வேதனைக்குள்ளாக்கும் இந்தப் பழக்கம் நமக்குத் தேவைதானா? எங்கள் முடிவு உங்களுக்குப் பாடமாகட்டும். அந்தப் புதைசேற்றில் சிக்காதீர்கள்! சிக்கியவர்கள், வைராக்கியத்துடன் மீண்டு வாருங்கள்... ப்ளீஸ்... ப்ளீஸ்..."

அச்சிறுவர்கள் எழுதி வைத்துவிட்டுப் போயிருந்த கடிதத்தை டிவியில் படித்துக்காட்டினபோது, நாடே கலங்கித்தான் போயிற்று.

"எங்கள் நாட்டில் பூதாகாரமாக வளர்ந்துவிட்ட இந்தப் பிரச்சினை, உங்கள் நாட்டில் இல்லையா?" என்று அன்று நூற்றுக்கணக்கான தாய்மார்கள் பதட்டத்துடன் என்னிடம் கேட்டதும், "எங்கள் நாட்டிலா? போதைமருந்துப் பிரச்சினையா? பந்தபாசம், குடும்பப் பற்று, உறவினருள் அலாதி பிணைப்பு, பெரியவர்களிடம் மரியாதை எல்லாம் உள்ள எங்கள் நாட்டில், இப்படியொரு பிரச்சினையா? வரவே வராது!" என்ற நான் இறுமாப்புடன் பதில் சொன்னதும் இப்போது என் நினைவில் எட்டிப்பார்க்கின்றன.

கூடவே... 1963-ம் வருஷம் வரை, நூற்றுக்குப் பத்து பேர் போதைமருந்து உபயோகிப்பவராய் இருந்த நம் நாட்டில், இன்று நூற்றுக்கு நாற்பதுக்கும் மேற்பட்டவர்கள் அந்த ஆலகால விஷத்தை உபயோகிக்கிறார்கள், அல்லது அதற்கு அடிமையாகியிருக்கிறார்கள் என்று நிபுணர்களின் புள்ளிவிவரக் கணக்கு கூறுவதையும் எண்ணுகையில், சத்தியமாக எனக்குப் பயமாகவே இருக்கிறது! இதை எப்படிக் குறைக்கப் போகிறோம், அறவே அழிக்கப்போகிறோம்?

——

20

“சொல்லு...”

“.....”

“சொல்லுப்பா...”

இரண்டாவது முறையாக மாதவன் அழுத்திக் கேட்டதும், அப்பு மெதுவாகப் பார்வையை உயர்த்தி, ‘என்ன இதெல்லாம்?’ என்கிற கேள்விக்குறியுடன் அருகில் நின்றிருந்த அம்மாவை ஏறிட்டான்.

அந்தப் பார்வையும் முகபாவமும், பயத்தை அதிகமாக்கின.

உதடுகளை நாவால் ஈரப்படுத்திக்கொண்டவன், இனியும் சும்மா இருப்பது கூடாது என்பது புரிய, சன்ன தொனியில், “எ... என்ன சொல்லணும்?” என்றான்.

“அதான் ஏற்கனவே சொல்லிட்டேனே, அப்பு... ப்ரேம் பத்தி உனக்குத் தெரிஞ்ச எல்லா விவரத்தையும் சொன்னாத் தேவலை...”

அவர் கூறியதைக் காதில் வாங்கிய அப்பு மீண்டும், “எ... என்ன சொல்லணும்?” என, மாதவன் பொறுமை இழந்தார்.

“என்னப்பா இப்படிக் கேக்கறே? ப்ரேம் வீட்டைவிட்டுப் போயிட்டான்னு சொல்றதோட அர்த்தம் விளங்கலியா?”

“விளங்கித்து... ஆனா, அதுக்கு நா என்ன பண்ண முடியும்?”

“ஒண்ணும் பண்ண வேண்டாம்பா... உனக்குத் தெரிஞ்சதச் சொல்லு... அது போதும்,”

“எனக்கு ஒண்ணும் தெரியாது... தெரிஞ்சாத்தானே சொல்ல?”

அப்புவின் காட்டமான பதில் தனக்கே வியப்பைத் தந்ததுபோல, அவன் அம்மா சாவித்ரி குறுக்கிட்டாள்.

“என்னாச்சு உனக்கு, அப்பு? ப்ரேம், ப்ரேம்னு வார்த்தைக்குப் பத்து ப்ரேம் சொல்றவன், ஒண்ணுமே தெரியாதுங்கறே! ம்? எதுவானாலும் மறைக்காதே... அவாகிட்ட நிஜத்தைச் சொல்லிடு... தவிச்சுண்டு வந்திருக்கா... அதப் புரிஞ்சுக்கோ!”

ரேவதி அவன் கையைப் பற்றிக் கெஞ்சினாள்.

“சொல்லு, அப்பு... ஃப்ரெண்டைக் காட்டிக்குடுக்கறோம்னு நினைக்காம, சொல்லு... வீ நீட் யுவர் ஹெல்ப்... ப்ளீஸ்... அவன் காலேஜுக்கு ஒழுங்கா வராதது நிஜம்தானா?”

“ம்...”

“எக்ஸாம் எழுதாதது?”

“ம்...”

“வீட்டைவிட்டுப் போயிட்டது?”

“.....”

“ஏம்பா... இதுக்கெல்லாம் என்னப்பா காரணம்? எங்க மேல என்ன கோவம்? இல்ல, அவனுக்குத்தான் அப்படியென்ன குறை?”

உணர்ச்சிகளை அடக்க முடியாமல் கத்தலாக ரேவதி கேட்க, எதிரில் நிற்பவர்களைப் பார்க்கக் கூச்சப்படுவதுபோல அப்பு தலையைக் குனிந்துகொண்டான்.

சற்றுமுன் தோன்றின தைரியம் ஏனோ ஓடி ஒளிந்துகொள்ள, அம்மா, தங்கைகள் முன்னால் என்ன பேச்சு இதெல்லாம் என்கிற தவிப்பு எழுந்தது.

இவர்களுக்கு ப்ரேம் பற்றின கவலை...

எனக்கு? என்னைப் பற்றின கவலை.

வந்தேன், பேசினேன் என்று எதையெதையோ கேட்டுவிட்டு இவர்கள் போய்விட்டால், அப்புறம் அம்மாவின் கேள்விகளுக்கு பதில் சொல்லப்போவது யார்?

மாட்டிக்கொண்டு முழிக்கப்போவது யார்?

நான்தானே!

அது புரியாமல் தொணதொணவென்று... சட்!

இப்போது ஏதாவது சொல்லி, வந்திருப்பவர்களை அனுப்ப வேண்டியது முக்கியம் என்று புரிய, அப்பு கஷ்டப்பட்டு யோசித்தான். லேசான படபடப்புடன் பேசினான்.

"ப்ரேம் பத்தின நியூசைக் கேள்விப்பட்டதும் எனக்கு ஒண்ணுமே புரியாமப் போயிடுத்து, ஆன்ட்டி! ஐம் ஸாரி... நீங்க இப்ப வீட்டுக்குப் போங்க... அவனுக்கு இன்னொரு 'திக்' ஃப்ரெண்ட் இருக்கான்... அவன்கிட்ட பேசிட்டு, நா கார்த்தால வந்து விவரம் சொல்றேன்..."

இதுநாழிகை மண்ணாந்தை மாதிரி நின்றிருந்தவன் சட்டென்று உயிர் பெற்றுவிட்ட தினுசில் பேசுவது குழப்பத்தைத் தந்தும், இந்த மட்டுக்கு உதவ முன்வந்திருக்கிறானே என்ற நிம்மதி ரேவதிக்கு உண்டாயிற்று.

"தேங்க்ஸ், அப்பு... ஆனா, இப்பவே அந்த சினேகிதனோட வீட்டுக்கு நாம போய் விசாரிக்க முடியாதா?"

சமாளிக்கவென எதையோ பேசிவிட்ட அப்பு, திருதிருத்தான்.

"இல்ல... வந்து..."

"நாழியாச்சேன்னு பாக்கறியா? அவங்க வீட்டுல தப்பா எடுத்துப்பாங்கன்னு பயப்படறியா?"

"அ? ஆ... மா..."

"அந்த சினேகிதன் பேர் என்ன, அப்பு?"

வாயில் வந்த முதல் பெயரை அப்பு கூறினான். "பரத்..."

"பரத்தா? அப்போ, உனக்கு விஷயம் தெரியாதா? அவனை கடைசியா நீ எப்போ பாத்தே?"

வேகமாக ரேவதி வினவ, அப்புவின் திருதிருப்பு அதிகமானது.

"அ?"

"அவனக்கு சித்தப்பிரமை பிடிச்சு ஹாஸ்பிடல்ல சேத்திருக்காங்களாமே... உனக்குத் தெரியாதா?"

பரத்துக்கு சித்தப்பிரமை!

காதில் விழுந்ததை நம்பமாட்டாமல் அப்பு இரண்டுதரம் கண்களைச் சிமிட்டி, சூன்யப் பார்வை பார்த்தான்.

"கண்டபடி மாத்திரைகளை சாப்பிட்டதுல இப்படி ஆயிடுச்சுன்னு அவங்க வீட்டு ஆள் சொன்னாம்பா... பரத் டிரக் அடிக்டா? உ... உனக்குத் தெரியுமா?"

ப்ரேமுக்கு போதைமருந்துகளின் பழக்கம் உண்டா என்று கேட்கத் துணிவில்லாமல், பரத் பற்றி வினவினவளின் குரல் தழுதழுத்துப்போய், நிஜத்தை எதிர்நோக்க வழியில்லாமல், கண்களில் நீர் கொத்தாய்ப் பூக்க, நிற்க முடியாமல் நாற்காலியில் அமர்ந்து சன்னமாய் அவள் விசும்ப முற்பட்டதும், சாவித்ரி பதட்டத்துடன் அவளருகில் வந்தாள்.

"மிசஸ் மாதவன்... தைரியமா இருங்க... உங்க பிள்ளை எங்கயும் போயிருக்கமாட்டான்..." என்று சமாதானப்படுத்திவிட்டு, அப்புவை ஏறிட்டு, "அவா கஷ்டம் புரியாம ஏண்டா மசமசன்னு நிக்கறே? வேற ஃப்ரெண்ட்ஸ் வீட்டுல விசாரிச்சா விவரம் தெரியவருமான்னு கொஞ்சம் யோசனை பண்ணேன்!" என்று அதட்டினாள்.

"இப்ப மணி எட்டும்மா... இத்தன நாழிக்கு மேல விலாசம் தேடிண்டு போறது கஷ்டம். கார்த்தால முத வேலையா, மத்த சினேகிதங்களை விசாரிச்சுட்டு, நானே இவா ஆத்துக்குப் போய் சொல்றேன்..."

இதற்கு மேல் செய்வதற்கு எதுவுமில்லை என்கிற மாதிரி அவன் பேசியதும், மாதவன் எழுந்து நின்றார்.

“அப்பு சொல்றதும் சரிதான்... இத்தனை நேரத்துக்கு மேல எங்க போயி என்னன்னு விசாரிக்க முடியும்? வா, ரேவதி... நாம புறப்படலாம்...”

பேசியவர், சாவித்ரி பக்கம் திரும்பினார். “ரொம்ப ஸாரிம்மா... திடும்னு வந்து உங்களைத் தொந்தரவு பண்ணிட்டோம்... நாளைக்கு அப்புவவிட்டு விசாரிக்கச் சொன்னா உதவியா இருக்கும்...”

“கண்டிப்பா! ஆறு மணிக்கெல்லாம் கிளம்பி, அவனால முடிஞ்சதை விசாரிச்சுண்டு உங்காத்துக்கே வந்து சொல்லிடச் சொல்றேன்... வேற எங்களால எது முடியும்னு தோணினாலும் தயங்காம கேளுங்கோ... எனக்கென்னமோ அவன் சினிமா, இங்கே அங்கேனு எங்கயாவது போயிட்டு, ராத்திரி வந்துடுவான்னே தோண்றது... தைரியமா இருங்கோ...”

சாவித்ரியின் பேச்சு கொஞ்சம் ஆறுதலைத் தர, நன்றி கூறிவிட்டுக் கிளம்பினார்கள்.

சி.பி. ராமசாமி ஐயர் சாலையில் வண்டி திரும்பியதும், மாதவன் நினைத்துக்கொண்டு வேகத்தைக் குறைத்தார்.

“வேணா, முத்துகிருஷ்ணனை ஒரு நிமிஷம் பாத்துட்டுப் போலாமா, ரேவதி?”

“எந்த முத்துகிருஷ்ணன்? டி.ஐ.ஜி.யா?”

“ம்... ப்ரேம் வீட்டைவிட்டுப் போய் முழுசா ஒரு நாளாயிடுச்சு... சினேகிதங்களையே நம்பிக்கிட்டிருக்காம, போலீஸோட உதவியையும் கேக்கறது நல்லதுதானே?”

“அனாவசியமா விளம்பரம் ஆயிடாதா?”

“அதுக்குத்தானே முத்துகிருஷ்ணனைப் பாக்கணும்னு சொல்றேன்... ரொம்ப கலாட்டா, பப்ளிசிட்டின்னு இல்லாம விசாரிக்க முடியுமான்னு கேக்கலாமே!”

அவர்களின் அதிர்ஷ்டம், முத்துகிருஷ்ணன் வீட்டில் இருந்தார்.

அதிகம் விளக்காமல், "காலேஜ்ல ஏதோ தகராறு, எக்ஸாம் எழுதல... அதனால பயந்துகிட்டு வீட்டவிட்டுப் போயிருப்பான்னு நினைக்கறோம்... ரொம்ப அமக்களப்படுத்தாம தேடிப்பாக்க முடியுமா?" என்று மாதவன் கேட்டதும், அவர் நிலை புரிந்த வகையில் முத்துகிருஷ்ணனும் உடனே ஆவன செய்வதாக வாக்களித்தார்.

வீட்டுக்கு வந்து ப்ரேமின் அண்மைக்கால புகைப்படம் ஒன்றைத் தேடியெடுத்து டி.ஜி.பி.யிடம் கொடுத்து, "முதல்ல உள்ளூர்ல தேடிட்டு, பிற்பாடு எந்த ஊருக்குப் போயிருக்கலாம்ன்ற ஊகத்துல சில எடங்கள்ல விசாரிக்கலாம்... அப்பறம் தேவைப்பட்டா பேப்பர்ல விளம்பரம் செய்யலாம்..." என்று அவர் கூறியதை ஏற்று, வெளியில் வந்தார்கள்.

அன்றிரவு பூராவும் ரேவதியும், மாதவனும் இமையோடு இமை சேர்க்காமல் விழித்திருந்து, ப்ரேமின் அறையில் ஏதாவது தடயம் தென்படுகிறதா என்ற தேடினார்கள்.

ப்ரேமின் அலமாரியில், துணிகளுக்கு இடையில், புஸ்தகங்களுக்கு மத்தியில், குளியலறையில்... ம்ஹூம்.

மேஜைக்கடியில் இருந்த குப்பைக் கூடையை வெளியில் இழுத்து, தலைகீழாக மாதவன் கவிழ்த்தார்.

ஒரு ஒடிந்த பிளேடு, அறுந்த ஷூ லேஸ், இங்க் துடைக்கப்பட்ட துண்டுக் காகிதங்கள், ஆங்கில தினசரி ஒன்றிலிருந்து கிழிக்கப்பட்ட அரைத்தாள்...

பந்தாகச் சுருண்டு கிடந்ததைப் பிரித்து, 'கொடைக்கானலின் காளான்கள்' என்கிற தலைப்பில் வெளியாகியிருந்த அந்தக் கட்டுரையைப் படிக்க முயன்று, மனசில் எதுவும் பதியாத காரணத்தால் வெறுப்போடு மீண்டும் கசக்கி கூடைக்குள் எறிந்தார்.

ஒவ்வொரு புஸ்தகமாகப் பிரித்து, அதனுள் கடிதம், விலாசம் போன்று ஏதாவது இருக்குமாவென்று பார்த்துக்கொண்டிருந்த ரேவதி, விழிகளை உயர்த்தினாள்.

“ஏதாவது தெரிஞ்சுதா?”

“ம்ஹூம்…”

“இப்ப என்ன பண்றது?”

மாதவன் உதட்டைப் பிதுக்கினார்.

“எங்க, என்ன, எப்படிக் கோளாறாச்சுன்னு சத்தியமா புரியல, ரேவதி…”

“நிஜமாவே ப்ரேம் வீட்டை, நம்பளை, விட்டுட்டுப் போயிருப்பான்னு நம்பறீங்களா?”

“நம்ப முடியலதான்… ஆனாலும்…”

முழங்கால்களில் முகத்தைப் பதித்து சில நிமிஷங்களுக்கு உட்கார்ந்துவிட்டு ரேவதி தலையை நிமிர்த்தியபோது, கன்னத்தில் நீர் கோடு போட்டிருந்தது.

“எ… எனக்குப் பயமா இருக்கு, மாது… எங்க போனான்? ஏன் போனான்? ஐம் ஸ்கேர்ட்…”

புலம்பும் மனைவியைச் சமாதானப்படுத்தத் தெரியாதவராய் மாதவன் இருந்தார்.

கூடத்துக்கு வந்து அலமாரியிலிருந்து ஸ்காட்ச் பாட்டிலையும் டம்ளரையும் எடுத்தார்.

மூடியைத் திறந்து கால் டம்ளர் விஸ்கியை ஊற்றி, பாட்டிலை மூடி, டம்ளரை வாய்க்குக் கொணர்ந்தவர், யாரோ பிடறியில் ஓங்கிக் குத்திவிட்ட மாதிரி அதிர்ந்தார்.

‘சொல்லவே மனசு சங்கடப்படுது… ப்ரேம் பழக்கவழக்கங்க சரியில்லேன்னும், ட்ரக்ஸ் உபயோகப்படுத்தறான்னும் எல்லாரும் பேசிக்கறாங்க…’

லெக்சரர் ஹுசேன் கூறிய வார்த்தைகள்…

ப்ரேம் போதைமருந்துகளை உபயோகிக்கிறானா?

அவை மட்டும்தானா?

இல்லை, ட்ரிங்க்ஸ், சிகரெட்டும் உண்டா?

சட்டென்று கையில் பிடித்திருந்த கண்ணாடி டம்ளர் பாறையாய் கனக்க, வாய்க்குக் கொண்டுபோனதைத் தழைத்தார்.

சாப்பாட்டறைக்குச் சென்று பேசினில் விஸ்கியை ஊற்றி, டம்ளரை மேஜைமேல் வைத்தபோது, பல வருஷங்களுக்கு முன்னால் ப்ரேம் சின்னப் பையனாக இருந்தபோது, ரொம்பப் பரந்த மனப்பான்மையோடு நடந்துகொள்கிறோம் என்ற நினைப்பில், தான் குடித்த பியர், வொயின், விஸ்கி போன்றவற்றை ப்ரேம் குட்டியாய் 'ஸிப்' எடுக்க நீட்டியதும், 'என்ன ஆனாலும், குழந்தைங்களப் பரந்த மனசோட நீங்க வளக்கற மாதிரி யாரும் வளக்க முடியாது, மாது!' என்று நண்பர்கள் பாராட்டியதும் நினைவில் எட்டிப்பார்க்க, இதயம் 'வலிக்கிறது' என்று முணுமுணுத்தது.

தவறு என்மேலும்தானா?

அன்றைக்குத் தெரியாத்தனத்தில் நான் தொடங்கி வைத்த பழக்கம், இன்றைக்கு ப்ரேம் சீரழிந்து நிற்பதற்குப் போடப்பட்ட அஸ்திவாரத்தில் ஒரு கல்லா?

விவரிக்கத் தெரியாத வேதனையில் கண்கள் கலங்கத் தொடங்க, பொங்கி எழுந்த துக்கத்தை அடக்கும் உத்தேசத்தோடு அடி உதட்டை அழுத்தமாய்க் கடித்த மாதவன், என்ன செய்து தன்னைக் கட்டுப்படுத்திக்கொள்ள முடியாமல்போக, நாற்காலியில் உட்கார்ந்து டைனிங் டேபிள் மீது கவிழ்ந்துகொண்டார்.

ஒரு பேட்டி,

மறைந்த பிரபல நடிகை நர்கீஸ், நடிகர் சுனிர் தத்தின் ஒரே பிள்ளை சஞ்சய் தத், 'மரணத்தின் பிடியிலிருந்து' என்று சமீபத்தில் பத்திரிகைக்கு அளித்த பேட்டியிலிருந்து இங்கு சில பகுதிகளைத் தர விரும்புகிறேன்.

கேள்வி போதைமருந்துப் பழக்கத்தின் பிடியில் நீங்கள் சிக்கியதற்கு யார் காரணம் என்பீர்கள்?

சஞ்சய் தத் முழுக்கமுழுக்க நான்தான். ஆர்வத்தின் காரணமாய் உபயோகிக்க ஆரம்பித்தாலும், என்னையுமறியாமல் ஆழ சிக்கிக்கொண்டு, யார் என்ன சொல்லியும் கேளாமல் மேலேமேலே அதிலேயே லயித்து, என் உலகமே போதைமருந்துதான் என்று வாழத் தொடங்கிய என்னைத் தவிர, வேறு யார் காரணமாக முடியும்?

கேள்வி போதைமருந்துக்கு அடிமையானதும் உங்கள் மனநிலை எப்படி இருந்தது?

சஞ்சய் மனித உணர்வுகள் அற்றுப்போய், ஒரு ஜடமாய் இருபத்திநாலு மணிநேரமும் 'மருந்து' பற்றின ஸ்மரணையோடு நான் வாழ்ந்தது நிஜம்.

கேள்வி போதைமருந்துப் பழக்கத்தை நிறுத்த முதலில் எவ்வாறு முயற்சி எடுத்தீர்கள்?

சஞ்சய் போதைமருந்துப் பழக்கம் மிக அதிகமானதும், குடிப்பதன் மூலம் இதை விட்டுவிடலாமென்று எண்ணி, குடிக்கத் தொடங்கி, குடிகாரனானதுதான் மிச்சம். போதைமருந்து ஒருவனை மிக வேகமாகக் கொல்லும்... குடி, மெதுவாக அழிக்கும் என்கிற வித்தியாசம், அன்று எனக்கு உரைக்கவில்லை.

கேள்வி பிறகு?

சஞ்சய் குடி, போதைமருந்து... மீண்டும் குடி... மீண்டும் அதிகமாக போதைமருந்து என்று அல்லலுற்று, சீரழிந்து... கடவுளே! என் எதிரிகூட இந்த பயங்கரத்தை அனுபவிக்கக் கூடாது!

கேள்வி அந்தப் பழக்கத்துக்கு அடிமையாகியிருந்த சமயத்தில், உறவினர்களுடன் உங்கள் உறவு எப்படி

இருந்தது?

சஞ்சய் மகாமோசம்! அப்பாவைப் பார்க்கமாட்டேன், பேசமாட்டேன்... பேய் பிடித்தவன் மாதிரி என் இஷ்டத்துக்கு இருந்தேன்.

கேள்வி எப்படி இந்தப் பழக்கத்திலிருந்து இறுதியாய் மீண்டீர்கள்?

சஞ்சய் படிப்படியாக போதைமருந்துகளை விடுவது என்பது சாத்தியமில்லை... ஒரேயடியாக திடுமென நிறுத்துவது நல்லது. மனவலிமையை வளர்த்துக்கொள்வது, வைத்தியர் ஆலோசனை, பெரியவர்களின் அரவணைப்பு இவற்றின் உதவியோடுதான் நான் அந்த நரகத்திலிருந்து மீண்டேன்.

கேள்வி போதைமருந்து விற்பவர்களைப்பற்றி உங்கள் அபிப்ராயம்?

சஞ்சய் கொலைகாரர்களைவிட இவர்கள் கொடுமையானவர்கள்! இவர்களின் உந்துதலால், முதலில் தனி நபர், பிறகு ஒரு குடும்பம், பின்னர் நாடே அழியும் என்பதால், தண்டனையை மிகமிகக் கடுமையாக்க வேண்டும்.

———

21

பாறைகள்...

சின்னதும் பெரிசுமாய், நூற்றுக்கணக்கில், ஆயிரக்கணக்கில், கண்ணுக்கெட்டியவரை...

முண்டுமுண்டாய், பழுப்பாய், கறுப்பாய், கால் வைக்க இடமில்லாமல்... இந்தப் பக்கம், அந்தப் பக்கம்...

கஷ்டப்பட்டு துளி இடம் தேடி, பாதத்தை வைத்தபோது மிதிபட்ட பாறை, 'ஐயோ, ஐயோ' என்று புலம்பியது.

பார்த்துக்கொண்டே நிற்கையில், ஒவ்வொரு பாறையிலும் முத்துமுத்தாய் வியர்வைத் துளிகள் முளைக்க முற்பட்டன...

சிவப்பு வியர்வைத் துளிகள்... கூடவே சன்னமாய்ப் பல குரல்கள்...

வலி... வலி... வலி... வலி...

பாறைக்கு வலிக்குமா?

இப்போது எதிரில் பாறை மெதுவாக வளர ஆரம்பித்தது. வளர்ந்து... பரந்து... தண்டில் மெலிந்து... அட, நாய்க்குடை! ஒன்று, இரண்டு, பத்து, இருபது, நூறு, ஆயிரம், பத்தாயிரம்...

கண்மூடித் திறக்கும் நாழிகையில் அத்தனை பாறைகளும் நாய்க்குடைகளாக மாறின...

ராட்சஸ நாய்க்குடைகள்!

வானம் தெரியாதபடி உயர உயரமாய் உயர்ந்து விரிந்ததில், திடமென இருள் கவிழ்ந்துகொண்டது.

ஒரு நாய்க்குடையிலிருந்து கை ஒன்று நீண்டு வந்து காலை, இன்னொன்று உடம்பை, இன்னும் ஒன்று கழுத்தையும் இறுக்கின.

உடம்பை உதறி, முறுக்கி, அந்தக் கைகளின் இரும்புப் பிடியிலிருந்து விடுபடப் பார்க்கப்பார்க்க, இறுக்கம் அதிகமாகி, மூச்சு விடுவது சிரமமாகிப்போனது.

வாயையும், மூக்கையும் பொத்திவிட்ட மாதிரியான திணறல்...

இன்னும் சில நொடிகளில் நுரையீரல் வெடித்துவிடுமோ என்ற பயம் பீறிட்டுக்கொண்டு எழ...

ஆ... ஆ... ஆ...

மூச்சு திணறுகிறதே...

யாராவது உதவி செய்யுங்களேன்...

கனவின் பாரம் தாங்காமல், குழறலாகக் கத்திக்கொண்டே ப்ரேம் கண்களை விழித்தபோது, உடம்பு வியர்வையில் நனைந்திருந்தது.

இதயத்தின் லப்டப் காதுக்குள் இரைச்சலாகக் கேட்டது... தொண்டையும் நாக்கும் வறண்டிருந்தன.

மண்டைக்குள் கன்னாபின்னாவென்று என்னென்னவோ ஒலிகள்.

ரொம்ப மெதுவாக எழுந்து உட்கார்ந்தான்.

குளிர் எலும்புக்குள் புகுந்து விளையாட, முழங்கால்களை அணைத்துக்கொண்டான்.

தொய்ந்திருந்த மனமும் உடம்பும், எதற்காக எழுந்திருக்கிறாய், மீண்டும் படுத்துக்கொள்ளேன் என்று ஆசைகாட்டின.

ஒருசில நிமிஷங்கள் அப்படியே உட்கார்ந்து கொஞ்சம் ஆஸ்வாசப்படுத்திக்கொண்ட பின்னர், கையை நீட்டி, கட்டிலுக்கு அடியில் வைத்திருந்த ஜோல்னாப் பையை எடுத்தான். அதனுள் இருந்தவற்றைப் படுக்கையில் கொட்டினான்.

ப்ரவுன் ஷுகர் பொட்டலம் ஒன்று, ஏழு சிகரெட்டுகள், ஒரு கைப்பிடியளவு நாய்க்குடைகள்.

வீட்டைவிட்டு வந்து இன்று நாலு நாள்களே ஆவதில், கணக்குப்படி பார்த்தால் இன்னும் பன்னிரண்டோ பதிமூன்றோ பொட்டலங்கள் இருக்கவேண்டும்... ஆனால், இல்லை.

இரண்டு நாள்களாக நல்ல நண்பர்கள்போல நடித்து கூடவே இருந்த ஸிண்டியும் பீட்டரும், இவன் தூங்கும்போது திட்டமிட்டு அத்தனையையும் அபேஸ் செய்துகொண்டு மறைந்துவிட்டதில், ப்ரவுன் ஷுகர் பொட்டலங்கள், பர்சில் வைத்திருந்த பணம்... எல்லாம் கோவிந்தா!

நல்லவர்கள்போல வேஷம் போட்டு அவர்கள் அத்தனையையும் கிளப்பிக்கொண்டு போனதைவிட, அடுத்த வேளைச் செலவுக்குப் பணம் இல்லை என்பது ப்ரேமுக்கு அதிக அவஸ்தையைக் கொடுத்தது.

ஹோட்டலுக்குக் கொடுக்க, முக்கியமாய் ப்ரவுன் ஷுகர் வாங்க, பணத்துக்கு என்ன செய்வது?

எதையும் தெளிவாக யோசிக்க முடியாமல் மூளை மந்தித்திருக்க, ஒரு சிகரெட்டைப் பற்றவைத்து, மீண்டும் படுக்கையில் சரிந்தான்.

கடந்த மூன்று நாள்கள் தயக்கத்துடன் நினைவுக்குள் எட்டிப்பார்த்தன.

வீட்டைவிட்டுக் கிளம்ப வேண்டும் என்கிற முடிவுக்கு வந்த உடனேயே, எங்கே போவது என்பதையும் தீர்மானித்துவிட்டான்.

'கொடைக்கானலின் காளான்கள்'!

சில நாள்கள் முன்பு, இவனிடம் சரக்கு வாங்க வந்த நிர்மல், 'இதப் படிச்சியா, ப்ரேம்?' என்ற கேள்வியோடு நீட்டிய பேப்பர் கட்டிங்கைப் படித்தபோது, 'அட!' என்ற ஆச்சர்யம் எழுந்தது.

கொடைக்கானலில் ஏகத்துக்கு விளையும் ஒரு ரகக் காளான்களுக்கு, போதை உண்டாக்கும் சக்தி இருக்கிறதாம்! இதற்காகவே நிறைய ஹிப்பிகள் அங்கு வருகிறார்களாம்!

காசு, பணம் செலவில்லாமல் போதை கொடுக்க ஒரு சமாச்சாரம் கிடைக்கிறது என்றால், விடலாமா?

எதற்கும் கையோடு இருக்கட்டுமென்று அந்தக் கட்டுரைத்தாளை நண்பனிடமிருந்து வாங்கிவந்து மேஜை இழுப்பறையில் போட்டபோதுகூட, இத்தனை சீக்கிரமாய் கொடைக்கானலுக்குப் புறப்படும் சந்தர்ப்பம் வருமென்று ப்ரேம் நினைக்கவில்லைதான்.

ஆனால், வீட்டைவிட்டுப் போய்விடுவது என்ற எண்ணம் எழுந்த பின்பு, எங்கே போவது என்ற தயக்கமே எழாமல், கொடைக்கானலுக்குச் சென்றுவிட வேண்டும் என்கிற முடிவுக்கு ப்ரேமைத் தள்ளிவிட்ட பெருமை, அந்தக் கட்டுரையையே சாரும்.

இலவசமாக போதைமருந்து...

யாருடைய கண்காணிப்பும் இல்லாத சுதந்திர வாழ்க்கை...

குளுகுளுவென்ற சூழ்நிலை...

பிறகு!

கண்களைக் கட்டிவிட்ட குதிரையாக புத்திசெயல்பட்டதில், வேறு எந்த நினைவுகளைப் பற்றியும் கவலைப்படாமல் ப்ரேம் கிளம்பினான். செலவுக்கு, அம்மாவின் அலமாரியிலிருந்து எடுத்த எழுநூற்றுச் சில்லரையும், குளிருக்கு அடக்கமாய் சால்வையும் இருக்கின்றன... போதாதா!

அதிக வாடகை இல்லாத ஓர் அறையில் தங்கிக்கொண்டு சிக்கனமாக இருந்தால், கையிருப்பை வைத்துக்கொண்டு ஓரிரு மாசங்களைத் தள்ள முடியாதா?

ரயில் ஏறி கொடைரோடில் இறங்கி, பஸ்ஸில் பயணித்து, காலை பத்து மணி சுமாருக்கு கொடைக்கானல் பஸ் ஸ்டாண்டில் நின்றபோது, 'நான் ஒரு சுதந்திரப் பறவை, நீல வானத்தில் தன்னிச்சையாகப் பறக்கப்போகும் வானம்பாடி!' என்று மனசு கிளுகிளுத்தது.

எந்தவிதக் குறிக்கோளும் இல்லாமல் கடைத்தெருவில் மேலும் கீழும் நடந்து, சின்ன டீக்கடை ஒன்றில் மசால் வடையும் டீயும் சாப்பிட்டு, சற்றுத்தள்ளி சென்று சாலையின் குட்டை மதில்சுவர் மேல் உட்கார்ந்து ஸ்மாக்கை ஆனந்தமாகப் பிடித்த நிமிஷத்தில், அந்த வெளிநாட்டவர்களைப் பார்த்தான்.

ஒரு பெண்...

சாயம்போன பாவாடை, செருப்பில்லாத அழுக்குக் கால்கள், வெள்ளிக் கொலுசு, பிரா அணியாததை உறுதிப்படுத்தும் பூப்போட்ட வாயில் ஜிப்பா, பிரிபிரியாய் தொங்கும் செம்பட்டைத் தலைமுடி...

ஓர் ஆண்...

ஒரு காலத்தில் வெள்ளையாய் இருந்த பைஜாமா, மகா அழுக்கு பனியன், தாடி, மீசை, தோளைத் தொடும் முடி, ஜோல்னாப் பை...

இருவர் முகங்களிலுமே ஒருவித வெற்று பாவம்.

ஹிப்பிகள்.

ப்ரேம் சடக்கென்று நிமிர்ந்தான்.

காளான்கள் எங்கு கிடைக்குமென்று இவர்களுக்குத் தெரிந்திருக்குமே!

சினேகம் செய்துகொண்டால், ஆதாயம் இருக்குமே!

பிடித்துக்கொண்டிருந்த சிகரெட்டை அணைத்து பையில் போட்டுக்கொண்டவன், அவர்களை நெருங்கினான்.

"ஐம் ப்ரேம்..."

"....."

"வெளிநாட்டிலிருந்து வந்திருக்கிறீர்களா?"

"....."

எதற்கும் பதில் கூறாமல் இறுக்கமாய் அவர்கள் அமர்ந்திருக்க, ப்ரேம் வாய்க்கு வந்ததை அவசரமாய் பேசினான்.

“நானும் உங்களைப் போலத்தான்... வீட்டின் கட்டுப்பாடு பிடிக்காமல் ஓடிவந்துவிட்டேன்! எனக்க ஸ்மாக் பழக்கம் உண்டு... உங்களுக்கு ஸ்மாக் என்றால் என்னவென்று தெரியும் இல்லியா?”

இப்போது அந்த ஆண் நிதானமாகப் பேசினான்.

“தெரியும்... எங்களிடம் ப்ரவுன் ஷுகர் இருக்கிறதா என்று கேட்பதற்காக நீ வந்திருந்தால், ஸாரி, எங்களிடம் இல்லை!”

எழுந்திருக்க முற்பட்டவனை ப்ரேம் தடுத்தான்.

“இரு... இரு... எனக்கு ப்ரவுன் ஷுகர் வேண்டாம்... அதுதான் என்னிடமே நிறைய இருக்கிறதே!”

பேசிக்கொண்டே அவர்களை நம்பவைக்கும் உத்தேசத்துடன் ஏர்பேக்கைத் திறந்து, கை நிறைய பொட்டலங்களை எடுத்து ப்ரேம் நீட்ட, எதிரில் நின்றவன் சன்னமாய் விசிலடித்தான்.

“ஹாய், பேபி... லுக் ஹியர்!”

நம்பமாட்டாமல் அவர்கள் விழிக்க, ப்ரேம் சிரித்தான். மீண்டும் தன்னை அறிமுகப்படுத்திக்கொண்டான்.

“ஐம் ப்ரேம்!”

“என் பேர் பீட்டர், இவள் ஸிண்டி...”

“இங்கு காளான்கள் விளைகின்றதாமே, அதுபற்றி உங்களுக்குத் தெரியுமா?”

“.....”

“ப்ளீஸ்... சொல்லுங்களேன்...”

“உனக்கு காளான்கள் எதற்கு? அதுதான் இத்தனை பொட்டலங்கள் வைத்திருக்கிறாயே!”

“அவை தீர்ந்துவிட்டால்? தவிர, காளான் சாப்பிட காசு வேண்டாமே!”

பீட்டர் கண்களை இடுக்கிக்கொண்டான்.

“அப்படியென்றால் உன்னிடம் பணம் இல்லையா?”

“அ? யார் சொன்னது! எழுநூறு ரூபாய் இருக்கிறது, தெரியுமா?”

பீட்டர் ஸிண்டியைப் பார்த்தான். அரைநிமிஷம் யோசித்தான். பின், மெதுவாகக் கேட்டான், “எங்கு தங்குவதாக இருக்கிறாய்?”

“தெரியாது.”

“உன்னைப் பார்த்தால் பாவமாக இருக்கிறது... எங்களுடன் வேண்டுமானால் தங்கிக்கொள்கிறாயா?”

முன்னே பின்னே வெளியுலக நடப்போடு அனுபவம் இல்லாத காரணத்தாலும், வேறு போக்கிடம் இல்லாததாலும், அன்று அந்தப் பேச்சை நிஜமாக நம்பி, ப்ரேம் அவர்களுடன் சென்றான்.

மூன்றாந்தர லாட்ஜ்...

பத்தடிக்குப் பத்தடி அறை.

மண்ணும், புழுதியும் அடையாய் படிந்திருந்ததில், நிறம் மாறிப்போன தேங்காய் நார் விரிப்பு.

அழுக்குப் படுக்கைகள், அதைவிட அழுக்கான ரஜாய்கள், க்ரீச்சிடும் இரும்புக் கட்டில்கள்.

“நான் வேண்டுமானால் தனியறையில் தங்கிக்கொள்ளட்டுமா?”

ப்ரேம் இப்படிக் கேட்டதும், ஸிண்டி அவன் அடித்துவிட்டதுபோல முகத்தைக் கோணினாள்.

“ஏன்? எங்களோடு இருப்பது உனக்கு மட்டமாகத் தோன்றுகிறதா?”

“அ? அப்படியில்லை... வந்து...”

“எனக்கும் பீட்டருக்கும் இடையில் தப்பான உறவு எதுவுமே இல்லை... நாங்கள் அண்ணன், தங்கை மாதிரி... இல்லை, பீட்டர்?”

அவன் தலையசைக்க, ப்ரேம் அவர்களுடனே தங்கி, வார வாடகையான எழுபத்தி ஐந்தில் இருபத்தி ஐந்தைக்

கொடுத்துவிடுவது என்றும், இருப்பதைப் பகிர்ந்துகொண்டு சகோதர உணர்வுடன் மூவரும் ஒன்றாகத் தங்குவது, சாப்பிடுவது, தூங்குவது என்றும் தீர்மானமாயிற்று.

அடுத்து வந்த இரண்டு நாள்களும் அவர்கள் அப்படித்தான் இருந்தார்கள்.

பீட்டர் கொண்டுவந்த காளான்களைத் தின்று, ப்ரேம் கொடுத்த ப்ரவுன் ஷுகரை சேர்ந்து புகைத்தார்கள். வாசல் டீக்கடையில் ஒன்றாக சாப்பிட்டார்கள். 'லவ் ஈஸ் காட்' என்று உரக்கக் கூறிவிட்டு ஒரே அறையில் நம்பிக்கையுடன் விகல்பமில்லாமல் படுத்து உறங்கினார்கள்.

ஆனால்... எல்லாம் சரியாக இரண்டு நாள்களுக்குத்தான்.

அன்பே சிவம் என்று கூறி, ஸ்மாக், காளான்கள் தந்த தீவிர போதையோடு படுத்து உறங்கி, காலை பதினோரு மணியளவில் கண்விழித்துப் பார்த்தால், ஸிண்டியும் இல்லை, பீட்டரும் இல்லை... ஆணியில் தொங்கும் துணிகளும் இல்லை.

அடிவயிற்றில் பயம் முடிச்சுகளைப் போட, ஏர்பேக் எங்கே என்று தேடினான்... ம்ஹூம், இல்லை. பதிமூன்று கிராம் ப்ரவுன் ஷுகர், எழுநூறு ரூபாய்ப் பணம், ஓரிரு ஜீன்ஸ், டீ ஷர்ட்களைத் தன்னுள் அடக்கிக்கொண்டிருந்த ஏர்பேக்கும் இல்லை.

செயலிழந்து போனவன், ஸிண்டியும், பீட்டரும் ஏமாற்றமாட்டார்கள், வெளியில் போயிருக்கிறார்கள், வந்துவிடுவார்கள் என்ற அசட்டு நம்பிக்கையுடன் ஒரு 'சேஸ்' பண்ணிவிட்டு மீண்டும் உறங்கிவிட்டு, இப்போதுதான் கண் விழித்திருக்கிறான்.

ஸிண்டியும், பீட்டரும் வரமாட்டார்கள்... இனி ஜோல்னாப் பை, அதில் இருக்கும் சாமான்கள், சட்டைப் பையில் வைத்திருக்கும் பத்து ரூபாய் சில்லறை, ஒரு சால்வை இவைதான் மிச்சம்... இதுதான் நிஜம்.

ப்ரேம் மெல்ல எழுந்து வெளியில் வந்தான்.

வரவேற்பறையில் அமர்ந்திருந்த ஹோட்டல் முதலாளி இவனைக் கண்டதும், "இங்க வாங்க, தம்பி..." என்று அழைத்தார்.

"இப்பத்தான் எழுந்துக்கறீங்களா? அந்த வெள்ளைக்காரங்க உங்களை எழுப்பிப் பாத்தாங்களாம்... முடியலையாம். 'ராத்திரியே மதுரைக்குப் போறோம்னு சொல்லிட்டோம், ஆனாலும் எழுந்ததும் நீங்களும் சொல்லிடுங்க'ன்னு சொன்னாங்க... ரொம்ப நல்ல மனுஷங்க... நா சாதாரணமா ஹிப்பிகளுக்கு அறை வாடகைக்கு விடறதில்ல... அவங்க நல்ல மாதிரியா இருந்ததால, குடுத்தேன். வாராவாரம் முன்பணமா வாடகை தந்துடுவாங்க... இப்பக்கூட சனிக்கிழமை வரைக்கும் வாடகை இருக்கு... அப்பறம் நீங்களும் முன்பணம் தந்துடணும்... 'எங்களுக்கு ரொம்ப வேண்டப்பட்ட பையன், பாத்துக்கங்க'ன்னு அவங்க சொல்லிட்டுப் போயிருக்காங்க... அவங்க பேரக் கெடுக்காதீங்க, என்ன தம்பி?"

அத்தனைக்கும் சரி என்று தலையாட்டிவிட்டு ப்ரேம் தெருவுக்கு வந்தான்.

இன்னும் இரண்டு நாள்களுக்கு இந்த அறையில் இருக்கலாம். அப்புறம்?

பணத்துக்கு என்ன வழி?

யோசனையுடன் நின்றிருந்தவனை, ஒரு வெள்ளை பென்ஸ் கார் கடந்து செல்ல, அதை ஓட்டிச் சென்ற நபரைப் பார்த்த ப்ரேம், பொறிதட்டின மாதிரி நின்றான்.

தேவநாதன் அங்கிள்!

எஸ்டேம் சொந்தக்காரர், கொழுத்த பணக்காரர், கோடை தப்பாமல் கொடைக்கானலுக்கு வருபவர், அப்பாவின் நெருங்கின நண்பர்.

இவரைப் போய்ப் பார்த்தால் என்ன?

'சினேகிதர்களுடன் உல்லாசப் பயணம் வந்தேன், அங்கிள். எல்லார் பணத்துக்கும் நான்தான் பொறுப்பு. எப்படியோ பணம் வைத்திருந்த பை காணாமல் போய்விட்டது. ஹோட்டல் பில்

கொடுக்க அவசரமாய் ஆயிரம் ரூபாய் தேவைப்படுகிறது. கொடுத்து உதவினால், ஊருக்குப் போனதும் அப்பாவிடம் வாங்கித் திருப்பித் தந்துவிடுகிறேன்' என்றால்?

அப்பாவுக்கு ஒரு போன் பண்ணிவிட்டுத் தரட்டுமா என்று அங்கிள் கேட்டால், வேண்டாம் அவருக்குக் கோபம் வரலாம், நேரில் போய் கூறிக்கொள்கிறேன் என்ற சொல்லி எப்படியாவது சமாளிக்க முடியாதா?

முடியும்... முடிய வேண்டும்.

பணத்தை வாங்கிக்கொண்டு ராத்திரியே மதுரைக்குப் போய், எங்காவது அந்தத் திருட்டு பாஸ்டர்ட்ஸ் கண்ணில் தென்படுகிறார்களா என்று பார்க்க வேண்டும்.

பிறகு, கையில் பணம் இருக்கும்போதே, கோவா, நேபாள் என்று கண்காணாத இடத்துக்குப் போய் யாரையும் நம்பாமல் தனியாய் இஷ்டப்படி வாழ வேண்டும்.

தனக்குத்தானே சிந்தித்து, முடிவெடுத்து, அறைக்கு வந்து, ஷேவ் செய்து, குளித்து, தலைவாரி சுத்தமான மாணவத் தோற்றத்துடன் கிளம்பியபோது, தேவநாதன் கண்டிப்பாய் தான் விரிக்கும் வலையில் விழுவார், கடுகத்தனைகூட சந்தேகப்படமாட்டார் என்கிற தைரியம் ப்ரேமுக்குள் நிறையவே இருந்தது.

போதையின் சில அவலங்கள்,

இந்தக் கட்டத்தில், சதா போதையில் இருக்கவேண்டிய நிர்ப்பந்தம் உள்ள 'அடிக்ட்'களின் அவலங்களைக் கொஞ்சம் தொட்டுக்காட்டுவது அவசியமென்று நினைக்கிறேன்.

மூர்த்தி என்னும் பையன், ஆறு மாசங்களாக ஹெராயின் உபயோகிக்கிறான். தொடக்கத்தில் புகைத்து, சேஸ் செய்தவனக்கு, இன்று போதை அதிகம் தேவைப்படுகிறது. மருந்தைத் தண்ணீரில் கரைத்து ஒரு நாளைக்கு மூன்று

அல்லது நான்கு தடவை ரத்தநாளங்களில் ஊசி மூலம் ஏற்றிக்கொள்ளும் இவன், தண்ணீர் அவசரமாகக் கிடைக்காத சந்தர்ப்பங்களில், கக்கூஸில் தேங்கிநிற்கும் 'கிளாஸட்' நீரை உபயோகிக்கிறான். 'என்ன, மூர்த்தி... இது அசிங்கம் இல்லையா? தவிர, சுகாதாரத்தைப்பற்றி நினைக்க வேண்டாமா?' என்றால், 'அசிங்கம் என்றால் அசிங்கம், இல்லையென்றால் இல்லை... ஆறிலும் சாவு, நூறிலும் சாவு' என்று வேதாந்தம் பேசுகிறான்!

அடுத்து, மனோ... இவன் பம்பாய்க்குச் சென்றபோது, அங்கு 'ஸ்பெஷர் போதை' தருவதாகக் கூறி நண்பன் ஒருவன் ஓர் இடத்துக்கு அழைத்துச் சென்ற அனுபவத்தை அவனே கூறுகிறான், கேளுங்கள்... "போதை போதாம தவிக்கறவங்க நடுவுல, பாம்பு, தேள்கடி எடுக்கற பழக்கம் இப்பப் பரவலா காணப்படுதுங்க. ஒரு பாம்புக் கடிக்கு 40, தேள் கடிக்கு 25 ரூபான்னு சார்ஜ் பண்றாங்க. முதல்ல விரல் நுனில கட்டு போட்டுட்டு பாம்ப கடிக்க விடுவாங்க... படிப்படியா அந்த விஷம் தர்ற போதைக்குப் பழகினப்பறம் கையில, கடைசியா நாக்குல கடிய வாங்கிக்கறாங்க... ஆனாலும், ரொம்ப கோரம்ங்க... பாத்தப்ப உடம்பு நடுங்கிப்போச்சு! வேண்டாம்யா இந்தக் காட்டுமிராண்டித்தனம்னு ஓடிவந்தவன், இப்ப க்ளினிக்ல சேந்து வைத்தியம் எடுத்துக்கறேங்க... போதைமருந்தும், அதோட விளைவுகளும் நமக்கு நாமே செஞ்சுக்கற தீமை மட்டுமல்ல, மகா கொடுமையும் கூடங்க... இது மெதுவான தற்கொலைதான்... சந்தேகமே இல்ல! இதை எல்லாரும் முதல்ல உணரணும்!"

——

22

“அம்மா... நா போய்ப் பாத்துட்டு வந்திடறேன்... அப்பா வந்தா சொல்லுங்க...”

“அவசியம் போகணுமா, ஸந்தியா? ரெண்டு நாளா நீயும் முயற்சி பண்ணித்தான் பாக்கறே... ஆனா, அந்தப் பிள்ளை வாயத் திறந்து எதையுமே சொல்ல மாட்டேன்றானே?”

“இன்னிக்கு அவனை எப்படியும் பேச வெச்சுடுவேன்ற நம்பிக்கை இருக்கு... அதுக்கு ஐநூறு ரூபா பணம் வேணும்மா...”

“பணமா? எதுக்கு, ஸந்தியா?”

“நேத்து நா புறப்படறதுக்கு முன்னால, ‘ஏற்கனவே அவனால உண்டான பணக்கஷ்டத்தை, மத்த பிரச்சினைங்களை எப்படிச் சமாளிக்கறதுன்னு புரியாம அவஸ்தைப்பட்டுகிட்டு இருக்கேன்... தயவு பண்ணி என்னை இன்னும் தொந்தரவுக்கு உள்ளாக்காம இருங்க’னு சொன்னான். அவனா வாயத் திறந்து கேக்காமலேயே பணத்தைக் குடுத்து, அவன் மேல எனக்கு அக்கறை இருக்கறதா காட்டினா, பேசமாட்டானா?”

“முத்துகிருஷ்ணன் என்ன சொன்னார், மாது?”

“புதுசா ஒண்ணுமில்ல, ரேவதி... உள்ளூர்ல மூணு நாளா முடிஞ்சவரைக்கும் அலசிட்டோம்... முக்கியமா மண்ணடி, ராயபுரம், சௌகார்பேட்டைல ட்ரக்ஸ் டீல் பண்றவங்ககிட்டக்கூட ஆள் வெச்சு மறைமுகமா விசாரிச்சாச்சு... ஒரு சேதியும் தெளிவாத் தெரியல! ஆனா, சரக்கு விக்கறவன் ஒருத்தன் ஒரு

இன்ஃபார்மர்கிட்ட, 'ப்ரேம்னு எனக்கு ஒரு பையனத் தெரியும், அப்பப்ப வந்து சரக்கு வாங்கிப்போய் வெளில விப்பான். நாலு நாள் முன்னால இருவது கிராம் ப்ரவுன் ஷுகர் வாங்கிட்டுப் போனவன், அதுக்கு இன்னும் பணம் குடுக்கல... அதனால நானே அவனைத் தேடிட்டிருக்கேன். அகப்பட்டுகிட்டா தீத்துடுவேன்'னு சொன்னானாம்! இதை எவ்வளவு தூரம் நம்பறதுன்னு புரியலைன்னு முத்துகிருஷ்ணன் சொன்னார்."

"நிஜமோ பொய்யோ... கேக்கவே பயமா இருக்கே, மாது! தீத்துடுவான்னா என்ன அர்த்தம்? ஐம் ஸ்கேர்ட்..."

"உனக்கு உண்டான கவலைதான் எனக்கும் வந்தது, ரேவதி... அதனாலதான் இருவது கிராமுக்கு உண்டான பணத்தை முத்துகிருஷ்ணன்கிட்ட குடுத்து, அந்த இன்ஃபார்மர் மூலமா சரக்கு வித்தவன்கிட்ட சேத்துடச் சொல்லியிருக்கேன்."

"சரக்கு விக்கறவனைப் பிடிச்சு உள்ள தள்ளாம, போலீஸ் என்ன பண்ணிட்டிருக்கு, மாது?"

"ஆதாரமில்லாம யாரையும் எதுக்காகவும் அரெஸ்ட் பண்ண முடியாதும்மா... 'சரியான சந்தர்ப்பத்துக்காக வெயிட் பண்ணிட்டிருக்கோம், இன்னும் ரெண்டு மூணு நாள்ல பூரா கூட்டத்தையுமே வளைச்சுடுவோம்'னு முத்துகிருஷ்ணன் சொன்னார்."

"அவங்க என்ன வேணா பண்ணிக்கட்டும்... முதல்ல ப்ரேம் விஷயத்தைக் கவனிக்கச் சொல்லுங்க! எங்க இருக்கான்னு ஏதாவது விவரம் தெரிஞ்சுதா?"

"ம்ஹூம்... சரக்கு குடுத்தவன்கிட்டேந்து தப்பிக்க வெளியூருக்குப் போயிருக்கலாம்னு டி.ஐ.ஜி. நினைக்கறார்... ப்ரேமுக்கு அலாதியா பிடிச்ச சினேகிதங்க, ஊர் ஏதாவது இருந்தா சொல்லுங்கன்னார்..."

"என்ன சொன்னீங்க?"

"வீட்டுக்கு வந்து உன்கிட்டயும் ஸந்தியாகிட்டயும் பேசிட்டுச் சொல்றேன்னு சொன்னேன்... ஆமா, ஸந்தியா எங்க?"

"அப்புவப் பாக்கப் போயிருக்கா... அதிருக்கட்டும், ப்ரேம் எங்க போயிருப்பான்னு உங்களால ஊகிக்க முடியுதா?"

"உண்மையச் சொல்லணும்னா, என்னால முடியலை..."

"அப்பறம்?"

"பேப்பர்ல படமும் செய்தியும் போடறது உபயோகமா இருக்கும், விளம்பரம் ஆயிடுமோன்னு செய்ய வேண்டியதைச் செய்யாம இருக்கறது தப்புனு முத்துகிருஷ்ணன் சொல்றார்... எனக்கும்... ஷ்... ஷ்... ரேவதி, அழாதம்மா... ப்ளீஸ்... நாலு பேருக்கு விஷயம் தெரிஞ்சா, தெரியவேண்டியதுதான்... மானம் அவமானத்துக்காக தயங்கர சமயமா இது?"

"ச... சத்தியமா நா கௌரவம் அது இதைப் பாக்கலீங்க... ந... நம்ம பையன் எங்க இருக்கானோ, என்ன பண்றானோன்னு நினைச்சுதான்... வே... வேதனைப்படறேன்... எப்படியோ வளக்க நினைச்ச பிள்ளை, எப்படியோ சீ... சீரழிஞ்சு..."

"இதுல ஐநூறு ரூபா பணம் இருக்கு... எடுத்துக்க, அப்பு..."

"பணமா? எ... எதுக்கு?"

"நீதான் நேத்து ப்ரேமால பணக்கஷ்டம் வந்திடுச்சுன்னு வருத்தப்பட்டுகிட்டியே... கமான், எடுத்துக்க... சமயத்துல உதவாதவங்க சினேகிதங்களா இருந்து என்ன பிரயோஜனம்!"

"ஐநூறு ரூபாயும் நா எடுத்துக்கலாமா? அப்பறம் திருப்பிக் கேப்பேளா?"

"சத்தியமா கேக்கமாட்டேன்! ஆனா, பதிலுக்கு நீ எனக்கு ப்ரேமப் பத்தி உனக்குத் தெரிஞ்சதைச் சொல்லி ஹெல்ப் பண்ணணும்..."

"எ... என்ன தெரியணும்?"

"எல்லாம்... தொடக்கத்துலேந்து எல்லாம்..."

"நா... நா... ஒரு சிகரெட் பிடிக்கலாமா?"

"....."

"இந்தப் பணம் பூரா எனக்குத்தானே?"

"கேட்டதையே கேட்டு நேரத்த வீணாக்காம, தயவு பண்ணி மனசுவிட்டுப் பேசு, அப்பு..."

"வந்து... சொல்றேன்... ஆனா, நா சொன்னதா யார்கிட்டயும், முக்கியமா ப்ரேம்கிட்ட சொல்லக்கூடாது... காலேஜ்ல சேந்து அஞ்சு நாள் ஆகியிருக்கும்... அப்ப, சுனில், சுனில்னு ஒரு பையன்... அவன், 'என் ரூமுக்கு வாங்கோ'னு பரத், ப்ரேமைக் கூட்டிண்டு போயி, முத தடவையா க்ராஸ் இல்ல கிராஸ், அதக் குடுத்து 'ஸ்மோக் பண்ணிப் பாருங்க'னு சொன்னான்... அன்னிக்கு ஆரம்பிச்ச பழக்கம்..."

"என்ன ஸந்தியா, இத்தனை நேரமாக்கிட்டே! இன்னும் வரலியேன்னு நாங்க கவலைப்பட ஆரம்பிச்சுட்டோம்... ஏன் எப்படியோ இருக்கே? அப்பு ஏதாவது சொன்னானா?"

"நிறைய சொன்னான்ப்பா... போன வருஷம் காலேஜ்ல சேந்த கொஞ்ச நாள்ல, சுனில்ன்ற பையன் மூலமா க்ராஸ் பிடிக்கற பழக்கம் வந்ததுல தொடங்கி, அத்தனையும் சொன்னான்ப்பா! க்ராஸைத் தொடர்ந்து அவனும், பரத்தும் எல்.எஸ்.டி. மாத்திரைகளை முயற்சி பண்ணியிருக்காங்க... அதோட பயங்கர பாதிப்பாலதான் ஸூஸூகி விபத்து நடந்திருக்கு! அப்பறம் மைசூர் போனப்ப, விஜய்ன்ற பையனும் இவனும் ப்ரவுன் ஷுகர் உபயோகிக்க ஆரம்பிச்சிருக்காங்க... அதுலேந்துதான் தடதடன்னு பாதாளத்துக்கு சரிஞ்சு விழுந்திருக்கான்! பணம் போதாம திருடத் தொடங்கினவன், அதுவும் போதாம, சரக்கு வாங்கி விக்க ஆரம்பிச்சு... நம்ப ப்ரேம் ஒ... ஒரு பெட்லரா... தெருத்தெருவா... அம்மா, அதையெல்லாம் கேட்டப்ப நா உடைஞ்சு போயிட்டேம்மா..."

"போதும், ஸந்தியா! மேல சொல்லாதே, ப்ளீஸ்... சின்னக் குழந்தைன்னு நினைச்சிட்டிருந்த நம்ம ப்ரேமா இப்படி... இப்படி...? என்னால தாங்க முடியல, மாது..."

"அம்மா... அம்மா..."

“கமான், ஸந்தியா... கண்ட்ரோல் யுவர்செல்ஃப்... நடக்கக்கூடாதது நடந்துடுச்சு... இனிமே, ப்ரேமை உடனே எப்படிக் கண்டுபிடிக்கறது, அவனைச் சரியாக்க என்ன பண்றதுன்னு யோசிச்சு காரியத்துல எறங்கறதை விட்டு, இப்படி அம்மாவோட நீயும் சேந்து அழுதிட்டிருந்தேன்னா எப்படிம்மா? தேத்திக்க... அம்மாக்கும் தைரியம் சொல்லு...”

“முடியலியேப்பா... அன்னிக்கே இத்தனையும் தடுத்து முளையில கிள்ள வாய்ப்பு கிடைச்சும் அதைச் செய்யாம அசடா இருந்திட்டேன்றதை நினைக்கறப்ப, குத்த உணர்ச்சிய என்னால தாங்க முடியலப்பா...”

“என்னது! அப்படீன்னா, ப்ரேமுக்கு ட்ரக்ஸ் பழக்கம் உண்டுனு உனக்கு முதல்லியே தெரியுமா?”

“ட்ரக் அடிக்ட்னு தெரியாதுப்பா... ஆனா, ஏழெட்டு மாசம் முன்னாலியே அவன் சாதாரணமா இல்லாத மாதிரியும், சிகரெட் உபயோகிக்கறான்னும் மனசுக்குப்பட்டது... விசாரிச்சேன்... ‘சிகரெட் பிடிக்கறது நிஜம்தான், ஆனா விட்டுடறேன்’னு அவன் சொன்னதை நம்பினேன்... அதான் உங்க வரைக்கும் விஷயத்தைக் கொண்டுவரல! அன்னிக்கே உங்ககிட்ட சொல்லி, எல்லாருமா ப்ரேமை இன்னும் நல்லா கவனிச்சிருந்தா, இன்னிக்கு பிரச்சினை இவ்வளவு தூரத்துக்கு வளந்திருக்காது, இல்லியாப்பா?”

“பெரியவங்க எங்களாலயே சரியா அவனப் புரிஞ்சுக்க முடியாமப் போனப்ப, சின்னப் பொண்ணு நீ என்னம்மா பண்ணுவே? தப்பு முழுக்க என் பேர்லதான்... வேலை வேலைன்னு வீட்டுல தங்காம நா இருந்ததுக்கு...”

“தப்பு என் பேர்லயும்தான், மாது... ‘ப்ரேம் சரியா இல்ல, எப்படியோ இருக்கான்’னு புலம்பிகிட்டே இருந்தேனே தவிர, அவனைப் பக்குவமா நெருங்கி, என்ன பிரச்சினைன்னு தெரிஞ்சுக்க முயற்சி பண்ணேனா? இல்லியே!”

“அப்பு சொல்றான்ம்மா... ப்ரேமுக்குள்ள பெரிசா குறை இருந்துதாம்... ‘அப்பா அம்மாக்கு ஸந்தியாதான் உசத்தி, நா

மட்டம்! சதா அவளப்பத்தி உசத்தியா பேசுவாங்க... டென்னிஸ் ஆட விட்டிருந்தா, இதுக்குள்ள நா ஸ்டேட் சேம்பியனா ஆகியிருப்பேன். கிடார் ட்யூஷனுக்குப் போகச் சம்மதிச்சிருந்தா, கச்சேரி குடுக்கற ஸ்டாண்டர்டுக்கு வந்திருப்பேன்... ஆனா, எங்க? அப்பா அம்மாக்குப் பிடிச்சதைத்தான் நா பண்ணணுமே தவிர, எனக்குப் பிடிச்சதை அவங்க எங்க செய்யவிட்டாங்க? நோபடி லைக்ஸ் மீன்னு அப்பப்ப வாய்விட்டு அழுவானாம்! ச்சே என்ன வாழ்க்கை இது, எங்கயாவது கண் காணாம ஓடிடலாம்னு இருக்கு'ன்னு வெறுப்பா பேசுவானாம்!"

"ஐயோ... முருகா... என் சின்னப் பிள்ளைக்குள்ள இத்தனை குறையா? வேதனையா? தப்பு பண்ணிட்டமே, மாது... தெரியாத்தனத்தால அந்தக் குழந்தை மனசை நோகடிச்சிட்டமோ?"

"என்னால அவனைப் புரிஞ்சுக்க முடியல, ரேவதி... அவனுக்கு நாம என்ன குறைவெச்சோம்? அவன் நல்லதுக்குத்தானே பாடுபட்டோம்? நாளைக்கு அவன் பணம் காசோட அந்தஸ்தா இருக்கணும்னுதானே படின்னு சொன்னோம், கண்டிப்பா இருக்கப்பாத்தோம்!"

"இல்ல, மாது... தயவுபண்ணி பிள்ளை இப்படி குறைப்பட்டுகிட்டானேன்ற வருத்தத்துல பேசாம, நிதானமா யோசனை பண்ணிப் பாருங்க... ப்ளீஸ்... நாம நம்ம கண்ணோட்டத்துலேந்தே பாத்திருக்கோமே தவிர, அவன் எடத்துலேந்து பாக்கல... இதை ஒத்துக்கிட்டே ஆகணும்!"

"அம்மா சொல்றது எனக்கும் சரின்னுதான் படுதுப்பா..."

"உன்னையும் அவனை மாதிரிதானே வளத்தோம்? நீ மட்டும் ஒழுங்கா இல்லியா, ஸந்தியா?"

"என் குணம் வேற, அவனுது வேறப்பா... அதோட, நான்னா உங்களுக்கு உசத்தி, அவன்னா மட்டம்ன்ற தப்பான எண்ணம் எப்படியோ ப்ரேமுக்கு வந்துடுச்சு..."

"என்னம்மா இது..."

“இல்ல, மாது... ஷீ ஈஸ் ரைட்! நாம எப்ப ஸந்தியாவப்பத்தி உசத்தியா பேசினாலும், ‘அவளையும் என்னையும் கம்பேர் பண்ணாதீங்க, எனக்குப் பிடிக்கல’ன்னு அவன் எத்தனையோ தடவை சொல்லியிருக்கான்... நாமதான் அதை சீரியஸா எடுக்கல! காலம் மாறிட்டதை பூரணமா புரிஞ்சுக்காம, கண்ணைக் கட்டிவிட்ட குதிரையா ஓரளவுக்கு இருந்திட்டோம், மாது... நாம வளந்த விதம் வேற, இன்னிக்குப் பசங்க வளர்ற விதம் வேற... லெக்சரர் ஹுசேன் சொன்ன மாதிரி, பிள்ளைங்களைப் பெத்துட்டா மட்டும் போதாது... அவங்களை நல்லவிதமா ஆளாக்கி, நல்லது கெட்டதப் புரிஞ்சுக்க வெக்கறதும் பெத்தவங்களான நம்ம கடமைதான்! நாம தவறிட்டோம்... தெரிஞ்சோ தெரியாமயோ, தப்பு பண்ணிட்டோம்... இதான் நிஜம்!”

“ஓகே, ஓகே... ஒரு தகப்பன்ற ஈகோவக் கழட்டி வெச்சிட்டு நீ சொல்றத நா ஒத்துக்கறேன்... முதல்ல ப்ரேமக் கண்டுபிடிக்கற வழியப் பாக்கலாம், அப்பறம் நாம எல்லாருமா ஒண்ணா சேந்துகிட்டு பழைய ப்ரேமா மாத்தியே ஆகணும்! மாத்துவோம்... திஸ் ஈஸ் ப்ராமிஸ்! முத்துகிருஷ்ணன் சொன்ன மாதிரி, பேப்பர்ல விளம்பரம் குடுத்... ஸந்தியா, போன் அடிக்குது பாரும்மா... யாரா இருந்தாலும் நா இல்லேன்னு சொல்லிடு...”

“கொடைக்கானல்லேந்து தேவநாதன் அங்கிள் பேசறார்ப்பா...”

“அப்பா வீட்ல இல்லேன்னு சொல்லும்மா... யாரோடயும் பேசற நிலைல நா இல்ல...”

“அவசரமா பேசணுமாம்... சொந்த விஷயம்னு சொல்றார்...”

“ஓ... ஹெல்!”

“ஹலோ...”

“மாதவன்? எப்படி இருக்கீங்க?”

“இதக் கேக்கத்தான் கூப்பிட்டீங்களா, தேவநாதன்?”

“இல்ல... ப்ரேம் இங்க வந்திருக்கான்னு சொல்லத்தான் கூப்பிட்டேன்...”

“வாட்! ப்ரேம்? அங்க? தேங்க் காட்! ரேவதி... இங்க வா... ப்ரேம் கொடைக்கானல்ல இருக்கானாம், தேவநாதன் சொல்றார்!

தேங்க்யூ, தேவநாதன்... மூணு நாளா நாங்க படற அவஸ்தை எங்களுக்குத்தான் தெரியும்! அவன் பக்கத்துல இருக்கானா? என்கிட்ட பேசச் சொல்றீங்களா?"

"முதல்ல என்னைப் பேச விடுங்க, மாதவன்! அரைமணி முன்னால ப்ரேம் என் வீட்டுக்கு வந்தான்... 'எக்ஸ்கர்ஷன் வந்தோம், பணம் தொலைஞ்சிடுச்சு, ஆயிரம் ரூபா வேணும், ஊருக்குப் போய் அனுப்பிடறேன்'னு சொன்னான்... பேச்சு, பார்வைல ஒரு பதட்டம் இரந்த மாதிரி தோணிச்சு! நாலைஞ்சு கேள்வி யதார்த்தமா கேட்டேன்... எல்லாத்துக்கும் தப்புத்தப்பா பதில் சொன்னான். போன வாரம் போர்ட் மீட்டிங்ல உங்களைப் பாத்திருக்கேன்... அவன் என்னடான்னா, 'அப்பா பத்து நாளா பம்பாய்ல இருக்கார்'னு சொல்றான்! ஏதோ தப்பு நடக்கறதா தோணிச்சு... பணம் எடுத்துட்டு வரேன்னு சொல்லிட்டு உள்ள வந்து உங்களுக்கு போன் பண்றேன்... இப்ப நா என்ன பண்ணணும்?"

தேவநாதனைத் தாமதிக்கச் சொல்லி, போன் ரிசீவரைக் கையால் மூடி, மனைவி பெண்ணுடன் கலந்தாலோசித்து, கௌரவத்தைவிட பிள்ளையை மீட்பது முக்கியம் என்பதை உணர்ந்து, "நூறு ரூபா குடுத்துட்டு, பாக்கியக் காலைல பாங்க்லேந்து ட்ரா பண்ணித் தர்றதா சொல்லுங்க... முடிஞ்சா, உங்ககூடவே வெச்சுக்கப் பாருங்க... முடியாட்டியும், அவனைக் கண்பார்வைலேந்து விட்டுடாதீங்க! ப்ரேம் ஒரு ட்ரக் அடிக்ட்... அவனுக்கு உதவி தேவை. நாங்க உடனே புறப்பட்டு அங்க வந்துடறோம்... அதுவரைக்கும் அவனுக்கு எந்தச் சந்தேகமும் வராம, ஆனா, எப்படியாவது அவனைப் பாதுகாத்திடுங்க... ப்ளீஸ்... தேங்க்ஸ் எ லாட்!" என்று கூறி தொடர்பைத் துண்டித்த பின்னர், மனோதத்துவ நிபுணரும் நெருங்கின நண்பருமான டாக்டர் ரெட்டியைச் சந்தித்து, ப்ரேமின் நிலையைக் கூறி, அவனை எப்படிக் கையாள வேண்டும் என்பது பற்றி சுருக்கமாகத் தெரிந்துகொண்டு, டிரைவரை வேண்டாமென்று சொல்லிவிட்டு தானே ஓட்டிக்கொண்டு மனைவி பெண்ணோடு மாதவன் கொடைக்கானலுக்குக் கிளம்பினபோது, இரவு மணி சரியாக பதினொன்று.

மன இயல் நிபுணரின் கண்ணோட்டத்தில் குழந்தை வளர்ப்பு,

கடுமையான விமர்சனங்களோடு வளர்க்கப்படும் குழந்தை, எதையும் மட்டம்தட்டி, ஒதுக்கக் கற்றுக்கொள்கிறான்.

நையாண்டி செய்து வளர்க்கப்படும் குழந்தை, எதைக் கண்டும் வெட்கி, ஒதுங்க ஆரம்பிக்கிறான்.

அவமான உணர்ச்சியோடு வளர்க்கப்படும் குழந்தை, குற்ற உணர்வுகளுக்கு அடிமையாகிப் போகிறான்.

பொறுப்போடு வளர்க்கப்படும் குழந்தை, நிதானத்தோடு இருக்கிறான்.

சரியான தூண்டுதலோடு வளர்க்கப்படும் குழந்தை, தன்னம்பிக்கையோடு திகழ்கிறான்.

தக்க பாராட்டுகளோடு வளர்க்கப்படும் குழந்தை, நல்லவற்றை ரசிக்கக் கற்கிறான்.

நியாய உணர்வோடு வளர்க்கப்படும் குழந்தை, மற்றவர்களை நம்பப் பழகுகிறான்.

தட்டிக் கொடுத்து வளர்க்கப்படும் குழந்தை, தன்னையே புரிந்துகொண்டவனாக இருக்கிறான்.

அன்பு, நட்பின் அர்த்தம் புரிந்து வளர்க்கப்படும் குழந்தை, நிஜமான அன்பைக் கொடுக்கவும், பதிலுக்கு அதைப் பெறவும் தெரிந்துகொள்வதால், ஆயுசுபர்யந்தம் நிம்மதியாக இரக்கும் வழியை உணர்ந்துகொள்கிறான்.

——

23

கால்மணி நேரம்!

பணம் எடுத்து வர இத்தனை நேரமா?

என்ன பண்ணுகிறார் உள்ளே அங்கிள்?

ஒருவேளை ஆன்ட்டி, 'எதற்காகப் பணம் கொடுக்கிறீர்கள்?' என்று கோபிப்பதால் இந்தத் தாமதமா?

இல்லை, சின்னப் பையனை நம்பி ஆயிரம் ரூபாய் கொடுக்கலாமா வேண்டாமா என்று அங்கிள் யோசிக்கிறாரா?

ஆயிரம் ரூபாய் கேட்டது அதிகமோ?

அத்தனை இல்லாவிட்டால் பரவாயில்லை, ஐநூறு கொடுங்கள், சமாளித்துக் கொள்கிறேன் என்று சொல்லிவிடலாமா?

அதுவே அதிகம் என்று எண்ணினால்?

முன்னூறு... இருநூறு...?

சட்!

மாளிகை மாதிரி வீடு, பெரிசாய் எஸ்டேட் ஓனர் என்ற பெயர்... ஆனால், நெருங்கின நண்பனின் மகனுக்கு ஆயிரம் ரூபாய் கொடுக்க மனசில்லை.

கருமி! வடிகட்டின கருமி!

வேண்டாத கற்பனை அதிகமானதில், இருப்புக்கொள்ளாமல் போக, ப்ரேம் எழுந்தான்.

மெதுவாக நடந்து ஜன்னலருகில் சென்று தோட்டத்தை ஏறிட்டான்.

இருட்டில் எதுவும் பார்வையில் பதியாமல் மசமசக்க, அறைக்குள் வளைய வந்தான்.

காட்டெருமைத் தலைகள்...

துப்பாக்கிகள்...

வெள்ளிக் கோப்பைகள்...

நகர்ந்தவன், நின்றான்.

கண்ணாடி அலமாரி நிறைய சின்னதும் பெரிசுமாய் வெள்ளியினால் செய்யப்பட்ட கோப்பைகள்... பக்கத்திலேயே, வெளிநாட்டில் வாங்கப்பட்ட வெள்ளி க்யூரியோ சாமான்கள்...

சென்ற இரண்டாம் வருஷம் விடுமுறையில் அப்பா, அம்மாவோடு கொடைக்கானலுக்கு வந்தபோது, இந்த வீட்டிலேயே விருந்தினர்களாகத் தங்கினதும், 'அந்த க்யூரியோஸ் எல்லாம் பாத்தீங்க இல்ல? அத்தனையும் அசல் வெள்ளி! லண்டன்ல ஆர்டர் குடுத்து வாங்கினதாம்! ஒண்ணுண்ணும் என்ன அழகு! கனம்!' என்று அம்மா கண்ணகல தனிமையில் பேசினதும் நினைவுக்கு வர, சட்டென்று நாக்கில் எச்சில் ஊறியது. விரல் நுனிகள் பரபரவென்றன.

சாண் உயரமுள்ள இந்தக் கலைப்பொருட்களில் இரண்டை அமுக்கிவிட்டாலும், நல்ல விலைக்கு விற்கலாமே!

ப்ரேம் தலையைத் திருப்பி, சுற்றிலும் ஒரு பார்வை பார்த்தான்.

ம்ஹூம், யாரையும் காணோம்.

கையை நீட்டி ஒரு வெள்ளிக் குதிரை, கப்பல் பொம்மைகளை அவசரமாய் எடுத்து ஜோல்னாப் பைக்குள் போட்டவன், காலியாக இருந்த இடங்களில் கோப்பைகளை நகர்த்தி வைத்துவிட்டு, சின்னதாக விசிலடித்தபடி நகர்ந்தான்.

வரவேற்பறையை ஒட்டிய லைப்ரரி...

அதனுள் நுழைந்தவனை, மேஜைமேல் இருந்த தங்கப் பேனாவும், அலங்காரக் குட்டி அலாரமும் கவர, எந்தவிதத் தயக்கமும் இன்றி அவற்றையும் பைக்குள் போட்டுக்கொண்டு திரும்பினபோது, "ப்ரேம்..." என்று தேவநாதன் அழைப்பது கேட்டது.

"இங்க இருக்கேன், அங்கிள்... புக்ஸ் எல்லாம் பாத்துகிட்டு..."

"ஸாரிப்பா... காக்க வெச்சிட்டேன்! இப்படி வா... உக்காரு..."

பையில் சாமான்கள் துருத்திக்கொள்ளாமல் இருக்கின்றனவா என்று ஓரக்கண் பார்வை பார்த்தபடி ப்ரேம் அமர்ந்தான்.

"மதுரைல ஒரு விசேஷம்னு ஆன்ட்டி மத்தியானம் புறப்பட்டுப் போனாங்க... போறப்ப சாவிக்கொத்தை கவனப்பிசகா எடுத்திட்டுப் போயிட்டாங்களா, இல்ல எங்கயாச்சும் வெச்சிட்டுப் போயிட்டாங்களான்னு தெரியல... நானும் பத்து நிமிஷமா தேடறேன், கிடைக்கல..."

மேலே கேட்க முடியாதபடி ப்ரேமுக்குள் ஏமாற்றம் வெடித்தது.

"என்ன அங்கிள், ஆன்ட்டி போயிட்டா என்ன? ஒரு ஆயிரம், இல்ல ஐநூறு கூடவா உங்ககிட்ட இல்ல?"

ஆத்திரத்துடன் பேசியவனைப் பார்த்து தேவநாதன் இதமாகப் புன்னகைத்தார்.

"சில சமயம் நம்மையும் அறியாம இப்படித்தான் ஏதாவது அசட்டுத்தனமா செஞ்சிடறோம்... இப்ப என்கிட்ட பணம் இல்ல... இதான் நிஜம்! வெளில போறப்ப உதிரியா பையில போட்டுகிட்ட இருநூத்திச் சில்லறை இருக்கு... அவசரத் தேவைக்கு இதை எடுத்துக்க... காலைல ஆன்ட்டி வந்துடுவாங்க... இல்லேன்னாலும் ஆபீஸ்ல கேட்டு வாங்கித்தரேன்!"

அவர் நீட்டிய இருநூறு ரூபாயை ப்ரேம் வாங்கிக்கொண்டான்.

ஒன்றுமே இல்லாமல் வெறுக்கையோடு போவதற்கு இது மேல் அல்லவா!

காலை உபயோகத்துக்கு ப்ரவுன் ஷுகர் இல்லை... இங்கு கிடைக்குமா கிடைக்காதா என்ற விவரம்கூடத் தெரியவில்லை.

குளிரில் அவதிப்படுவதற்குப் பதிலாக, ராத்திரியே பஸ் கிடைத்து மதுரைக்குப் போய்விட்டால், அங்கு எப்படியாவது சமாளித்துவிடலாம்.

முதல் வேலையாய், இங்கு எடுத்த சாமான்களை விற்றுவிட்டால், அந்தப் பணமும் கை கொடுக்கும்... அப்புறம்...

"அப்ப, காலைல வர்றியா?"

ப்ரேம் அலட்சியமாய் சூள்கொட்டினான்.

"பாக்கலாம்... என்னோட இன்னொரு சினேகிதனும் பணத்துக்கு முயற்சி பண்றேன்னு சொல்லியிருக்கான்... அது கிடைச்சிட்டா, வரமாட்டேன்."

ப்ரேமின் மூளை வேறு எந்தப் பாதையிலோ வேலை செய்வதைப் புரிந்துகொள்ள முடிய, தேவநாதன் தான் ஏற்கனவே யோசித்து வைத்திருந்த அஸ்திரத்தை நிதானமாக வெளியிட்டார்.

"காலைல வர்றியான்னு ஏன் கேட்டேன்னா, உன்னால எனக்கொரு காரியம் ஆகவேண்டியிருக்கு, ப்ரேம்... போன மாசம் மெட்ராஸுக்கு வந்திருந்தப்ப, ஒரு ஞாயித்துக்கிழமை அன்னிக்கு அவசரமா எனக்குப் பணம் தேவைப்பட்டது... உங்கப்பாவுக்கு போன் பண்ணி வாங்கிட்டதை உடனே திருப்பிக்குடுக்க வழியில்லாம, நா ஊருக்கு வந்திட்டேன்! உங்கப்பாவும் பம்பாய் போயிட்டார். அந்த ஐயாயிரத்தையும் உன்கிட்ட குடுத்திடலாமேன்னுதான் காலைல வர்றியான்னு கேட்டேன்... உனக்கு இங்க வர்றது கஷ்டமா இருந்தா சொல்லு, ஹோட்டலுக்கு ஆள் மூலமா அனுப்பிடறேன்..."

ஐ...யா...யி...ரம்!

வாவ்!

திடுமென இப்படியொரு குருட்டு அதிர்ஷ்டம் அடிக்குமென எதிர்பார்க்காத ப்ரேம், ஸ்தம்பித்தான். திமிறிக்கொண்டு எழுந்த பரபரப்பை அடக்கத் தெரியாமல் மீண்டும் உட்கார்ந்தான்.

ஐயாயிரம்!

நேபாளுக்குப் போய் ஒரு வருஷம் பூராவும் எந்தவிதப் பிரச்சினையுமின்றி விஸ்ராந்தியாய் இரக்க உதவும் ஐயாயிரம்...

நாவால் உதடுகளை ஈரப்படுத்திக் கொண்டவன், தேவநாதனை நிமிர்ந்து பார்த்தபோது, பேராசை கண்களில் வெளிச்சம் போட்டிருந்தது.

“இந்த ஹெல்ப்கூட பண்ணாட்டி எப்படி, அங்கிள்! கண்டிப்பா காலைல நானே வரேன்... எப்ப வரணும், சொல்லுங்க...”

தேவநாதன் யோசித்தார்.

மாதவன் சென்னையை விட்டு எப்போது புறப்படுவார்? பத்து மணிநேரப் பயணம். என்ன முயன்றாலும், காலை எட்டு மணிக்கு முன் எதிர்பார்க்க முடியாது. வழியில் டயர் பஞ்சர், அது இது என்று வைத்துக்கொண்டாலும், பத்துக்குள் வந்துவிட மாட்டார்களா?

“பாங்க்லேந்து பணம் எடுக்கணும், ப்ரேம்... பதினோரு மணிக்கு வர்றியா?”

வருவதாகச் சொல்லிக் கிளம்பியவனை தேவநாதன் தடுத்து நிறுத்தினார்.

“இப்ப நீ அவசியம் ஹோட்டலுக்குப் போகணுமா? இங்கயே என்னோட தங்கிட்டு, காலைல பணத்தை வாங்கிக்கிட்டே போலாமே?”

“ஸாரி, அங்கிள்... ஃப்ரெண்ட்ஸ் தேடுவாங்க...”

“ஓகே தென்... இருட்டிப்போச்சு... கார்ல கொண்டுவிடச் சொல்றேன்... எந்த ஹோட்டல்ல தங்கியிருக்கே?”

“ஆ? காரெல்லாம் வேணாம், அங்கிள்... ஃப்ரெண்ட்ஸ் லேக் பக்கத்துல காத்துகிட்டிருப்பாங்க... நா அவங்ககூட சேந்து போயிடுவேன்...”

விடைபெற்றுக்கொண்டு ப்ரேம் படி இறங்கினதும், தேவநாதன் தோட்டக்காரனை அவசரமாய் அழைத்தார்.

“ஆன்டனி... இப்ப வெளில போறானே, அந்தப் பையன் பின்னாலியே அவனுக்கு சந்தேகம் வராத தினுசுல உன் பிள்ளை அடைக்கலத்தையும் கூட்டிக்கிட்டுப் போ... எங்க தங்கியிருக்கான், என்ன பண்றான்னு நைஸா தெரிஞ்சுகிட்டு, விவரத்தை அடைக்கலத்துகிட்ட சொல்லியனுப்பு! எக்காரணத்தைக் கொண்டும் அவனை உன் கண்பார்வைலேந்து விட்டுடாதே! காலைல பத்து மணி சுமாருக்கு அவனைப் பெத்தவங்க வந்துடுவாங்க... அதுவரைக்கும் கண்காணிக்கறது நம்ம பொறுப்பு! ரொம்ப கிட்டப் போகாதே, ஏதும் பேசாதே, பொறுப்பா நடந்துக்க... ஓடு!” என்று அனுப்பி வைத்தார்.

ஆன்டனியும், அடைக்கலமும் தன்னைத் தொடர்ந்து பின்னாலேயே வருவதை சற்றும் சந்தேகிக்காத ப்ரேம், மெல்ல நடந்து லேக்கை அடைந்தான்.

டீக்கடை ஒன்றைத் தாண்டும்போது, சிவந்த கண்களும் அரிவாள் மீசையுமாய் நின்றிருந்த தாட்டியான ஆள் ஒருவர் கடைக்காரரிடம், “சும்மா சொல்லக்கூடாது... இன்னிக்கு சரக்கு பிரமாதம்!” என்று கூறியது காதில் விழ, இவருக்கு ஒருவேளை ப்ரவுன் ஷுகர் பற்றி ஏதாவது தெரிந்திருக்குமோ என்ற ஆர்வத்தில் அருகில் போனான்.

“சரக்கு பிரமாதம்னு சொன்னீங்களே... எந்த சரக்கு, சார்?”

அந்த ஆள் சிவந்த விழிகளால் அவனை வெறித்தார்.

“அ? எதுவானா உனக்கென்ன?”

“சரி, சொல்ல வேணாம்... ப்ரவுன் ஷுகர் இங்க கிடைக்குமா? அதப்பத்தி உங்களுக்கு ஏதாச்சும் தெரியுமா?”

“அ?”

“புரியலியா? விடுங்க... மஷ்ரூம்ஸ் வேணும்னா, எங்க போயி யாரைப் பாக்கணும்? அதுவாவது தெரியுமா?”

மீசைக்காரர் டீக்கடைக்காரரை ஏறிட்டு, “பாவம்... பைத்தியம் போலருக்கு... பாத்தா பெரிய வீட்டுப் பையன் மாதிரி தெரியறான்...”

என, இனி அங்கு நிற்பதில் அர்த்தமில்லையென்று ப்ரேம் லாட்ஜைப் பார்க்க நடந்தான்.

ரூமுக்குப் போய் கட்டிலில் படுத்து, ஸ்மாக்கைப் பிடித்தபடி, காலைத் தேவைக்கு என்ன பண்ணுவோம், இந்த பீட்டர் தடியன் போனதுதான் போனான் காளான்கள் எங்கு கிடைக்குமென்று சொல்லிவிட்டாவது போயிருக்கக்கூடாதா என்று எரிச்சல்பட்டுக் கொண்டிருந்த நிமிஷத்தில், லாட்ஜ் பையன் எட்டிப்பார்த்தான்.

“என்னடா?”

“மணி எட்டாச்சுங்க... வெளிய போய் சாப்பிடப் போறீங்களா? இல்ல, ரூமுக்கு வாங்கியாறவா?”

பேசியவனை ப்ரேம் கண் சிமிட்டாமல் பார்த்தான்.

இவனைக் கேட்டால் என்ன?

ஹோட்டல், லாட்ஜ்களில் வேலை பார்க்கும் சிப்பந்திகளுக்குத் தெரியாத சமாச்சாரம் இல்லை என்பார்களே!

“டேய்... இங்க வா...”

“என்னங்க?”

“இந்த ரூம்ல இருந்தானே பீட்டர், அவன் எங்கேந்து மஷ்ரூம்களப் பிடுங்கிட்டு வருவான்னு உனக்குத் தெரியுமா? சொன்னேன்னா, அஞ்சு ரூபா தருவேன்...”

“என்னதுங்க?”

“மஷ்ரூம்ஸ்டா... காளான்... இதப்பாரு, இதை மாதிரி...”

ஜோல்னாப் பையில் வதங்கிப் போயிருந்த காளானை எடுத்து நீட்ட, பையன், “அட... நாய்க்குடை!” என்றான்.

“அ... ஆமா... நாய்க்குடைதான்! இது இங்க ஏராளமா கிடைக்குமாமே! எங்க கிடைக்கும்னு சொல்லுவியா?”

“உங்களுக்குத் தேவைப்படுதா?”

“ம்...”

பையன் கண்களை இடுக்கிக்கொண்டான்.

"இது லேசுல கிடைக்காதுங்க... உங்களுக்காக வேணா தேடி எடுத்தாரேன், ஆனா பத்து ரூபா தரணும்! சரிங்களா?"

"இப்பவே எடுத்திட்டு வருவியா?"

"அத்தன அவசரமா? ஜோஸஃப் தோட்டம் வரைக்கும் போயிட்டு வரணுமே..."

"பதினைஞ்சு ரூபா தரேன்... இந்தா, அட்வான்ஸ் அஞ்சு ரூபா... ராத்திரியே கொண்டுவந்து குடுத்திட்டு, பாக்கிப் பணத்தை வாங்கிக்க, என்ன?"

லாட்ஜ் பையனை அனுப்பிவிட்டு, வதங்கிப் போயிருந்த காளான்களில் இரண்டை எடுத்து மென்றபடி படுக்கையில் சாய்ந்தபோது, தன் கெட்டிக்காரத்தனத்தை நினைத்து ப்ரேமுக்குப் பெருமையாக இரந்தது.

நிறைய காளான்கள் கிடைத்துவிட்டால், இப்போதைக்கு இருக்கும் ஒரு பொட்டலம் ப்ரவுன் ஷுகரைத் தொட வேண்டாம்.

நாளைக் காலையில் ஐயாயிரம் ப்ளஸ் ஆயிரம் ரூபாயை தேவநாதன் அங்கிளிடம் வாங்கிக்கொண்டு, புறப்பட்டு மெட்ராஸுக்கே போய்விடலாம்.

மாமூல் சரக்கு விற்பவனிடம் சென்று, 'ஸாரிப்பா, அவசர வேலையா வெளியூர் போயிட்டேன், இந்தா இருவது கிராமுக்கான பணம், இன்னும் ஐம்பது கிராம் குடு' என்று வாங்கிக்கொண்டு, இரண்டாம் பேர் அறியாமல் ரயில் ஏறி டெல்லி... அங்கிருந்து காட்மாண்டு...

"இந்தா, சார்... உனக்காக ஓடிவந்தேன்..."

அவன் நீட்டிய காகிதப் பொட்டலத்தைப் பிரித்த ப்ரேம், காளான்கள் பீட்டர் கொடுத்த நிறத்தில் இல்லாமல் லேசாக மாறுபட்டிருப்பதைக்கூடக் கவனிக்காமல், "தேங்க்ஸ்..." என்றான்.

பாக்கிப் பணத்தைக் கொடுத்து, "பசியில்ல... இப்ப சாப்பாடு வேணாம். வேணும்னா, நானே போய் சாப்டுக்கறேன்..." என்று

கூறி அவனை அனுப்பிவிட்டு, நாலு காளான்களை வாயில் போட்டு மெல்ல தின்றான்.

பத்து நிமிஷமாகியும், மிதக்கும் உணர்வு ஏற்படாது போக, இன்னும் இரண்டு தரம் ஐந்தாறாக எடுத்துத் தின்றான்.

அரைமணியில் போதை அவனை அழுத்தியது.

சாப்பிடலாமா என்று யோசித்தவன், வேண்டாமென்று தீர்மானித்து, ஸ்மாக்கைப் புகைத்து, போதை நன்றாக ஏறிவிட்ட திருப்தியில் இன்னொரு வாய் காளான்களை மென்றபடி உறங்க ஆரம்பித்து...

மண்டையில் யாரோ ஓங்கி அறைந்துவிட்ட தினுசில் திடுக்கிட்டு விழித்தபோது, வயிற்றுக்குள் பத்து பேர் உட்கார்ந்து இந்தக் கோடிக்கு அந்தக் கோடி ரம்பம் போட்டு அறுக்கிறமாதிரி வலி திருகியது, முறுக்கியது, கிள்ளியது, கெட்டியாய் முடிச்சுப் போட்டது.

ஆ... ஆ... அம்மா... ஆ...

வலிக்கிறதே...

ஆ... ஆ...

வயிற்றை அமுக்கிக்கொண்டு இரண்டாக ப்ரேம் மடிந்த கணத்தில், நாபியிலிருந்து எழுந்த குமட்டல் வாந்தியாக மாறி கணநேரத்தில் வெளிப்பட்டு படுக்கையை நனைத்தது.

ஓவ்... ஹோவ்... ஓவ்...

அலையலையாய் எழுந்த உமட்டலைச் சமாளிப்பதற்குள் வலியை மீறிக்கொண்டு அடிவயிற்றைக் கலக்க...

எப்படியோ எழுந்து வராந்தாவிலிருந்த பாத்ரூமுக்கு ஓட்டமாய் ஓடினான்.

ஒன்று... இரண்டு... ஆறு... ஏழு...

கடவுளே... என்ன... ஆயிற்று...

நான் சாகப்போகிறேனா?

என்னால் நிற்க முடியவில்லையே... என்னால் எதையும் பார்க்க முடியவில்லையே... என் நாக்கு வறண்டு... தொண்டை அடைக்கிறதே...

லாட்ஜ் பையன் கொண்டுவந்து தந்தது விஷக் காளான்களா?

அம்... மா... ஆ...

நான் என்ன பண்ணுவேன்... கண்கள் இருண்டு போய்விட்டனவே...

மூச்சை அடைக்கிறதே...

ஆ... அம்மா... ஆ...

யாராவது எனக்கு உதவி பண்ணுங்களேன்... என்னைக் காப்பாற்றுங்களேன்...

ரொம்ப நேரத்துக்கு எழுந்திருக்கக்கூட சக்தியில்லாமல் அப்படியே அங்கேயே வெளிக்குப் போய் வாந்தி எடுத்துக்கொண்டு, மெல்லமெல்ல தரையே தென்படாத ஒரு கடுமையான பாதாளத்துக்குள் ப்ரேம் விழத் தொடங்கினான்.

மயக்கம்... போதை... லேசாக நினைவு... மயக்கம்... கறுப்புப் போர்வை... வலி... வேதனை... பயம்... பயம்... பயம்...

ரொம்ப கிட்டத்தில் மரணம் நின்று ராட்சஸத்தனத்மாய் சிரித்து பயமுறுத்துவதை முழுமையாய்ப் புரிந்துகொள்ள முடிந்த ஒரு வினாடியில், சில்லென்று நெற்றியை யாருடைய கையோ வருடுவதை ப்ரேம் உணர்ந்தான்.

யாரோ தூக்கி ஆரத் தழுவிக் கொள்கிறார்கள்...

வாந்தி, பேதியின் குடலைப் பிடுங்கும் நாற்றத்தை லட்சியம் பண்ணாமல், இதமாய் அணைக்கிறார்கள்...

“ப்ரேம்... ப்ரேம்... என்னைப் பாருப்பா...”

யார்?

அம்மாவா?

இந்தக் கோலத்தில்? இங்கே என்னை...?

நோ... நோ...

ப்ரேம் சிரமத்துடன் கத்தினான்.

"லீவ் மீ அலோன்... எதுக்கு வந்தீங்க? ஐயோ... ப்ளீஸ்... ஏன் வந்தீங்க? என்னை விட்டுடுங்க..."

கத்தியவனை ரேவதி மார்போடு தழுவிக்கொண்டாள்.

கண்களிலிருந்து நீர் பெருகப் பேசினாள்.

"எதுக்காக வந்திருக்கோம் தெரியுமா, ப்ரேம்? அப்பாவும், நானும் உனக்கு ஸாரி சொல்ல வந்திருக்கோம்ப்பா... இத்தன வருஷமா எங்களுக்குப் பிடிக்கறதையே பண்ணுன்னு சொல்லிட்டிருந்தவங்க, இப்ப உனக்கு என்ன செய்ய ஆசை, எப்படி இருக்க விருப்பம்னு கேட்க வந்திருக்கோம், ப்ரேம்! வீ லவ் யூ, ப்ரேம்! சொல்லு... அம்மாகிட்ட சொல்லு... உனக்குள்ள என்னவெல்லாம் ஆசை இருக்குனு சொல்லு... டென்னிஸ் ஆடி சாம்பியனாகணுமா? சரி! கிடார் கத்துக்கறியா? சரி! வீ லவ் யூ... புரியுதா, ப்ரேம்?"

அழுகையினூடே அம்மா பேசியதை நம்பமாட்டாமல் ப்ரேம் திகைத்தான். பளிச்பளிச்சென்று மனசுக்குள் என்னென்னவோ மின்னல்களாக மின்னுவதைப் புரிந்துகொள்ள முடிய, அம்மாவின் மார்பில் தலையைப் புதைத்துக்கொண்டான்.

"நா பழையபடி உங்க ப்ரேம் ஆகணும்மா... இப்ப அதான் என் ஆசை... எனக்கு ஹெல்ப் பண்ணுவீங்களா? ப்ளீஸ்... ப்ளீஸ்..."

கிசுகிசுப்பாய் பேசியவன், பின்னர் தன் அவலம் தனக்கே தாளாத மாதிரி உரக்க, மிக சப்தமாக, வாய்விட்டு அழ ஆரம்பித்தான்.

அன்பு,

போதைமருந்து, இதர தீயப் பழக்கங்களின் பிடிகளில் பலர் சிக்கிக்கொள்வதற்கு, அன்பு, புரிந்துகொள்ளுதல்

கிட்டாமல்போவது ஒரு முக்கியமான காரணமாவதால், தங்களுக்கு நிஜமான கவனிப்பு, கரிசனம், அன்பு கிடைக்கத் தொடங்குகிறது என்று அவர்கள் எப்போது நம்புகிறார்களோ, அந்தக் கணமே தங்கள் தீயப் பழக்கங்களிலிருந்து மீண்டுவரவும் விரும்புகிறார்கள் என்று மனோதத்துவ நிபுணர்கள் கூறுவதைக் கேட்டபோது, எனக்கு மதர் தெரஸாவின் நினைவு வந்தது.

சில வருஷங்களுக்கு முன் மதரைச் சந்தித்தேன்... அவர் கூறினார், "அன்பினால் ஆகாதது எதுவுமில்லை, மகளே! சத்தியமான அன்பிற்கு முன், மற்ற எதுவுமே தூசிதான்! அன்பைக் கொடு, விரோதங்களை மாற்று... வெறுப்பை அழி... நொந்துபோன மனங்களுக்கு அன்புதான் சிறந்த மருந்து! இதைப் புரிந்துகொண்டுவிட்டால், கசப்பு இல்லை... ஆங்காரம், ஆத்திரம் இல்லை... உண்மையான அன்பை வெளிப்படுத்துவதில் தயக்கமும் கூடாது!"

எத்தனை அற்புதமான, கருத்துமிக்க வார்த்தைகள் இவை!

——

24

வாசலில் வண்டி வந்து நிற்கும் ஓசை கேட்டது.

பக்கத்தில் உட்கார்ந்திருந்த மாதவன் எழுந்து வெளியே போக, ஸந்தியாவிடம் 'நீ இங்கே இருந்து இவனைப் பார்த்துக்கொள்' என்று சைகை காட்டிவிட்டு, சப்தமில்லாமல் ரேவதியும் எழுந்து பின்னே சென்றாள்.

ப்ரேம் நல்ல உறக்கத்தில் இருந்தான்.

உறக்கம் என்பதைவிட மயக்கம் என்றுகூடச் சொல்லலாம்.

காலையில் கிழிந்த துணியாக 'நா பழைய ப்ரேம் ஆகணும்மா' என்று கேட்டவனை நெஞ்சோடு சேர்த்து அணைத்து, 'கண்டிப்பா ஆயிடுவே, ப்ரேம்... பழைய ப்ரேமா நிச்சயமா சந்தோஷமா இருப்பே' என்று திரும்பத்திரும்ப கூறி, அவனை வண்டியில் ஏற்றி, தேவநாதனின் பங்களாவுக்குக் கூட்டிவந்து, உடனடியாய் வைத்தியரை வரவழைத்து வாந்தி, பேதிக்கு மருந்து கொடுத்து, ஒருமணி நேரத்தில் அவை நின்றதும், உடம்பில் நீர் குறைந்துவிட்ட காரணத்தால் ஒரு பாட்டில் க்ளூக்கோஸ் ஏற்றி, சென்னைக்கு 'கால்' போட்டு டாக்டர் ரெட்டியோடு தொடர்புகொண்டு, 'இப்போது என்ன செய்ய வேண்டும்? 'கோல்ட் டர்க்கி' வந்துவிடும், தாங்கமுடியாது என்று ப்ரேம் பயப்படுகிறானே?' என்று கேட்டு, அவனிடம் ப்ரவுன் ஷுகர் இருந்தால் கொடுத்து மாலை விமானத்தில் கூட்டி வந்துவிடுங்கள், மற்றவற்றை இங்கு வந்து பேசிக்கொள்ளலாம் என்று டாக்டர் ரெட்டி கூற, அதன்படியே பிரயாணத்தைத் தாங்கும் தினுசில் தற்காலிகமாக

உடம்பைத் தயார்செய்து, மதுரை வரைக்கும் வண்டியில் வந்து, தங்கள் காரை தேவநாதனின் டிரைவரைவிட்டு சென்னைக்குக் கொண்டுவரச் சொல்லி, விமானத்தில் பயணித்து, சென்னையில் வந்து இறங்கும்போது மணி ஏழு.

டாக்டரின் அறிவுரைப்படி வீட்டுக்கு வந்ததும் தூக்க மாத்திரை கொடுத்து, ஓய்ந்துபோன ப்ரேமை தூங்க வைத்துவிட்டு டாக்டருக்கு போன் செய்ததில், உடனே அவர் புறப்பட்டு வந்திருக்கிறார்.

டாக்டர் ரெட்டி...

ஆறுடி உயரம், அதற்கேற்ற பருமன், அகன்ற முகம்; தடிமனாய் கண்ணாடி, தீர்க்கமான மூக்கு, அளவான மீசை, பின்னால் இழுத்து வழவழவென்று வாரிவிட்ட முடி... எப்போதும்போல் பளிச்சென்று சூட், பொருத்தமான டை... காரைவிட்டு இறங்கி, கண்களும் உதடும் நட்பில் விரிய இயல்பாய் சிரித்து, "ஹலோ!" என்றவரைப் பார்த்ததும், சட்டென்று ரேவதியின் தொண்டையை துக்கம் இறுக்கியது. கண்களில் நீர் மொட்டுக் கட்டியது.

"குட் ஈவ்னிங், டாக்டர்..." என்று விஷ் பண்ண முடியாமல் அவள் மெதுவாய் விசும்பினதும், "ஷ்... ஷ்... என்னம்மா இது? இப்படி என்ன ஆயிடுச்சுன்னு இப்படிக் கண்கலங்கறீங்க?" என்று இதமாக டாக்டர் வினவ, மாதவன் மனைவியை நெருங்கி அவள் தோளில் தட்டி ஆஸ்வாசப்படுத்தினார்.

"ஹவ் ஈஸ் ஹீ?"

"தூங்கறான்... ரொம்ப களைச்சுப்போயிருக்கான், டாக்டர்..."

"நேச்சுரலி! ஏற்கனவே போதைமருந்து உபயோகிச்சு தளர்ந்து போயிருக்கறவனுக்கு ஏழெட்டு தரம் வாந்தி பேதி ஆனா, களைச்சுப் போகாம வேற எப்படி இருப்பான்!"

ரேவதி குரலைத் தழைய விட்டாள்.

"ச... சரியாயிடுவானா, டாக்டர்?"

"ஆகாம? விட்டுடுவோமா!"

டாக்டரின் பேச்சு யானை பலத்தைத் தர, ரேவதி பொங்கியெழுந்த துக்கத்தை, உதட்டைக் கடித்து உள்ளுக்குத் தள்ளினாள். “வாசல்லியா நின்னுபேசிட்டிருந்தா எப்படி? உள்ள வாங்க, டாக்டர்... ப்ரேமைப் பாக்கறீங்களா?”

ப்ரேம் படுத்திருந்த அறையில் டாக்டர் நுழைந்ததும், ஸந்தியா எழுந்து நின்றாள்.

“குட் ஈவ்னிங், டாக்டர்.”

“குட் ஈவ்னிங்! எப்படி இருக்கேம்மா?”

“ஃபைன்... தேங்க்யூ, டாக்டர்.”

டாக்டர் ரெட்டி, ப்ரேமின் அருகில் படுக்கையிலேயே உட்கார்ந்துகொண்டார்.

நாடி பிடித்துப் பார்த்தார். ஸ்டெத் வைத்து மார்பைப் பரிசோதித்தார். விரல் நகக்கணுக்களை ஆராய்ந்தார். மூடியிருந்த கண்களைப் பிரித்து பார்வையையும், வெளிறிக் காணப்பட்ட உள்பக்கத்தையும் பார்த்தார்.

இத்தனை அசைவுகளாலும் பாதிக்கப்படாமல் ப்ரேம் தொடர்ந்து உறங்கிக்கொண்டிருக்க, ரேவதி கவலையுடன் கேட்டாள், “என்ன இப்படித் தூங்கறான், டாக்டர்?”

பேசியவளை டாக்டர் பரிவுடன் ஏறிட்டார்.

“ரிலாக்ஸ், மிசஸ் மாதவன்... தூக்க மருந்து சாப்பிட்ட பிள்ளை, தூங்காம என்ன பண்ணுவான்?”

“இது தூக்கம்தானா? இல்ல... வேற ஏதாவது மயக்கமா?”

“போதையா இருக்குமோன்னு கேக்கறீங்களா? கடைசியா ப்ரவுன் ஷுகர் எப்ப எடுத்தான் தெரியுமா?”

ரேவதி தயங்க, மாதவன் பதில் கூறினார்.

“மத்தியானம் ஒண்ணு, ஒண்ணரை இருக்கும், டாக்டர்...”

“ம்ம்? ஆறுலேந்து எட்டு மணி நேரம் வரைக்கும் அதோட போதை இருக்கும்னு சொல்லுவாங்க... ஆனா, எனக்கென்னமோ

இப்ப ப்ரேம் தூக்கமாத்திரையோட பாதிப்புல இருக்கற மாதிரிதான் தோணுது..."

இரண்டு நிமிஷங்கள் அப்படியே உட்கார்ந்திருந்துவிட்டு, "மேற்கொண்டு என்ன பண்றதுன்றதப்பத்திப் பேசலாமா?" என்று டாக்டர் வினவ, ஸந்தியாவை அறையில் இருக்கச் சொல்லிவிட்டு, மூவருமாய் கூடத்துக்கு வந்து உட்கார்ந்துகொண்டார்கள்.

"காபி சாப்பிடறீங்களா, டாக்டர்?"

"வேணாம்மா... இவ்வளவு லேட்டா சாப்பிட்டா தூக்கம் வராது! சரி, இப்ப என்ன பண்றதா உத்தேசம்?"

"நீங்கதான் சொல்லணும்..."

"ம்ம்? முதல்ல ப்ரேமோட ட்ரக் ஹிஸ்டரியத் தெரிஞ்சுக்கலாம்... எத்தனை நாளா உபயோகிக்கறானாம்? விவரம் ஏதாவது தெரிஞ்சுதா?"

"ஸந்தியா மத்தியானம் அவனோட பேச ட்ரை பண்ணியிருக்கா... அப்ப சில விவரங்களைச் சொல்லியிருக்கான்... ஒரு வருஷமா பழக்கமாம், அரை கிராம்ல ஆரம்பிச்சது இப்ப ரெண்டு ரெண்டரைல நிக்கறதாம்..."

"கடவுளே!"

பெருமூச்சுடன் டாக்டர் இறைவனைத் துணைக்கு அழைக்க, ரேவதி லேசாகப் பதறினாள்.

"என்ன டாக்டர்... ரெண்டரைன்னா ரொம்ப ஜாஸ்தியா?"

"அதிகம்தான். ஆனாலும், நாலு அஞ்சு கிராம் உபயோகிக்கறவங்க அளவுக்கு இவன் போகலியேன்னு சமாதானம் பண்ணிக்கலாம். ஆமா, எப்படி 'யூஸ்' பண்ணினானாம்? இன்ஜெக்ஷன் மூலமாவா?"

"இல்ல, டாக்டர்... ஸ்மோக் பண்ணுவானாம்... அப்பறம்... அதென்ன? அ, 'சேஸ்...' அது செய்வானாம்..."

"தேங்க் காட்! ஊசி மூலம் ஐ.வி. போட்டுக்கற நிலைமை இல்லாம, இந்த மட்டுக்கும் புகையோட நிக்கறானே... தேங்க் காட்!"

"இப்ப நாங்க என்ன பண்ணணும், டாக்டர்?"

டாக்டர் ரெட்டி கண்ணாடியைக் கழற்றித் துடைத்து, மீண்டும் மாட்டிக்கொண்டார்.

"ஹாஸ்பிடல்ல சேக்கணும்..."

"இதத் தவிர வேற வழியே இல்லியா?"

"இருக்கு... ஆனா, ரெண்டு வாரமாவது க்ளினிக்ல சேத்து, 'டி-டாக்ஸிஃபிகேஷன்' (De-toxification) செய்யறது நல்லது... ஏன், இதுல உங்களுக்குத் தயக்கம் என்ன?"

ரேவதி மாதவனை ஏறிட்டாள். பின்னர், சின்னக் குரலில் பேசினாள்.

"எங்களுக்கு எந்தத் தயக்கமும் இல்ல... ஆனா..."

"ஆனா?"

"ப்ரேம்தான் வேணாம்னு சொல்றான்..."

"நிஜமாவா? 'என்னை பழைய ப்ரேமா ஆக்குங்க, ப்ளீஸ் ஹெல்ப் மீ'ன்னு அழுதான்னு சொன்னீங்க?"

"உண்மைதான்... ஆனா, ப்ளேன்ல வர்றப்ப 'தயவு பண்ணி என்னை ஹாஸ்பிடல்ல சேக்காதீங்க'ன்னு சொல்லி அழ ஆரம்பிச்சான்... உனக்கு இஷ்டம் இல்லாட்டி கண்டிப்பா சேக்கமாட்டோம்னு தைரியம் சொன்னப்பறம்தான் கொஞ்சம் அடங்கினான்..." டாக்டர் ரெட்டி முகவாயைத் தடவிக்கொண்டு யோசித்தார்.

"எனக்கு உதவி பண்ணுங்கன்னு கேட்டதால, ட்ரீட்மெண்டுக்கு ஒத்துழைப்பான்னு நினைச்சேனே!"

"அவன் நிச்சயம் ஒத்துழைப்பான், டாக்டர்! ஆனா, வீட்டுலயே வெச்சு வைத்தியம் பண்ண ஒத்துக்குங்க... ப்ளீஸ்..."

"அது கஷ்டம்மா..."

"ப்ளீஸ், டாக்டர்... எனக்கும் வீட்டுல வெச்சு சிகிச்சை குடுக்கறது தேவலைன்னு தோணுது..."

"ஏன், ஹாஸ்பிடல்ல சேத்தா ஏதாவது தப்பா?"

"நிச்சயமா இல்ல! ஆனா..."

"ஆனா?"

இப்போது மாதவன் பேசினார்.

"எங்க ப்ரேம் இந்த மாதிரி ஆனதுக்கு எங்க கவனக்குறைவும், அவனை நெருங்கி புரிஞ்சுக்காததும் காரணங்கள்னு ரேவதியும் நானும் நினைக்கறோம், டாக்டர். ப்ரேம் எங்க பிள்ளை... அவனைப் பெத்ததோட எங்க கடமை முடியல... நல்லவிதமா ஆளாக்கி, சமுதாயத்துல பொறுப்புள்ள ஒரு நபரா உருவாக்கறதும் எங்க பொறுப்புதான். அதைச் சரியா செய்யாததால வந்த கோளாறுதான் இதுன்னு நாங்க ரெண்டு பேருமே நம்பறோம். ப்ரேம் ஒரு ட்ரக் அடிக்ட்னு தெரிஞ்சதுலேந்து நானும், ரேவதியும் மனசுவிட்டு நிறைய விஷயங்களைப் பேசினோம்... புதுசா பல உண்மைகளை உணர்ந்தோம்... அதுல ஒண்ணு ப்ரேம் பழையபடி ஆகணும்னா, அதுக்கு எங்களோட, எங்க மூணு பேரோட ஒத்துழைப்பு ரொம்ப அவசியம்னு புரிஞ்சுது! கூடவே, ப்ரேமை நாங்க நேசிக்கறோம், அவன் தன் தனித்தன்மையோட சிறப்பா இருக்கறது முக்கியம்ன்றதை அவனுக்கு உணர்த்தறதும் எங்க பொறுப்புதான்னு புரிஞ்சுகிட்டோம்... அவன்... நாங்க..."

மேலே ஒரு வார்த்தைகூடப் பேச முடியாமல் மாதவன் உணர்ச்சிவசப்பட்டு, இரு கைகளாலும் தலையைத் தாங்கிப் பிடித்துக்கொள்ள, "என்னைச் சொல்லிட்டு நீங்க வருத்தப்பட்டா எப்படி, மாது?" என்றபடி கலங்கின கண்களோடு ரேவதி கணவர் அருகில் சென்று அமர்ந்து அவர் கையைப் பற்றிக்கொண்டாள்.

டாக்டர் ரெட்டி எழுந்து, புஸ்தக அலமாரியிடம் சென்ற அவர்களுக்கு முதுகைக் காட்டியபடி நின்று, அவ்விருவரும் தங்களைத் தேற்றிக்கொள்ள சில நிமிஷ அவகாசம் தந்துவிட்டு, பிறகு நின்ற இடத்திலிருந்து "ஸோ?" என்றார்.

"எங்க விருப்பத்தைச் சொல்லிட்டோம்... இனிமே நீங்கதான் முடிவெடுக்கணும், டாக்டர்."

"ஆல்ரைட்... உங்க விருப்பப்படி வீட்டுலயே வைத்தியத்தை வெச்சுக்கலாம்! முதல் ஒரு வாரம் ரொம்ப கஷ்டமான பீரியட்... கோல்ட் டர்க்கி, மத்த வித்ட்ராயல் வேதனை வராம இருக்கணும்... எதுக்கும் ஒரு நர்ஸ்கூட இருக்கட்டும்... இன்ஜெக்ஷன் குடுக்க, ட்ரிப் ஏத்த, பொதுவா கண்காணிக்க வசதியா இருக்கும்."

"ட்ரிப் அவசியமா? வாந்தி, பேதிதான் நின்னுடுச்சே?"

"க்ளூக்கோஸ் ட்ரிப் அதுக்காக மட்டும் குடுக்கப்போறதில்ல... சாப்பாடு இல்லாம பலவீனமா இருக்கற உடம்புக்கு இது தெம்பு தரும்... தவிர, கையில ஒரு ஊசிய ஏத்தி ட்ரிப் குடுத்தோம்னா, எழுந்து நடமாட முடியாது, விரும்பினாலும் வெளில போக முடியாது... நா என்ன சொல்றேன்னு புரியுதா?"

நன்றாகவே புரிந்தது. வெளியில் போனால்தானே, நண்பர்களை, போதைமருந்து விற்பவர்களைச் சந்திப்பதும், உட்கொள்வதும் சாத்தியமாகும்! படுத்த படுக்கையாக்கிவிட்டால்?

"ரொம்ப மெதுவான வேகத்துல காலைலேந்து சாயங்காலம் வரைக்கும் ஒரு வாரம் ட்ரிப் குடுக்கவேண்டி வரும்... உடம்பு வலி தெரியாம இருக்க, ரெண்டு அல்லது மூணு வகையான பெயின் கில்லர்களைக் கலந்து குடுக்கணும். சில சமயம் வித்ட்ராயல் அறிகுறியா சிலருக்கும் உடம்பெல்லாம் பூச்சி ஊர்ற மாதிரி இருக்கும்... இன்னும்... என்னென்னவோ விபரீத கற்பனையெல்லாம் வரும்... இதைத் தவிர்த்து, மூளைய சாந்தப்படுத்த ட்ராங்குலைசர் குடுக்கணும், கூடவே தெம்புக்கு விட்டமின், ஆழ்ந்து தூங்க காம்போஸ்..."

"இந்த சிகிச்சை எத்தனை நாளைக்கு, டாக்டர்?"

"சொல்ல முடியாது, மாதவன்... நல்லா ஒத்துழைச்சான்னா, ஒரு வாரத்துக்கப்பறம் குறைச்சிடலாம்... கடவுள் கிருபை இருந்துதுன்னா, ரெண்டு வாரத்துல பழையபடி ஓரளவுகது நடமாடி, சாப்பிட்டு, சிரிக்கற ப்ரேமை நீங்க பாக்கலாம்!"

"ரெண்டு வாரம்... ஜஸ்ட் டூ வீக்ஸ்... அப்பறம் எங்க பழைய ப்ரேம் கிடைச்சிடுவான்... நிச்சயம்தானே, டாக்டர்?"

“நினைக்கற விதமா எல்லாம் நடந்தா, உங்க ஆசை கண்டிப்பா பூர்த்தியாகும், மிசஸ் மாதவன்! ஆனா, ஆறு மாசம் வரைக்கும் நீங்க, ப்ரேம் எல்லாரும் ரொம்ப விழிப்பா இருக்கணும்! போதைப்பொருளோட பாதிப்பு முழுமையா ரத்தத்தை, உடம்பை விட்டுப்போக, சில கேஸ்கள்ல வருஷக்கணக்காகூட ஆகியிருக்கு... பயமுறுத்தறேன்னு நினைக்காதீங்க! சிகிச்சை மூலம் குடிகாரர்கள் நூத்து அறுவது பேரைச் சரிபண்ண முடியும்னா, போதைமருந்துக்கு அடிமையானவங்கள்ல ரெண்டு சதவிகிதம்தான் சாத்தியம்னு வைத்தியத்துறை சொல்லுது...”

“ஐயய்யோ...”

“நீங்க ஏன் கவலைப்படறீங்க, மிசஸ் மாதவன்? எல்லா குடும்பங்கள்லயும் பாதிக்கப்பட்ட பிள்ளைங்களுக்காக பெத்தவங்க எங்க ஒத்துழைக்க முன்வராங்க? ம்? யோசிக்கணும். ஆல்கஹாலிஸம், ட்ரக் அடிக்ஷன் ரெண்டுக்குமே விடிவு, தாக்கப்பட்ட தனி நபர் கையில மட்டுமில்ல, சம்பந்தப்பட்ட குடும்பம் முழுசுமே அதுக்குப் பொறுப்பு! இட் ஈஸ் எ ஃபேமிலி அஃபேர் (It is a family affair)! இது புரியாததாலதான் பல குடும்பங்கள்ல இந்தப் பிரச்சினை தீராத சங்கிலி மாதிரி திரும்பத்திரும்ப வந்துகிட்டேயிருக்கு... உங்களைப் பொறுத்தவரை எனக்கு நிறைய நம்பிக்கை இருக்கு... காட் ப்ளெஸ் யூ ஆல்! சரி, நா கிளம்பறேன்... போய் மருந்துகளோட ட்யூட்டி நர்ஸை அனுப்பறேன். உடனேயே சிகிச்சைய ஆரம்பிச்சிடுவோம்... ஆல் தி பெஸ்ட்!”

இன்னும் சில நிமிஷங்களுக்கு அங்கு தங்கி, அவர்கள் செய்யவேண்டிய காரியங்களைச் சொல்லித்தந்த பிறகு டாக்டர் ரெட்டி கிளம்பிப் போக...

கணவன் மனைவி இருவரும், ‘ப்ரேம் நம் பிள்ளை, அவனைச் சரி பண்ணுவது நம் கையில்தான், நம் கையில் மட்டும்தான் இருக்கிறது’ என்று சபதம் செய்துகொள்வதுபோல ஒருவர் கையை மற்றவர் பற்றியவாறு, மகன் படுத்திருக்கும் அறைக்குள் வந்தனர்.

போதைமருந்தின் குட்டி வரலாறு.

சில நாள்கள் முன்பு ஒரு நண்பரைப் பார்த்தேன். "தமிழ்நாட்டில் போதைப் பிரச்சினை இல்லவே இல்லை... நீங்கள் அனாவசியமாக இல்லாத விஷயத்தைப் பெரிசாக்குகிறீர்கள்!" என்று குற்றம் சாட்டினார். நண்பருக்கு சில முக்கிய விவரங்களைச் சொல்ல விரும்புகிறேன்... 1983-ம் வருஷம் வரையிலும் கடத்தல்காரர்களின் பாதையாக இந்தியா இருந்து வந்ததால், போதைமருந்து என்றால் என்னவென்று பலருக்குத் தெரியாமல் இருந்தது நிஜம். ஆனால், கடந்த இரண்டு வருஷங்களாக, 'வழி'யாக இருந்த நாடு, 'உபயோகிப்பவரின் சொர்க்க'மாக (Users paradise) மாறத் தொடங்கினதில், பிரச்சினை கண்மூடித்திறக்கும் நாழிகையில் தபதபவென்று காட்டுத்தீயாக நாட்டின் முக்கிய நகரங்களில் பரவிவிட்டதும் நிஜம்.

'தங்க முக்கோணம்' (Golden Triangle) என்று செல்லமாகக் குறிப்பிடப்படும் தாய்லாந்து, லாவோஸ், பர்மாவிலிருந்தும்; 'தங்கப் பிறைநிலா' (Golden Crescent) என்று அழைக்கப்படும் ஈரான், ஆப்கானிஸ்தான், பாகிஸ்தானிலிருந்தும் டன் கணக்கில் உலகம் முழுவதும் போதைமருந்துகள் கடத்தப்படுவதில், சமீபகாலமாக பாதிக்கப்பட்ட நாடுகளில் இந்தியாவும் ஒன்று என்பதை ஞாபகப்படுத்த விரும்புகிறேன்.

"கடத்தல்காரர்களும் போதைமருந்து வியாபாரிகளும் பணமே குறிக்கோளாகச் செயல்படுவதில், ஒன்பது வயசுக் குழந்தைகள்கூட போதைமருந்துக்கு அடிமையாகி க்ளினிக்குக்கு வருகிறார்கள். முன்பெல்லாம் வாரத்துக்கு ஒரு கேஸ் என்றிருந்தது மாறி, தற்சமயம் ஒரு நாளைக்கு ஆறு, ஏழு பேர்கூட வைத்தியத்திற்கு வருகிறார்கள் என்பது வெகுவாக வேதனை, கவலை தரும் சேதி!"

என்கிறார்கள் வைத்தியர்கள்.

போதைமருந்துகளை சுலபமாகக் கடத்த, பெருவியாதி பிடித்த பிச்சைக்காரர்களை அதிகமாகப் பயன்படுத்துகிறார்கள் என்பது, அதிர்ச்சி தரும் இன்னொரு விவரம்.

நம் வீட்டுக்கு இந்தப் பிரச்சினை வராது, என் நாட்டில் இந்தக் கேடு கிடையாது என்ற கிணற்றுத் தவளையாக உட்கார்ந்து வீம்புப் பேச்சு பேசுவதைத் தவிர்த்து, ஆகவேண்டியதை உடனே சிந்தித்து செயலில் இறங்குவது முக்கியமில்லையா?'

——

25

கையில் ஒரே இடத்தில், விடாமல் கட்டெறும்பு ஒன்று கவ்விக் கடித்தது. காலில் சடைப் பூரான் வளைந்து ஊர்ந்தது.

உதட்டோரத்தில் குறுகுறுவென்றது. தொண்டை உலர்ந்து, நாக்கு மேலண்ணத்தில் ஒட்டிக்கொண்டது.

கொஞ்சம் வலி, கொஞ்சம் தூக்கம், கொஞ்சம் தவிப்பு... ஆனால், எதையும் வெளிப்படுத்த இயலாமல், மயக்க உணர்வும் கூடவே ஆளை அசத்தியது.

ப்ரேம் புரண்டு படுக்க முயற்சி செய்தான்.

கையை விசிறி திரும்பும் முன்னர், அருகில் அமர்ந்திருந்த ரேவதி அவனை அழுந்தப் பிடித்துக்கொண்டாள்.

"வேணாம்... திரும்பாதே, ப்ரேம்... கையில ட்ரிப் ஊசி இருக்கு! இப்படியே நேரா படுத்துக்கப்பா..."

அம்மாவின் குரல் எங்கிருந்தோ தள்ளிக் கேட்கிற மாதிரி இருந்தாலும், இதுநாள்வரை அனுபவிக்காத இதம் அதில் விரவியிருக்கிற மாதிரி தோன்ற, ப்ரேம் "ம்மா..." என்று முனகினான்.

பரிவுடன் அவன் நெற்றியில் உள்ளங்கையை வைத்து, தலைமுடியைக் கோதி, "என்னப்பா? ஏதாவது வேணுமா?" என்று ரேவதி கேட்டதும், கண்களைக் கீறாகத் திறந்தான்.

"இத எடுத்துடுங்கம்மா..."

“எத? ட்ரிப்பையா?”

“ம்.”

“ப்ளீஸ், பொறுத்துக்கப்பா... இன்னும் கொஞ்ச நேரம்தான், ப்ரேம்...”

“கை மரத்துப்போயிடுச்சு... வலிக்குது... எடுத்துடுங்க...”

அப்போது ஸந்தியா அம்மாவின் உதவிக்கு வந்தாள்.

“இன்னும் கால் பாட்டில் க்ளுக்கோஸ்தான் இருக்கு, ப்ரேம்... வேணா சிஸ்டரைவிட்டு கொஞ்சம் வேகத்தை அதிகமாக்கச் சொல்லட்டுமா?”

பேசியவள், சற்றுத்தள்ளி கூடை நாற்காலியில் அமர்ந்திருந்த நர்ஸ் பக்கம் திரும்பினாள்.

“சிஸ்டர்... தம்பிக்குக் கை வலிக்குதாம்... ட்ரிப்ப வேகமாக்கி, சுருக்க முடிச்சிடறீங்களா?”

ப்ரேமை சமாதானப்படுத்தவே ஸந்தியா அவ்வாறு பேசுகிறாள் என்பதைப் புரிந்துகொள்ள முடிய, சிஸ்டர் எழுந்து கட்டில் அருகில் வந்தார். ட்ரிப்பின் வேகத்தை அதிகரிக்கச் செய்யும் பாவனையுடன் அந்த ட்யூபை துளி திருகினவர், ப்ரேமைப் பார்த்துப் புன்னகைத்து, “இப்ப திருப்திதானே?” என்று கேட்டார்.

ப்ரேம் நிமிர்ந்து குளுக்கோஸ் பாட்டிலில் திரவத்தின் அளவைப் பார்த்தான். எதையும் அரைநிமிஷம்கூட ஊன்றிக் கவனிக்க முடியாதபடி பார்வை மசமசக்க, கண்களை மூடிக்கொண்டான்.

“ஏதாவது சாப்பிடறியா, ப்ரேம்?”

“ம்ஹூம்.”

“கொஞ்சம் ஆரஞ்சு ஜூஸ்?”

“ம்ஹூம்.”

“சரி, தூங்கப் பாரு...”

“அம்மா...”

“என்னப்பா?”

“கால்ல பூரான் நெளியற மாதிரி இருக்கு...”

காலையிலிருந்து பத்தாவது முறையாக இவன் இப்படிச் சொல்கிறான் என்றபோதிலும், ‘முதல் ஒரு வாரம் நீங்க ரொம்ப கவனமா இருக்கணும், பேஷண்டுகிட்ட இதமா நடந்துக்கறதோட அவங்களப் புரிஞ்சுக்கறோம்ன்ற நம்பிக்கைய உண்டாக்கறது ரொம்ப முக்கியம்’ என்று டாக்டர் கூறியிருந்தது நினைவில் இருக்க, அந்தக் கூற்றை அலட்சியம் செய்யாமல் ரேவதி எழுந்தாள். ப்ரேமின் பார்வையை விலக்கி அவன் கால் பகுதிகளை ஆராய்கிற மாதிரி பார்த்துவிட்டு, “எறும்பு, ப்ரேம்... அதான் உனக்குக் குறுகுறுத்திருக்கு! ஸந்தியா... அந்த எறும்ப அடிச்சிடு!” என்றதும், பூரான் இல்லாவிட்டாலும் ஏதோ ஊர்ந்திருக்கிறது, தன் உணர்வு சரிதான் என்கிற லேசான திருப்தி ப்ரேமுக்கு உண்டானது.

“ரிலாக்ஸ், ப்ரேம்... தூங்கப் பாருப்பா...”

அம்மாவின் விரல்கள், கன்னம், நெற்றியைப் பரிவுடன் தடவிக்கொடுக்க, ப்ரேம் விறைப்பாக இருந்த உடம்பைத் தளர்த்திக்கொள்ள முயன்றான்.

ம்ஹூம்... முடியவில்லை.

மூட்டுகளில் வலித்தது, வயிற்றை என்னவோ செய்தது, மூக்கிலும் கண்களிலும் நீர் எட்டிப்பார்க்கிற உணர்வு எழுந்தது.

சட்டென்று ப்ரேம் பயந்தான்.

கோல்ட் டர்க்கி வரப்போகிறதா?

அதற்கான அறிகுறிகளா இவை?

“அம்மா... ஆ...”

அவசரமாய் அவன் கூப்பிட, ரேவதி குனிந்தாள்.

“என்னப்பா?”

“எ... எனக்கு... கோல்ட் டர்க்கி வ... வரும்போல இருக்கு...”

“அதெல்லாம் வராது, ப்ரேம்... டாக்டர் தடுப்பு மருந்து குடுத்திருக்கார்... ப்ளீஸ் ரிலாக்ஸ்...”

“இல்ல... நீங்க என்னை ஏமாத்தறதுக்காக சொல்றீங்க... கால் வலிக்குது... மூக்குல ஜலமா வருது...”

சுத்தமாய் இருந்த மூக்கை இடக்கையால் துடைத்து, “பாருங்க ஜலம்...” என்று இல்லாத நீரைக் காட்டும் உத்தேசத்தோடு அவள் முன் ப்ரேம் கையை நீட்ட, ரேவதி அவனை நம்பவைப்பதுபோல அந்தக் கையைத் துடைத்தாள்.

“உனக்கு வேர்க்குது... வேற ஒண்ணுமில்லப்பா... நீ கஷ்டப்பட நாங்க விடுவோமா? நா சொல்றத மனசுல வாங்கிக்க, கோல்ட் டர்க்கி வராம தடுக்கறதுக்காக டாக்டர் ட்ரிப்புல மருந்து கலந்திருக்கார்... ஸோ, பயமே வேணாம்!”

ப்ரேம் கண்களை இடுக்கிக்கொண்டான். சிஸ்டரையும், ஸந்தியாவையும் ஏறிட்டான்.

“நிஜமாவா?”

“நிஜம்மா!”

“அப்ப, ஏன் மூட்டு வலிக்குது? கண்ணு மூக்குல ஜலம் வருது?”

இல்லாததை நீயாகக் கற்பனை பண்ணிக்கொள்கிறாய் என்று கூற இயலாமல், “அதான் சொன்னேனே... உனக்கு வேர்க்குதுன்னு! தவிர, உடம்பு வீக்கா இருக்கறதால அப்படியெல்லாம் தோணுது... அவ்ளோதான்! நிச்சயமா உன்கிட்ட இப்ப எந்தக் கோளாறும் இல்ல! இன்னும் ரெண்டு, மூணு நாள்ல நீ ஜம்முனு பழையபடி ஆயிடுவேன்னு டாக்டர் சொல்றார், தெரியுமா?” என்று ரேவதி அவனைச் சமாதானப்படுத்தவும், அரைநிமிஷம் சும்மா படுத்திருந்துவிட்டு ப்ரேம் மீண்டும்,

“அம்மா...” என்றான்.

“என்னப்பா?”

“உங்களுக்கு என்மேல கோவம்தானே?”

“ச்சேச்சே!”

“அப்பாவுக்கு?”

“ம்ஹூம்!”

“ஸந்தியா... உனக்கு?”

“ஐ லவ் யூ, ப்ரேம்!”

“இல்ல... நீங்கள்லாம் பொய் சொல்றீங்க... நா செஞ்ச காரியங்களுக்கெல்லாம் என்மேல கோவம்தானே? நிஜத்த சொல்லுங்க...”

ரேவதி குனிந்து மகனின் நெற்றியில் முத்தமிட்டாள். படுத்திருந்தவனின் முகத்தைத் தன் கைகளில் தாங்கிக்கொண்டாள்.

“ஸந்தியா சொன்ன மாதிரி, வீ ஆல் லவ் யூ, ப்ரேம்! அத மட்டும் நினைப்பு வெச்சுக்க, போதும்! அப்பறம், இன்னொண்ணையும் உன்கிட்ட சொல்ல விரும்பறேன்... நீ மட்டும் தப்பு பண்ணலே, நாங்களும்தான்... பெரியவங்களான நாங்க, உன்னைவிட நிறைய தப்புப் பண்ணியிருக்கோம்... அதனால, உனக்கும் எங்க மேல கோவம் இருக்கறது நியாயம்தான்...”

“இல்லம்மா... உங்க மேல எந்தத் தப்பும் இல்ல... எல்லா தப்பும் என்கிட்டதான்! உங்க மேல எனக்குக் கோவமே இல்ல...”

“நீயும் எந்தப் பெரிய தப்பு பண்ணிட்டதா நாங்க நினைக்கல, ப்ரேம்... எல்லாருக்கும் தெரியாத்தனம்... அவ்ளோதான்! இப்ப தெளிஞ்சிட்டோம்... இனிமே எல்லாமே சரியாயிடும்.”

“கோவம் இல்லேன்னாலும், நம்ப பிள்ளை இப்படி நடந்துகிட்டானேன்னு வருத்தப்படறீங்க, இல்ல?”

“கண்டிப்பா இல்ல! இப்படி நடந்துக்கக் காரணமாயிட்டமேன்னுதான் வருத்தப்படறோம்! திருப்பித்திருப்பி சொல்றேன்... வீ ஆல் லவ் யூ, ப்ரேம்... அதை மட்டும் என்னிக்கும், எப்பவும் நினைப்புல வெச்சுக்க! இப்ப தூங்கப் பாருப்பா...”

“அம்மா...”

“ம்?”

“ஐயம் ஸாரிம்மா...”

கண்கள் பனிக்க பிள்ளை பேசியதும், நெகிழ்ந்துபோன ரேவதி மீண்டும் நெற்றியில் முத்தமிட்டு, “ப்ளீஸ்... இப்ப இதெல்லாம் பேசணுமா, ப்ரேம்?” என்றாள்.

அந்த அணைப்பு குற்றவுணர்வை நிமிண்டிவிட, இரண்டு நிமிஷங்கள் அப்படியே படுத்திருந்தவன், திடுமெனக் கிசுகிசுப்பாகப் பேசினான்.

“மாரிசாமி மேல எந்தத் தப்பும் இல்லம்மா...”

“.....”

“அவன் எதையும் திருடலேம்மா... நான்தான்... நா... நா...”

உணர்ச்சிவசப்பட்டுப் போனதில் தொடர்ந்து பேச முடியாமல் அவன் விசும்ப முற்பட, ரேவதி அவனை அணைத்திருந்த பிடியை இறுக்கினாள். “ஷ்... ஷ்... ப்ரேம், நோ... வேண்டாததை நினைச்சு கஷ்டப்படாதே... ப்ளீஸ்...” என்று அவனைத் தேற்றப் பார்த்து, பலன் இல்லாமல்போக, ஏதாவது செய்யுங்களேன் என்கிற விதமாய் நர்ஸைப் பார்த்தாள்.

ட்ராங்குலைசரையும் தூக்க மருந்தையும் ஊசி மூலம் நர்ஸ் ஏற்றினதும், பத்து நிமிஷ அவகாசத்தில் ப்ரேம் மயக்கம், குழப்பம், கனவுகள் நிறைந்த உறக்கத்தில் அமிழ்ந்து போனான்.

சுனிலின் அறை. சுவரில் சாய்ந்து காலை நீட்டியபடி அமர்ந்திருக்கும் சுனில்.

“க்ராஸ் வேணுமா, மச்சி?”

“க்ராஸ்னா மரிவானாதானே, சுனில்?”

“அதேதான்! ஆனா, அதக் கேட்டு ஏன் இப்படி மிரண்டுபோறே?”

“ட்ரக் வழக்கம் தப்பில்லியா?”

"யார் சொன்னது? இப்படி நீ சிகரெட் பிடிக்கறியே... அது மட்டும் சரியா? ரெண்டும் ஒண்ணுதான்! கமான்... பிடிச்சுப் பாரு, மச்சி!"

கல்லூரியில் மரங்கள் அடர்ந்த ஒரு பகுதி... மரத்தடியில் பரத், அப்பு, ப்ரேம்...

"நாங்க மண்ணடிக்கு சரக்கு வாங்கப் போப்போறோம், நீயும் வர்றியா, அப்பு?"

"வந்து... என்கிட்ட பணம் இல்ல, ப்ரேம்..."

"அதனால என்ன! நாம ஃப்ரெண்ட்ஸ் இல்லியா? ஒருத்தன்கிட்ட இருந்தா,. இன்னொருத்தன்கிட்ட இருக்கற மாதிரிதானே! என்ன, பரத்?"

அதானே!

பாரிஸ் கார்னர் சந்து. கர்லாக் கட்டை உடம்புடன் முத்து...

"மாத்திரை வேணுமா, கண்ணு?"

"அப்படீன்னா?"

"மாத்திரை... ஆஸீட்... எல்.எஸ்.டி.! சும்மா 'கும்'முனு இருக்கும்! எடுத்துக்க... புதுச் சரக்கு..."

பெங்களூர்... அறையில் படுத்திருக்கும் ப்ரேமைப் பார்த்துவிட்டு விஜய் நட்புடன் சிரித்து வினவுகிறான்...

"ப்ரவுன் ஷுகர் உபயோகப்படுத்தியிருக்கியா, ப்ரேம்?"

"அ?"

"ஸ்மாக்னா புரியுமா?"

"அ?"

"நிஜமாவே தெரியாது? அப்ப கண்டிப்பா என்னோட நீ வந்து ப்ரவுன் ஷுகர்னா என்னன்னு தெரிஞ்சுக்கணும்!"

திருவல்லிக்கேணி அடகுக்கடை... திண்டில் சாய்ந்து அமர்ந்திருக்கும் சேட்ஜி... கையில் கடிகாரத்துடன் ப்ரேம்...

“அ... அடகு வெக்கணும், சேட்ஜி...”

“கடிகாரமெல்லாம் நா அடகு பிடிக்கறதில்ல... போனாப்போவுதுன்னு எடுக்கறேன். எரநூறு ரூபா... ஒரே பேச்சு...”

“ரொம்ப குறைச்சல், சேட்ஜி...”

“வேணாம்னா எடுத்துட்டுப் போ!”

“ப்ளீஸ், சேட்ஜி...”

“வேலை சமயத்துல தொந்தரவு பண்ணாதே, தம்பி...”

“விக்கறதுன்னா என்ன விலை?”

“உனக்காக நானூறு... சரின்னா, பிடி... இல்லாட்டி, நட!”

பரத்தின் வீடு.

“ஹேய், பரத்... பணத்துக்கு வழி சொல்லுய்யா...”

“ம்ம்? உன் கஸின் முரளி ஊருக்குப் போயிருக்கான்னு சொன்னே, இல்ல?”

“ஆமா...”

“அவனோட கடை சாவி உங்க வீட்டுலயா?”

“ம்...”

“வெரிகுட்! இப்ப அந்தக் கடைதான் நமக்குக் கை குடுக்கப்போறது, புரியலியா? அந்தக் கடைல இருக்கற வீடியோ டேப்புங்கள்ல எரநூறை கிளப்பிக்கிட்டு வந்து, டேப் ஒண்ணு அம்பது ரூபான்னு வித்தாக்கூட, பத்தாயிரம்! புரியுதா?”

மண்ணடி. சரக்கு விற்கும் தண்டபாணி... உதறும் உடம்புடன் ப்ரேம்...

“ப்ளீஸ், தண்டபாணி... நாளைக்கு எப்படியாவது பணத்தைத் தந்திடறேன்... இன்னிக்கு சரக்கு குடுத்து ஹெல்ப் பண்ணேன்...”

“பணம் இல்லேன்னா, சரக்கும் கிடையாதுன்னு தெரியாதா உனக்கு?”

“ப்ளீஸ்... ப்ளீஸ்...”

“பணம் கிடைக்கல?”

“ஆமா...”

“ஒரு காரியம் பண்றியா? நம்பி சொல்லட்டுமா?”

“எங்கம்மா மேல சத்தியமா, நம்பலாம்.”

“சரி... பத்து கிராம் தரேன்... கிராம் முப்பது ரூபான்னு... அதான் என் அடக்கவிலை! நீ நாப்பதுன்னு வித்து, லாபத்தை எடுத்துக்க! நம்பி தரேன்... ஏமாத்த நினைச்சா, தீத்துடுவேன்!”

ட்ரைவ் இன் ரெஸ்டாரெண்ட்... அப்பு, ப்ரேம்...

“இன்னும் நீ பொட்டலம் கேஸ்தானா, அப்பு?”

“என்னய்யா பண்றது? ஒரு நாளைக்கு ரெண்டு ரூபா குடுத்து வாங்கறதே எனக்கு மகா கஷ்டமா இருக்கே! என் மாதிரிலோயர் மிடில் கிளாஸுக்கு இதுவே ஜாஸ்தி!”

“அந்தப் பேச்சை விடு... இதை எடுத்துக்க...”

“என்ன ப்ரேம், இது? ப்ரவுன் ஷுகர் சிகரெட்டா?”

“எடுத்துக்கயா...”

“ப்ரவுன் ஷுகர்னா எனக்கு வேணாம், ப்ரேம்... ப்ளீஸ்...”

“நீ என் டியரஸ்ட் ஃப்ரெண்ட் இல்லியா? உனக்கு நா கெடுதல் செய்வேனா? எடுத்துக்க... எப்படி இருக்கு?”

“கிரேட், ப்ரேம்!”

“என்கிட்ட சரக்கு இருக்கு, தரவா? வீட்டுக்குப் போய் நிதானமா ட்ரை பண்ணு...”

“இது எக்கச்சக்க விலையாச்சே?”

“ஸோ வாட்! கையிலதான் பணம் வெச்சிருக்கியே, அப்பு...”

“ஐயய்யோ... அது நகைக்கடைல கட்டறதுக்குயா! அம்மாக்குத் தெரிஞ்சா, வெட்டிப்போட்டுடுவா!”

“தெரிஞ்சாத்தானே?”

கொடைக்கானல் லாட்ஜ்... எடுபிடிப் பையன்...

"டேய், இங்க வா... மஷ்ரூம்ஸ் பிடுங்கிட்டு வர்றியா? அஞ்சு ரூபா தரேன்..."

"என்னதுங்க?"

"மஷ்ரூம்ஸ்டா... காளான்! இதப் பாரு..."

"அட, நாய்க்குடை!"

"ஆமாமா... நாய்க்குடைதான்! இப்பவே எடுத்திட்டு வர்றியா? பத்து ரூபா தரேன்..."

நாய்க்குடைகள்... வெள்ளையாய்... பழுப்பாய்... நீலமாய்...

சின்னச்சின்னதாய்... கட்டையான தண்டும், செதிள் செதிளாக விரிந்த குடையுமாய்...

நாலு... எட்டு... பதினாறு...

மெல்ல அசைபோட்டு...

மிதந்து... பறந்து... ஒன்றுமே இல்லாமல் உருகி... மறைந்து...

ஹா... என்ன இது! வானவீதியில் ட்ராஃபிக் சிக்னல் எங்கிருந்து வந்தது?

சிவப்பு விளக்கிலிருந்து கொப்பளிப்பது என்ன? ரத்தமா?

காரும், பஸ்ஸும் எங்காவது பெருமூச்சு விடுமா?

விடுகின்றனவே!

வலிக்கிறது என்று முனகும் பாறைகள்...

இந்தப்பக்கம், அந்தப்பக்கம், மேலே, கீழே, எங்கும் எலியும் பாம்புகள், பூரான்கள்...

ஐயோ... ஓ...

ஸ்கூட்டர் ஓட்டும் முதலை...

திடுமென, வண்டு, வெட்டுக்கிளிகளாக மாறிவிட்ட மனிதர்கள்...

ஊரும் மண்புழுக்கள்...

லாரி ஒன்று காட்டெருமையாக மாறி மோத, தூக்கியெறியப்பட்ட பரத்தின் காயத்திலிருந்து கறுப்பாய் ரத்தம்...

ஆ... ஆ... ஆ...

அம்மா... ஆ...

வலிக்கிறதே...

வயிற்றில் யாரோ ரம்பம் போட்டு அறுக்கிற மாதிரி, வலிக்கிறதே...

நான் சாகப்போகிறேனா?

கண் இருண்டு, மூச்சை அடைக்கிறதே...

நான் என்ன பண்ணுவேன்?

"ஆ... அம்மா... ஆ... ஹெல்ப் மீ... ஹெல்ப் மீ... காப்பாத்துங்க..."

கன்னபின்னாவென்று நிஜமும் கற்பனையும் கலந்து கனவுகளாக உருவாகி மிரட்டியதில், ப்ரேம் பதறிக்கொண்டு விழித்தான்.

விவரிக்கத் தெரியாத பயம், வலி, அவஸ்தை, ஆளைப் பீடிக்க... உடம்பும், மனசும் உதறிப்போட... தன் சூழ்நிலை புரியாமல் அவன் ஹோவென்று கதறி, பரிதவித்ததும்...

சுற்றி நின்றவர்கள் செயலிழந்து போனார்கள்.

ட்ரிப் ஊசியைப் பிடுங்கிப்போட்டு, வாய் கோணி, உடம்பு முறுக்கிக்கொள்ள கத்தும் பிள்ளையை அணைத்து, "ப்ரேம்... ப்ரேம்... அம்மாவப் பாருப்பா... உனக்கு ஒண்ணும் இல்ல... அம்மா உன்கிட்டயே இருக்கேன்ப்பா... ப்ரேம்..." என்று ரேவதி அரற்ற...

"ப்ரேம்... வீ ஆல் லவ் யூ, ப்ரேம்... கண்ணைத் திறந்து பாருப்பா..." என்று ஸந்தியா கண்களில் நீர் ததும்ப கெஞ்ச...

அவனைக் கட்டுப்படுத்தும் நோக்கத்துடன் நர்ஸ் தேவையான மருந்துகளை ஊசியில் ஏற்ற...

டாக்டர் ரெட்டியிடம் பேசி அவரை உடனே வரவழைப்பதற்காக, போன் இருக்கும் அறையை நோக்கி மாதவன் வேகமாக ஓடினார்.

ப்ரவுன் ஷுகரைப் பற்றி கடைசியாய் சில வார்த்தைகள்,

தடயவியல் ஆராய்ச்சிக் கூடத்துக்கு (Forensic Department) சென்று, இயக்குனர் புரொஃபஸர் சந்திரசேகரனையும் அவரது உதவியாளர்களையும் சந்தித்து, ப்ரவுன் ஷுகர், கஞ்சா போன்ற போதைமருந்துகள் எப்படி இருக்கின்றன என்று பார்க்கவேண்டும் என்கிற என் விருப்பத்தைத் தெரிவித்ததும்...

ஓடிக்கொண்டிருந்த மின்விசிறியை நிறுத்தினார்கள். துளி காற்று வராமலிருக்க ஜன்னல்களை மூடினார்கள். கையில் உறை அணிந்துகொண்டார்கள். பின்னர், சீல் வைக்கப்பட்டிருந்த பாட்டிலைப் பிரித்தார்கள்.

பார்த்துக்கொண்டே நின்ற என்ன, ‘எதற்காக இத்தனை முன்னேற்பாடு?’ என்கிற கேள்வி எழுந்ததைப் புரிந்துகொள்ள முடிந்தவர்போல திரு. சந்திரசேகரன் கூறினார்...

“கண்மூடித் திறக்கும் நாழிகையில் ஒருவரைத் தனக்கு அடிமைப்படுத்தும் பயங்கர வலிமை படைத்த இந்த ஹெராயின் என்கிற ப்ரவுன் ஷுகர் புகைத்தோ, ஊசி மூலம் போட்டுக்கொண்டோதான் இதற்கு அடிமையாக வேண்டும் என்பதில்லை. அலட்சியத்தின் காரணமாய், பரிசோதனை செய்தபோதோ, அல்லது இப்படி உங்களுக்கு எடுத்துக்காட்டும்போதோ கூட, சுவாசிப்பதன் மூலம் இதற்கு எங்களையும் மீறி நாங்கள் அடிமையாகிவிடலாம் என்பதால், கவனமாக இருக்கிறோம். உண்மையில்,

ப்ரவுன் ஷுகர் நாகரிக உலகத்தின் ஆலகால விஷம். இதை அனைவரும் உணர்ந்து, அடியோடு அழிக்க உறுதி பூணுவது நம் நாட்டுக்கு மட்டுமல்ல, மனித சமுதாயத்துக்கும், உலகத்துக்கும் நல்லது!"

——

26

ஏதோவொரு பறவை இனிமையாய் கூவ, ப்ரேம் விழித்துக்கொண்டான்.

என்ன பறவை அது?

குயில்? அக்கூ பட்சி?

தெரியவில்லை.

எங்கிருந்தோ பசுமாடு ஒன்று ம்மா... ஆ... என்று குரல் கொடுத்தது.

ப்ரேம் கண்களைச் சுழற்றி, பார்வையை ஜன்னலுக்கு வெளியில் வீசினான்.

ஜன்னலை ஒட்டி உயரமாய் வளர்ந்திருந்த மாமரத்து இலைகளின் இடுக்கில், சாம்பல் பூத்த வானம்... இங்குமங்குமாய் ஜொலித்த நட்சத்திரங்கள்...

மீண்டும் பறவை கூவியது... இந்தக் காலைப்பொழுதுதான் எத்தனை இனிமையானது என்கிற ஆச்சர்யம் ப்ரேமுக்குள் வியாபித்த அதே சமயத்தில், ஏன் இந்த உண்மையை இத்தனை வருஷங்களாக உணரவில்லை என்கிற வருத்தமும் கூடவே பரவியது.

அதுவும், கடந்த பத்து நாள்களாய், எல்லாமே அழகாக, அர்த்தமுள்ளதாக, ரசிக்கக்கூடியதாக, விரும்பத்தக்கதாக மாறிவிட்டதிலிருந்து, ஏன் நான் முன்பெல்லாம் இப்படி இல்லை,

இந்த நிம்மதியும் நிதானமும் ஏன் எனக்குள் இத்தனை காலமாக எட்டிப்பார்க்கவில்லை என்கிற கேள்வி ரொம்பவும்தான் சதா மனசைப் பிறாண்டுகிறது.

நிம்மதிதான்... நிதானம்தான்... உறவுக்கும், பாசத்துக்கும், அன்புக்கும், வாழ்க்கைக்கும் அர்த்தம் புரியத் தொடங்கின பின், நிம்மதிதான்... நிதானம்தான்.

இன்றோடு சரியாக இருபத்தியெட்டு நாள்கள்...

“அம்மா... ஹெல்ப் மீ... என்னை பழைய ப்ரேமாக மாத்து...” என்று ஆத்மார்த்த வேதனையுடன் பெற்றவளின் மடியில் விழுந்தது நடந்து, சரியாக நாலு வாரம் முடிந்துவிட்டன. சொல்லிவிட்டானே தவிரவும், முதல் ஒரு வாரத்தை இப்போது நினைத்தாலும் உடம்பு உதறித்தான் பாடுகிறது.

அது என்ன பயங்கரம்!

கற்பனை எது, கனவு எது, நிஜம் எது என்று புரியாத அவஸ்தையில் சதா முடங்கி, உழன்று, பதறி, மிரண்டு, ‘வேண்டாம் இந்த வைத்தியம், நான் எக்கேடும் கெட்டுப் போகிறேன், என்னை விட்டுவிடுங்கள்’ என்று கதறி அடம்பிடித்த, முரண்டிய நாள்கள் அவை. அம்மாவும், அப்பாவும், ஸந்தியாவும் இந்தப்பக்கம் அந்தப் பக்கம் நகராமல், ‘உனக்கு ஒன்றுமில்லை, ப்ரேம்... நாளைக்கு இந்த அவஸ்தை இருக்காது, எங்களை நம்பு! வீ ஆல் லவ் யூ! எங்களுக்கு நீ வேண்டும்’ என்ற வார்த்தைகளையே திரும்பத்திரும்ப கரிசனத்துடன் கூறி, அணைத்து, வருடி, உறங்காமல், உண்ணாமல் இவனோடு இணைந்து, போதைமருந்தின் அரக்கப் பிடியிலிருந்து இவனை வைராக்கியமாய் மீட்ட நாள்கள் அவை.

இரண்டாம் வாரத்திலிருந்து நிலைமை அத்தனை மோசம் இல்லை. உறங்கி எழுந்ததும் ஸ்மாக்கைப் பிடிக்க மனசும், உடம்பும் பரபரத்தாலும், பெற்றவர்களின் அன்பான முகங்களைப் பார்த்து, ‘நோ’ என்று பலவீனமான குரலிலாவது தனக்குத்தானே ஒருவிதக் கட்டுப்பாட்டை விதித்துக்கொண்ட சமயம்...

கரிசனமும், அன்பும், பரிவும் மெல்லமெல்ல ஊடுருவினதில், ரொம்ப சீக்கிரமே பலவீனமான 'நோ' அழுத்தம் திருத்தமான 'எனக்க இனி போதைமருந்து வேண்டாம்' என்ற சப்தமாக அடுத்த வாரத்தில் மாற... அப்புறம்தான் எல்லாவற்றுக்கமே புது அர்த்தம், ஆழம், கோணம் தோன்ற முற்பட்டது.

அதுசரி... மாற்றங்களுக்குக் காரணம், கரிசனமும் அன்பும் மட்டும்தானா?

இவனுக்காக, ஒன்றிற்கும் பயனில்லாத மண்மேடாக மாறிவிட்ட இவனுக்காக, அப்பாவும், அம்மாவும், ஸந்தியாவும் செய்த, செய்துகொண்டிருக்கும் தியாகங்கள்...? அவற்றை மறக்கலாமா? அவற்றில் முதலாவது, மாதவன் வேலையை விட்டது.

"கொஞ்ச நாளாவே எனக்க உடம்புக்கு முடியவில்லை. செங்கல்பட்டிலிருக்கும் தோட்டத்து வீட்டுக்குக் குடிபோய், அந்த கிராமச் சூழ்நிலையில் நிம்மதியாய் இருக்கலாமென்று நினைக்கிறேன். என் மனைவியும் தனக்கு நகர வாழ்க்கை அலுத்துவிட்டது என்று சொல்கிறாள். அதனால்தான், வாலண்டரி ரிடையர்மெண்ட் கேட்கிறேன்... ப்ளீஸ், புரிந்துகொள்ளுங்கள். எப்படியும் இன்னும் ஆறு வருஷத்தில் ரிடையர் ஆகவேண்டியவன்தானே!" என்று மானேஜிங் டைரக்டரிடம் பேசிவிட்டு, நினைத்த நினைப்பில்லாமல் விலகின கையோடு, மறுவாரமே குடும்பத்தோடு செங்கல்பட்டை அடுத்த சிங்கப்பெருமாள் கோவிலில் அவர்களுக்குச் சொந்தமாக இருந்த பண்ணை வீட்டில் குடியேறினபோது, கம்பெனியே அசந்துதான் போயிற்றாம், என்ன ஆயிற்று மாதவனுக்கு என்று!

பின்னே!

நாளைக்கு, அடுத்த எம்.டி.யாக வரக்கூடியவர் என்று அனைவரும் எதிர்பார்த்த நபர், தடக்கென்று 'எனக்கு எதுவுமே வேண்டாம், ஆளை விடுங்கள்' என்று விலகிக்கொண்டால்?

யாருடைய சமாதானத்தையும் காதில் வாங்காததோடு, எவரும் எந்தப் பேச்சும் பேச இடமும் கொடாமல், அத்தியாவசியமான

சாமான்களை அமர்க்களமில்லாமல் லாரியில் ஏற்றி பண்ணை வீட்டுக்கு அனுப்பிவிட்டு, டாக்டர் ரெட்டி சொன்ன இரண்டுவார கெடுவுக்காகக் காத்திருந்து, மகன் கொஞ்சம் தெளிந்ததும் குடும்பத்தோடு சிங்கப்பெருமாள் கோவிலுக்குக் குடிபெயர்ந்ததுதானே கடைசியில் நடந்தது!

முதலில், ப்ரேமுக்கு இந்த விவரமெல்லாம் தெரியாது.

ஏதோவொரு மாற்றத்திற்காக அனைவரும் இங்கு வந்திருக்கிறோம் என்று நினைத்துக்கொண்டிருந்தவன், தான் - தன் சுகம் - பிரதானம் என்கிற சுயநலப்போக்கு குறைந்தவனாய் தன்னைச் சுற்றி நடக்கும் சமாச்சாரங்களைப் புரிந்துகொள்ள முயன்றபோது...

இவர்களின் பழக்கவழக்கங்களில், பழைய தடபுடல் எதையுமே காணோமே, ஏன்?

காரை அப்பாவே ஓட்டுகிறார்...

அம்மாவே சமைக்கிறார்...

இன்னும்... இன்னும்...

குட்டிக்குட்டியாய் விஷயங்களை உணர முடிய, "என்னம்மா?" என்று தயக்கத்துடன் வினவியதும், பதில் கூறாமல் ரேவதி சிரித்தாள். மாதவனும் அப்படியே.

உண்மை தெரிந்ததும், ப்ரேம் அதிர்ந்து போனான்.

எனக்காகவா? என்னைச் சரியாக்கவா? யாரும் என்னை ஒரு வார்த்தை எதுவும் கூறிவிடக்கூடாது என்ற பாதுகாப்புக்காகவா? பழைய சூழ்நிலையிலேயே இருந்தால், நான் மீண்டும் போதைமருந்துக்கு அடிமையாகிவிடுவேன் என்ற பயமா? என்ன? இந்தத் திடீர் முடிவுக்குக் காரணம் என்ன?

தாளமாட்டாமல் அழுகையோடு இத்தனையும் பெற்றவர்களிடமே அவன் கேட்க, பேசியவனை ரேவதி ஆரத் தழுவிக்கொண்டாள். மாதவன், "டோண்ட் பீ ஸில்லி!" என்றவாறு அருகிலிருந்து தலைமுடியைக் கோதிவிட்டார்.

"ஏம்மா... சொல்லுங்க... எனக்காகவா அத்தனாம் பெரிய வேலை, நாகரிக வாழ்க்கைய விட்டுட்டு வந்தீங்க? சொல்லுங்க..."

திரும்பத்திரும்ப அதையே கேட்டு பரிதவித்ததும், மாதவன் இல்லையென்று தலையசைத்தார்.

"சத்தியமா உனக்காக மட்டுமில்ல, ப்ரேம்! எங்களுக்காகவும்... எங்க நிம்மதிக்காகவும்தான்! நாங்க ஏற்கனவே உன்கிட்ட சொன்ன மாதிரி, உன் நிலைமைக்கு நீ மட்டுமில்ல, நாங்களும் காரணம்னு நாங்க நம்பறோம்... அளவுக்கு மீறின ஆபீஸ் வேலை, சோஷியல் டின்னர்ஸ், கிளப் இதெல்லாம் இருக்கவரைக்கும், எங்களால நாங்க விரும்பற தினுசு பெத்தவங்களா இருக்க முடியாதுன்னு தெளிவா புரிஞ்சுகிட்டோம்... ஸோ, இந்தத் தீர்மானம்! வண்டிய ஓட்டறதும் சமைக்கறதும், எங்க வேலைங்கள கூடுமானவரையில நாங்களே கவனிக்கறதும், நிஜமாவே எங்களுக்குப் பிடிக்குது... வாழ்க்கைய எளிமையாக்கிட்டோம்! வருத்தம் நிச்சயமா இல்ல! இன்னும் சரியா சொல்லப்போனா, இப்பவாவது வாழ்க்கைய அர்த்தமுள்ளதா மாத்திட்டோமென்ற சந்தோஷம்தான் இருக்கு... நீ நம்பணும்!"

அப்பாவும், அம்மாவும் ஒரு வாரமாய் மின்சார வண்டியில் சென்னை கல்லூரிக்குச் சென்றுவரும் ஸந்தியாவும்... எந்தவித வேதனையும் இல்லாமல், முகமெல்லாம் மலர இப்படிப் பேசினதும், இவனுக்கு என்னவோ இன்னும் குறுகுறுப்பு அடங்கவில்லை.

இந்த நெஞ்சங்களில் ததும்பும் அன்பை எப்படி இத்தனை வருஷங்களாகப் புரிந்துகொள்ளாத மூடனாக இருந்தேன்?

என்னைக் கண்டால் பிடிக்காது, ஸந்தியாதான் உசத்தி என்கிற மஞ்சள் கண்ணாடியை ஏன் அணிந்துகொண்டேன்? போன மாசம் வரை எதையுமே சரியான கோணத்திலிருந்து பார்க்கத் தெரியாத என்னுள், திடுமென எப்படி இப்படியொரு மாற்றம் நிகழ்ந்தது?

பண்ணைக்கு வந்துவிட்ட இந்தப் பத்து நாள்களாகவே இந்த யோசனைதான்.

எனக்காகவா? எனக்காகவா?

இது தியாகம் இல்லாமல், வேறென்ன? கண்மூடித் திறக்கும் நாழிகையில், பிள்ளைக்காக, தம்பிக்காக, அத்தனையையும் சடக்கென்று உதறித்தள்ளிவிட வேண்டுமென்றால், அந்த அன்பின் ஆழம் எத்தனை அதிகமாக இருக்கவேண்டும்? அந்த உறவின் தேவை, பிணைப்பு, எத்தனை அழுத்தமானதாக இருக்கவேண்டும்!

உறவின் அர்த்தமே இதுதானோ?

யோசிக்க யோசிக்க, கலக்கமும் குழப்பமும் மாறி, தேய்த்து வைத்த வெண்கலம்போல மனசு பளபளத்துப் போனதில், அத்தனையையும் சாதித்தது அப்பழுக்கற்ற அன்புதான் என்பதைப் புரிந்துகொள்ள முடிந்தது. 'வீ லவ் யூ, ப்ரேம்!'... 'எங்களுக்கு நீ வேண்டும், ப்ரேம்!'... 'தப்பு உன்மேல மட்டுமில்ல, ப்ரேம்... உன்னைப் புரிஞ்சுக்கத் தவறிட்ட எங்க மேலயும்தான்!'...

இவனுக்காக வேஷம் போடாமல், மனப்பூர்வமாக நம்பியதை வாய் ஓயாமல் பெற்றவர்கள் கூறியபோது, பூட்டியிருந்த மனசு 'ஹா'வென்று திறந்துகொண்டது.

அழுக்கும் இருளும் நிறைந்து, ஒட்டடை படர்ந்திருந்த நெஞ்சில் வெளிச்சம் நுழைந்து, காற்றோட்டமாக மாறினதில், துர்க்குணமும் ஏக்கமும் மாயமாய் மறைந்து, நிம்மதியும், நிதானமும் குடியேறிவிட்டன.

ஆஹா... இந்த அன்புதான் எத்தனை வலிமையானது! இந்த நினைப்புகளெல்லாம் எழுந்த பிறகு, எங்கோ, எப்போதோ படித்த விஷயமும் ப்ரேமுக்கு நினைவு வந்தது... 'இந்தியக் குடும்ப அமைப்பு, மிகவும் கட்டுக்கோப்பானது... தன்னலமற்ற பிணைப்போடு, சங்கிலிகளாய் இருக்கும் உறவுகளின் அழுத்தம், தனிமனிதனுடைய வேதனைகளைக் குறைத்து, பிரச்சினைகளைத் தீர்க்க வெகுவாக உதவுகிறது. பந்தபாசத்துக்கு முக்கியத்துவம் கொடுப்பதோடு, நிம்மதியான வாழ்க்கைக்கு ஒருவர்

விட்டுக்கொடுத்து, அனுசரித்து வாழ்வதும் மிகவும் அவசியம் என்று இந்தியக் குடும்பங்களில் வலியுறுத்தப்படுவதில், பல பிரச்சினைகள் விஸ்வரூபமெடுத்து சமுதாயத்தை உலுக்காமல், குடும்ப அளவிலேயே சமாளிக்கப்படுகின்றன...'

தன்னலமற்ற அன்பும், சொந்தக்காரர்களின் நலனுக்காக எதையும் தியாகம் செய்ய முன்வருவதும்... இந்த மண்ணுக்கே உரிய பெருமையோ!

அன்று ராமலஷ்மண பரதர்களில் தொடங்கி, இன்றுவரை நம் நாட்டின் மிகப்பெரிய பலமாக இருந்து வருவது, இந்தத் தனித்தன்மை வாய்ந்த குணம்தானோ!

யோசனை மாறாமல் எழுந்து ஜன்னலருகில் சென்ற ப்ரேமுக்குள், எப்படி இத்தனை வருஷங்களாக எதையுமே புரிந்துகொள்ளத் தெரியாத, இல்லையில்லை, உணர மறுத்த ஒரு சுயநலவாதியாகத்தான் வாழ்ந்திருக்கிறோம் என்கிற வேதனை மிகுந்த கேள்வி எழுந்தது.

அரை நிமிஷம் அப்படியே நின்று தோட்டத்தைப் பார்த்துவிட்டு, முகம் கழுவுவதற்காக குளியலறைக்குள் சென்றபோது, மேலே குறிப்பிட்ட மாற்றங்களோடு இன்னொரு விழிப்புணர்வும் தன்னுள் உண்டாகியிருப்பதை உணர முடிந்தது. முன்பெல்லாம், 'அ... அவர்களுக்கு என்ன... நிறைய பணம் இருக்கிறது. நாம் கொஞ்சம் எடுத்துக்கொண்டால் என்ன குறைந்துவிடும்!' என்று, எப்போது கைநீட்டிப் பணத்தை எடுத்தாலும் மனசு கூறும் சமாதானத்தை, இனி கண்டிப்பாய் ஏற்க முடியாது.

தங்களின் சுகபோகங்களை இவனுடைய நலனுக்காக அலட்சியமாய் ஒதுக்கித் தள்ளிவிட்டு சிரித்த முகத்தோடு வளைய வருபவர்களை நினைத்துவிட்டால், அனாவசியமாக ஒற்றை ரூபாயைக் கையால் தொட்டு 'எனக்கு' என்று எடுத்துக்கொள்ள முடியாமல் இனி கையும் மனசும் கூசித்தான்போகும்... நிச்சயம்.

ஜில்லென்று தண்ணீர்விட்டு முகத்தைக் கழுவி, வாய் கொப்பளித்து, அந்த ஈரத்தைத் துடைக்காமலேயே

படுக்கையறைக்குள் நுழைந்தவனின் பார்வையில், மூலையில் வைத்திருந்த கிடார் விழ... நின்றான்.

"தொழில் ரீதியில கிடார் வாசிக்கணும், கிரிக்கெட்டுல ஸ்டேட் ப்ளேயரா வரணும்னு நீ விரும்பறியா, ப்ரேம்? கிடார் மாஸ்டர் வீட்டுக்கு வரவும், நீ தினம் எம்.ஸி.ஸிக்குப் போய் கோச்சிங் எடுக்கவும் ஏற்பாடு பண்ணட்டுமா?"

ஒரு வாரம் முன்னால் மாதவன் இப்படிக் கேட்டதும், பேசியவரை ப்ரேம் தயக்கத்துடன் ஏறிட்டான். "படிப்பையும் வெச்சுக்கிட்டு எப்படி ரெண்டுலயும் தீவிரப் பயிற்சிக்குப் போறதுன்னு பாக்கறியா? பரவாயில்ல... ஒரு வருஷப் படிப்பை நிறுத்திடலாம்... தொழிலா எடுத்துக்கற அளவுக்கு உனக்குத் திறமை இருக்குனு நீ நம்பினா, அதை முயற்சி பண்ணிப் பாத்துடலாம்னே எங்களுக்குத் தோணுது! ஒரு வருஷம் ட்ரை பண்ணு... முடியாதுன்னு புரிஞ்சிடுச்சுன்னா, பழையபடி படிப்பைத் தொடரலாம்... என்ன, இருவது வயசுல டிகிரி வாங்கறதுக்குப் பதிலா, இருவத்தியோரு வயசுல வாங்குவே... அதானே! இதென்ன பெரிய வித்தியாசம்? ஆனா, ஆசைப்பட்டதை முயற்சி செஞ்சு பாத்தோம்ன்ற திருப்தி உனக்கு இருக்கும், இல்ல?"

அன்றைக்கு அப்பாவுக்கு ஒரு வார்த்தை பதில் கூற முடியாமல் தொண்டை இறுகிப்போக, மெதுவாக அந்த இடத்தைவிட்டு நகர்ந்துவிட்டாலும், அடுத்து வந்த இரண்டே நாள்களில் தான் செய்யவேண்டியது என்ன என்பதை ப்ரேம் புரிந்துகொண்டான். கல்லூரி திறந்து ஒரு வாரம்தான் ஆகிறது... இன்னும் ஒரு மாசம் வீட்டிலேயே தங்கி உடம்பை நன்றாகத் தேற்றிக்கொண்ட பின், 'நான் படிக்கத்தான் விரும்புகிறேன். எம்பி.ஏ. முடித்து, வேர்ல்ட் பாங்க்கில் வேலை பார்க்கப் போகிறேன். சனி, ஞாயிறுகளில் டென்னிஸ் ஆடி, கிடார் வாசிக்கிறேன்... போதும்!' என்று தீர்மானமாய்க் கூறிவிட வேண்டும். 'உனக்கு என்ன செய்ய விருப்பம், ப்ரேம்?' என்றவர்களிடம், 'உங்கள் விருப்பம்போல வாழத்தான் ஆசை!' என்று வெறும் வார்த்தைகளாய்க் கூறாமல், செயலில் காட்ட வேண்டும். அப்புறம்...

சிந்தனை கல்லூரியில் நுழைந்து நண்பர்களிடம் தாவ, சுனிலை தனக்கு முதல் முதலில் கஞ்சாவைப் பழக்கியவனை ப்ரேம் எந்தவிதக் கசப்புமின்றி நினைத்தான். இப்போது அவனைச் சந்தித்து, 'என்னைப் பார், சுனில்... ப்ரவுன் ஷுகர் எடுத்து சீரழிந்த நானே இன்று தெளிந்துவிட்டேன் என்றால், உன்னாலும் முடியும்! விட்டுவிடு...' என்று சொல்ல முடிந்தால் எத்தனை நன்றாக இருக்கும்!

பரத்...

அவனைச் சந்திப்பது சாத்தியமா?

மூளை கலங்கி மெண்டல் ஹாஸ்பிடலில் இருக்கிறானாம்... அம்மா சொன்னார்... என்ன கொடுமை இது! நானும் அவன்கூட இருந்திருக்க வேண்டியவன்தான்... அன்பு என்கிற அரவணைப்பும் கைப்பிடிப்பும் கிடைத்ததால், நான் மீண்டுவிட்டேனா! அவை கிட்டாத பரத், புதைசேற்றில் அமுங்கிவிட்டான். அவனைப் பார்த்து, எந்த விதத்திலாவது இதமாக இருக்க முடியுமா? அப்பாவைக் கேட்க வேண்டும்.

கல்லூரிக்குச் செல்ல ஆரம்பித்ததும் விஜய்யைச் சந்தித்து, நான் உணர்ந்துவிட்ட பல விஷயங்களை அவனுக்கும் புரியவைக்க வேண்டும். அப்புறம்...

அப்பு...

அப்புவின் நினைப்பு எழுந்ததும், ஒருவித இருப்புக்கொள்ளாமை தடதடவென்று ஆக்ரமிக்க, ப்ரேம் எழுந்து இப்படியும் அப்படியும் நடந்தான்.

'வேணாம்யா... வேணாம்யா... நா லோயர் மிடில் கிளாஸைச் சேந்தவன்யா... எனக்கு இந்தப் பழக்கமெல்லாம் சரிப்பட்டுவராதுயா...' என்று கைகூப்பிக் கெஞ்சியவனை மிரட்டி, நைச்சியமாகப் பசி ஏமாற்றி, முதலில் கஞ்சா, பின்னர் ப்ரவுன் ஷுகருக்கு அடிமையாக்கினவன் நான்... எத்தனை கேவலமாக, மனிதாபிமானமற்று நடந்துகொண்டிருக்கிறேன்!

ப்ரவுன் ஷுகர் சிகரெட்டை அப்புவுக்கு எப்போது பிடிக்கப் பழக்கப்படுத்தினேன்? நகைக்கடையில் பணம் கட்ட வந்தவனை மறித்து, ‘வேண்டாம்... ஐயோ, வேண்டாம்...’ என்று பதறப்பதற ஸ்மாக் பிடிக்க வைத்தது நடந்து இரண்டு மாசங்கள்

இருக்குமா?

இருக்கும்.

அரைகிராம்... மிஞ்சிப்போனால் ஒரு கிராம் அளவில்தான் அப்பு இப்போது இருப்பான். ஆனால், அவன் குடும்பம் இருக்கும் நிலைக்கு இதுவே மிக அதிகம்.

அப்புவுக்கு உடனடியாக உதவி தேவை.

உடனே... உடனே... உடனே...

பரபரத்த மனசோடு தீவிரமாக யோசனை பண்ணியவாறே யோகாசனம் செய்து, குளித்துத் தயாராகி ப்ரேம் கூடத்துக்கு வந்தபோது, கல்லூரிக்குப் புறப்படும் அவசரத்திலிருந்த ஸந்தியாவும், அவளுக்கு சிற்றுண்டி செய்து டேபிளில் வைத்துக்கொண்டிருந்த ரேவதியும், பேப்பரோடு சாய்வு நாற்காலியில் உட்கார்ந்திருந்த மாதவனும் புருவங்களை உயர்த்தினார்கள்.

“அதுக்குள்ள குளிச்சு தயாராகிட்டியா, ப்ரேம்?”

“ம்... ஸந்தியாவோட நானும் போகட்டுமாம்மா?”

“எங்க? மெட்ராஸுக்கா?”

இவ்வளவு சீக்கிரம் வெளியில் போவது வேண்டாமே என்கிற ஆதங்கத்தோடு ரேவதி பேச, அருகில் சென்று ப்ரேம் அம்மாவின் கைகளைப் பற்றிக்கொண்டான். “நா ஊர்சுத்தப் போகலம்மா... இனிமே நிச்சயமா பொறுப்பில்லாம எந்தக் காரியத்தையும் செய்யமாட்டேன்... நீங்க நம்பணும்! நா... இப்ப... அப்புவப் பாக்க விரும்பறேம்மா... அவனுக்குப் போன வருஷம் கஞ்சாப் பழக்கத்தை உண்டாக்கினது நான்தான்... அதோட இருந்தவனுக்கு, ரெண்டு மாசம் முன்னால, என்னோட சுயநலம் காரணமா ப்ரவுன் ஷுகரை வலுக்கட்டாயமா அறிமுகப்படுத்தினதும்

நான்தான்! இப்ப உங்க அத்தனை பேரோட கையப் பிடிச்சுகிட்டு நா கரையேறிட்டேன்... அப்புவோட அம்மா, கூடப் பிறந்தவங்க உங்களை மாதிரிநிலைமையப் புரிஞ்சுக்கறவங்களான்னு எனக்குத் தெரியல... அதனால... அதனால..."

"சொல்லுப்பா... அதனால?"

"அவனை இங்க கூட்டி வந்து, நம்பகூட தங்கவெச்சு, எனக்கக் குடுத்த மாதிரியே அவனுக்கும் ட்ரீட்மெண்ட், அன்பு குடுத்து, அ... அவனையும்... அவனையும்... ப்ளீஸ்ம்மா... சரின்னு சொல்லுங்க... நா செஞ்ச தப்புக்கு நானே பரிகாரம் செய்யணும்னு துடிப்பா இருக்கு... ப்ளீஸ்ப்பா... ப்ளீஸ்ம்மா..."

மேலே பேச முடியாததுபோல ப்ரேமின் குரல் கம்மிப்போக, ரேவதி அவனை இழுத்து அணைத்துக்கொண்டாள். கையிலிருந்த பேப்பரைக் கீழே போட்டுவிட்டு மாதவன் இரண்டே எட்டில் மகனை நெருங்கி தோளில் தட்டி, "உன்னை நினைச்சு நாங்க பெருமைப்படறோம், ப்ரேம்! இன்னிக்கே போய் அப்புவக் கூட்டிக்கிட்டு வா... அவங்க அம்மா புரிஞ்சுக்க மறுத்தாங்கன்னா சொல்லு, அம்மாவும், நானும் வந்து அவங்ககிட்ட பேசிப் புரிய வெக்கறோம்! பெஸ்ட் ஆஃப் லக்!" என்றார்.

பத்து நிமிஷங்களில் டிபனை சாப்பிட்டுவிட்டு ஸந்தியாவோடு ப்ரேம் கிளம்பினபோது, அவன் மனசில் பொங்கின தன்னம்பிக்கையும், சந்தோஷமும் முகத்தில் வெளிச்சம் போட்டன.

"போயிட்டு வரேம்மா... வரேம்ப்பா..." என்று சொல்லி அக்காவோடு படியிறங்கி நடந்தவன், என்னவோ நினைத்துக்கொண்ட தினுசில் நின்று, ரோஜாப் பாத்தியிடம் சென்று இரண்டு ரோஜாக்களைப் பறித்து படியேறி வந்து, உட்கார்ந்திருந்த அப்பா அம்மாவின் மடிகளில் ஆளுக்கு ஒன்றாக வைத்து, அவர்களை நிமிர்ந்து பார்த்து கண்ணெல்லாம் அன்பில் ஜொலிக்கப் புன்னகைத்து, திரும்பி நடக்க... அந்தச் செய்கையின் மூலம் 'ஐ லவ் யூ' என்று கூறுவதோடு, தான் அறியாமல் செய்த தவறுகளுக்கெல்லாம் மன்னிப்பும் ப்ரேம்

கேட்கிறான் என்பது புரிய, சடாரென்று எழுந்த சந்தோஷத்தில் நெகிழ்ந்துபோன ரேவதி, கணவரின் கையைப் பற்றிக்கொண்டு சன்னமாக விசும்ப முற்பட்டாள்.

—— நிறைந்தது ——

www.ingramcontent.com/pod-product-compliance
Lightning Source LLC
LaVergne TN
LVHW090306051026
849518LV00005B/1678